കമലാഗോവിന്ദ്

കോട്ടയം ജില്ലയിലെ മറിയപ്പള്ളിയിൽ ജനനം. അച്ഛൻ ഗോവിന്ദനാശാരി, അമ്മ സരോജനിയമ്മ. 1982ൽ ആദ്യനോവൽ പ്രസിദ്ധീകരിച്ചു. നൂറ്റെട്ടോളം നോവലു കൾ ഇതിനകം പുറത്തിറങ്ങി. 2 നോവലുകൾ ചലച്ചിത്രമായും പത്തൊൻപതെണ്ണം സീരിയലുകളായും മാറി. തമിഴ്, കന്നഡ ഭാഷകളിലേക്ക് കൃതികൾ തർജമ ചെയ്യപ്പെട്ടിട്ടുണ്ട്.

ഭർത്താവ്: സദാശിവൻ. പി.ഡബ്ല്യു.ഡി.യിൽ ഉദ്യോഗസ്ഥനായിരുന്നു.

മക്കൾ: നിഷ അരുൺ, നീതു

വിലാസം: എസ്.എച്ച്. മൗണ്ട് പി.ഒ., കോട്ടയം – 6. ഫോൺ: 9744235228

Malayalam Language
Seethe, Nee Karayaruthu
(Novel)
by
Kamala Govind

♦

Published in April 2015
This Edition July 2022
by Kairali Books Private Limited
Thalikkavu Road, Kannur.
Ph : 0497 2761200
E-Mail : Kairalibooksknr@gmail.com

♦

Cover Design :
Siraj T K

♦

22/15-16/Sl.No.704/POD300/NS18.6
ISBN.978-93-85366-07-9

സീതേ, നീ കരയരുത്

കമലാഗോവിന്ദ്

കൈരളി ബുക്സ്

ഒന്ന്

മുടി ചീകി മെടഞ്ഞിട്ടു. മുഖത്ത് പൗഡറിട്ടു. കണ്ണെഴുതി. നെറ്റിയിൽ ചുവന്ന കുങ്കുമപ്പൊട്ടുതൊട്ടു. കൈലിയും ഇറക്കമുള്ള ബ്ലൗസും ധരിച്ചു. വെള്ളത്തുവർത്ത് തോളിലൂടെ ഇട്ട് ഒരറ്റം ഇടുപ്പിൽ തിരുകി ഒരിക്കൽക്കൂടി കണ്ണാടിയിൽ നോക്കി.

സീത സ്വയം പറഞ്ഞു.

"കൊള്ളാം, നീ സുന്ദരിയാണ് പെണ്ണേ"

"പെണ്ണേ" മുറ്റത്തുനിന്ന് ചുള്ളിലു വെട്ടിയൊടിക്കുന്ന തങ്ക വിളിച്ചു.

"എന്താമ്മേ" സീത വിളികേട്ടു.

"ദാണ്ടേ, അവൻ വഴീലെറങ്ങി നില്ക്കാ. ചെല്ല്.' തങ്ക വിളിച്ചുപറഞ്ഞു.

ഒരിക്കൽക്കൂടി കണ്ണാടിയിൽ നോക്കി തൃപ്തിയായമട്ടിൽ സ്വയമൊന്ന് തലകുലുക്കിയിട്ട് സീത മുറ്റത്തേയ്ക്കിറങ്ങി.

'ഞാ, പിന്നേയ്" തങ്ക ചുള്ളിൽ ഒടിച്ചുകൊണ്ടുതന്നെ പറഞ്ഞു. "അവിടെച്ചെന്ന് അടങ്ങിഒതുങ്ങിനിന്ന് പണിതോണം. തോന്ന്യാസം കാട്ട്യാലൊണ്ടല്ലോ. ബാക്കിയൊന്നും ഞാനിപ്പോ പറേന്നില്ല."

സീത ചിരിച്ചു. പിന്നെ പറഞ്ഞു.

"ഓ... ഈയമ്മേടെയൊരു പേടി. ഒക്കെ എനിക്കും അറിയാമ്മേ."

"ഞാ. അറിഞ്ഞിരുന്നാല് അവനോന് കൊള്ളാം." തങ്ക പറഞ്ഞു.

സീത മുറ്റത്തുനിന്നും വഴിയിലേയ്ക്കിറങ്ങി. മുറ്റവും വഴിയും ഒന്നാണ്.

പുറംപോക്കല്ലേ?

കഷ്ടിച്ച് ഒരു ആനവായൻ കുടില് കെട്ടാനുള്ള ഇടംമാത്രമേ വഴിയരികിൽ കിട്ടൂ.

കൊന്നപ്പത്തലുകൾ നാട്ടി വഴിയിൽനിന്നും കുടിലിന്റെ മുറ്റം അതിർത്തി തിരിച്ചിട്ടുണ്ടെന്നു മാത്രം. കൊന്നപ്പത്തലുകൾ ആർത്തുകി ളിർത്തുനിൽക്കുന്നു.

കൊന്നപ്പത്തലിനപ്പുറം മാണി നിന്നിരുന്നു.

കൈലിമുണ്ടും കള്ളിഷർട്ടുമാണ് വേഷം. ചുവപ്പുനിറമുള്ള ഒരു തോർത്തുകൊണ്ട് തലയിൽ വട്ടംകെട്ടി മൂളിപ്പാട്ടും പാടി മാണി നടന്നു തുടങ്ങി.

സീത നടാടെ പണിക്കിറങ്ങുകയാണ്!

ഇഷ്ടികക്കളത്തിലേയ്ക്ക്, കട്ടപ്പണിക്ക്.

മാണിക്ക് അക്കാര്യത്തിൽ തീർത്തും എതിരഭിപ്രായംതന്നെയായി രുന്നു.

കാരണം

മാണിയുടെ ഒരേയൊരു ഓമനപ്പെങ്ങളാണ് സീത. ആ കുഞ്ഞുപെ ങ്ങൾ അവന്റെ ജീവന്റെ ജീവനാണ്. അവൾ കഷ്ടപ്പെടരുതെന്നവൻ ആഗ്രഹിച്ചിരുന്നു.

എല്ലാ പെണ്ണുങ്ങളെയും പോലെ കളത്തിൽ കുഴമണ്ണിനോട് മല്ലടി ക്കാൻ തന്റെ പെങ്ങൾ പോകരുതെന്നവൻ ആശിച്ചെങ്കിൽ അതിൽ തെറ്റു പറയാനാവില്ല.

പക്ഷെ,,

കട്ടക്കളത്തിലെ പണിചെയ്യുന്ന ആണാളുകളുടെ പെണ്ണാളുകളുംകൂടി പണിചെയ്യാതെ എങ്ങനെ കാര്യങ്ങൾ നടക്കും? അടുപ്പിൽ തീ പുകയും?

സീത അമ്മയെക്കൂടി കൂട്ടുപിടിച്ചു. ആങ്ങളയോടു ശുപാർശ ചെയ്തു.

അവൾക്ക് പണിക്ക് പോയേ തീരൂ.

"എടാ, അബലുക്ക് ഇഷ്ടാണെങ്കില് പോട്ടെടാ. കുട്ടക്കളത്തില് പണി ക്ക് പോകുന്നത് ആക്ഷേപോന്ന്വല്ലല്ലോ. നെന്റച്ചനും ഞാനും ചെയ്ത പണി ഇതുതന്നാണല്ലോടാ. തങ്ക മകന്റെയടുത്ത് കാര്യമായിത്തന്നെ വിഷയം എത്തിച്ചു.

മാണി മൗനം പൂണ്ടു.

അപ്പൻ മരിച്ചിട്ട് വർഷം എട്ടു കഴിഞ്ഞിരിക്കുന്നു. നീലൻ മരിക്കുമ്പോൾ മാണിക്ക് പതിനെട്ട് വയസ്സുണ്ട്. അപ്പനോടൊപ്പം കട്ടക്കളത്തിൽത്തന്നെ യായിരുന്നു അവനും.

അതിനുംമുമ്പുതന്നെ തങ്ക കളത്തിലെ പണി നിർത്തിയതാണ്.

വലിവ്. ഒരു തൊട്ടിവെള്ളം കിണറ്റിൽനിന്ന് വലിച്ചെടുക്കാൻപോലും വയ്യാത്ത നില.

രാവും പകലും ഒരുപോലെ ചുമ.

ആ പരുവത്തിലായപ്പോൾ നീലൻതന്നെ പറഞ്ഞു, പോകേണ്ട എന്ന്. തങ്ക പോകാതായി.

മക്കളായി മാണിയും സീതയും മാത്രം. സീതയ്ക്കന്ന് പത്ത് വയസ്സ്. കളത്തിൽനിന്ന് വരുന്നവഴി കവലയിലെ ഷാപ്പിൽ കടന്നിരുന്ന് മൂത്ത കള്ളും കപ്പക്കറിയും കഴിച്ച് എന്നും നീലൻ വരുമ്പോൾ കൈയിൽ സീത യ്ക്കായി ഒരു പൊതിയും കരുതിയിരുന്നു. വടയോ ബോളിയോ മറ്റോ ആവും.

അന്നും പതിവുപോലെ മരവെള്ളവും മോന്തി പഴയ നാടകത്തിലെ ശീലും പാടി വഴിയിലൂടെ തെന്നിത്തെന്നി നീങ്ങുമ്പോഴായിരുന്നു നീലന്റെ മരണം.

മത്സരിച്ചോടിപ്പാഞ്ഞെത്തിയ ഒരു പ്രൈവറ്റ് ബസ് നീലനെ തട്ടിയിട്ട് അരച്ചുതേച്ച് കടന്ന് തെല്ലപ്പുറത്ത് നിർത്തി. വീണുകിടന്ന സ്ഥലത്തു തന്നെ പിടഞ്ഞുപിടഞ്ഞ് നീലൻ മരിച്ചു.

മകൾക്കായി കരുതിയിരുന്ന പൂവൻപഴം വഴിയിൽ നിരന്നുകിടന്നു.

ഒരു ജീവിതകാലം മുഴുവൻ കട്ടക്കളത്തിൽ ചോര വിയർപ്പാക്കി പണി ചെയ്തു.

പക്ഷെ, ഒരു സെന്റ് സ്ഥലംപോലും സ്വന്തമായി ഉണ്ടാക്കാൻ കഴി യാതെ നീലൻ മരിച്ചു.

വഴിയരികിലെ പുറമ്പോക്കിൽ ഓല കെട്ടിവരിഞ്ഞ ആനവായൻ കുടിൽ!

ആ കുടിലിന്റെ നായകൻ മാണിയായി.

ആ കുടിലിലുള്ളവരുടെ ജീവനും ജീവിതവും ആ പതിനെട്ടുവയസ്സു കാരന്റെ തോളിലായി.

അവന്റെ സ്വപ്നത്തിൽ അവന്റെ കുഞ്ഞുപെങ്ങൾ എന്നും ഒരു രാജ കുമാരിയായിരുന്നു.

പക്ഷെ, സ്വപ്നങ്ങൾ യാഥാർഥ്യമാക്കാൻ അവന് കഴിയുന്നില്ല. ആ നിസ്സഹായത അവനെ ഏറെ സങ്കടപ്പെടുത്തി.

കട്ടക്കളത്തിൽ പണിയുന്ന ആണാളുകളുടെ കെട്ടിയോളുമാരും മക്കളും പെങ്ങന്മാരും ഒക്കെക്കൂടെ പണിയാനെറങ്ങും.

ഒരുമിച്ച് കുടുംബത്തോടെ കൂട്ടത്തോടെ.

പക്ഷെ,

മാണിമാത്രം എന്നും ഒറ്റയ്ക്കാണ്.

അമ്മയ്ക്ക് വയ്യാ.

സീതയെ കളത്തിലിറക്കാനും മടി.

ആ പെങ്ങൾ വെയിലുകൊള്ളുന്നതിനോട്, പാടുപെടുന്നതിനോട് അവ നെന്തുകൊണ്ടോ യോജിക്കാൻ കഴിയുന്നില്ലെന്നതാണ് സത്യം.

പക്ഷെ, തങ്ക അവനെ സ്വപ്നങ്ങളിൽനിന്നും യാഥാർഥ്യങ്ങളിലെക്ക് പിടിച്ചിറക്കി.

"എടാ ചെറുക്കാ, പെണ്ണിന് വയസ്സ് പതിനെട്ട് തികഞ്ഞേക്കുന്നു. വല്ലോ ന്റേംകൂടെ പറഞ്ഞുവിടാറായി. ഒരു പണവെട പൊന്നിന്റെ തരി ഈ വീട്ടി ലുണ്ടോ?"

"ഒക്കെ നടക്കും." മാണി ബീഡി ആഞ്ഞുവലിച്ചുകൊണ്ട് സ്വയം പറ ഞ്ഞു.

"എങ്ങനെ നടക്കുമെന്നാടാ നീയീ പറേന്നേ? എനിക്കോ വയ്യാണ്ടാ യി. നീയ്യ് ഒറ്റയ്ക്ക് പണിതാല് എന്തെല്ലാമാടാ നടക്കുന്നേ? ആണ്ടില് മുഴോനും പണി കിട്ടോ? അവളുടെ വന്നാല് അത് നല്ലതല്ലേ. വല്ലോം പത്തുകാശ് മിച്ചംവന്നാല് അവളെ എറക്കിവിടാല്ലോ. കാലോം വല്ലാത്ത താ. വല്ലോം വന്നാപ്പിന്നെ പറഞ്ഞിട്ടെന്താടാ കാര്യം?"

മാണി ഓർക്കാഞ്ഞല്ല. പക്ഷെ, അന്നന്ന് തികഞ്ഞുകിട്ടിയിട്ടുവേണ്ടേ സമ്പാദിക്കാൻ?

"ചേട്ടാ, പിന്നേയ് എന്റെ കുലീംകൂടെ കിട്ടിയാല് നമുക്ക് സുഖായി ട്ടങ് കഴിയത്തില്ലേ? സീത പതുക്കെ തലനീട്ടി.

'പൊന്നു പണിക്ക് പോണില്ലേ? പിന്നെന്താ?"

പൊന്നു!

മാണി തലപൊക്കി.

അവന്റെ സ്വപ്നസഖിയാണവൾ. അവനുവേണ്ടി മാത്രം കാത്തിരി ക്കുന്ന സ്നേഹലോലയാണ് പൊന്നു. അവൾ കളത്തിലെ പണിക്കാരി യുമാണ്.

മാണിയുടെ ദൗർബല്യത്തിന്റെ മർമം നോക്കി സീത ഒരു കൊട്ടുകൊ ടുത്തു; മനഃപൂർവം തന്നെ.

"ആ പൊന്നുവാണെങ്കിൽ എത്ര നാളായിട്ട് കാത്തുകാത്തിരിക്ക്യാ ചേട്ടാ."

പറഞ്ഞിട്ടവൾ ഓടിക്കളഞ്ഞു. അവൻ ചാടിയെണീറ്റ് ചെവിക്ക് പിടി ച്ചാലോ?

അവൾ പറഞ്ഞത് ശരിയെന്നർഥത്തിൽ തങ്ക മാണിയെ നോക്കി. ശരി യാണെന്ന് അവനും അറിയാം. അവന്റെ ജീവന്റെ ജീവനായ പൊന്നു.

അവളെ സ്വന്തമാക്കുന്നതിൽ മാണിക്ക് ഒരേയൊരു തടസ്സമേയുള്ളൂ.

പെങ്ങൾ – സീത.

അവളെ ഇറക്കിവിടാതെങ്ങനെ?

അവൻ പറയുന്നതിലും കാര്യമുണ്ട്.

ഓല കുത്തിമറച്ച ആ ആനവായൻ കുടിലിൽ പെങ്ങളുടെ സാന്നിധ്യ ത്തിലെങ്ങനെ പുത്തൻപെണ്ണുമായി താമസിക്കും?

കാര്യം ശരിയാണ്. എന്നുവെച്ച് എത്രനാൾ?

സീതയെ പിന്താങ്ങി തങ്കയും പറഞ്ഞു.

"ശരിയാടാ. ആ പെണ്ണ് എത്ര കാലായിട്ട് ഇങ്ങനെ നോക്കിനോക്കി ഇരിക്കുവാ. അവളുടെ ആ ചൊവ്വില്ലാത്ത തന്ത അവളെയിട്ട് നരകിപ്പി ക്കുവാ."

"ഉം," മാണി മൂളി.

ബീഡിയുടെ അവസാനത്തെ പുകയും ആഞ്ഞുവലിച്ചിട്ട് അവൻ പൊടുന്നനെ പറഞ്ഞു.

"അവൾക്കത്ര നിർബന്ധാണെങ്കി അവളുടെ പോരട്ടെ."

സീതയ്ക്കാഹ്ലാദമായി.

സ്വന്തമായി ദിവസവും പത്തിരുപത് രൂപ കൈയിൽ കിട്ടുക!

സീതയ്ക്ക് അതൊരു സ്വപ്നമായിരുന്നു എന്നും. മാണി അവസാന നിമിഷത്തിലും സമ്മതിക്കുമെന്നവൾ പ്രതീക്ഷിച്ചിരുന്നില്ല.

അവൻ വാശിക്കാരനാണ്, തന്റേടിയും. ഇത്തിരി മൊശടു സ്വഭാവവു മാണ്. കളത്തിൽ പലർക്കും അവനെ പേടിയുണ്ട്. നേതൃസ്ഥാനവുമുണ്ട് മാണിക്ക്.

വേണ്ടാന്നു പറഞ്ഞാൽ വേണ്ട. അതിനപ്പുറമില്ല!

പക്ഷെ, എങ്കിലും സീതയുടെ നിർബന്ധം അവന്റെ തീരുമാനത്തെ ഇളക്കി പ്രതിഷ്ഠിച്ചു. അങ്ങനെ അവളും ഒരു പണിക്കാരിയാകുന്നു.

സീത ഓർത്തു.

ഓരോ ദിവസവും തനിക്ക് തന്റെ കൈയിൽ കൂലികിട്ടും. പുത്തൻ നോട്ടുകൾ.

ഇഷ്ടമുള്ള നിറത്തിൽ ബ്ലൗസും കൈലിമുണ്ടും വാങ്ങാം.

പൗഡറും ചാന്തും കൺമഷിയും മുടിപ്പിന്നും വാങ്ങാം. മുല്ലക്കാവിലെ ഉത്സവത്തിന് വളകളും മുത്തുമാലകളും വാങ്ങാം.

ചെരിപ്പുവാങ്ങാം.

ഇനിയിപ്പോ അതിനൊന്നും മാണിച്ചേട്ടനോടു ചോദിച്ച് പണം വാങ്ങേ ണ്ടതില്ലല്ലോ?

ഓ... എന്നുവച്ച് കിട്ടുന്ന പൈസാ മുഴുവനും മറ്റും അങ്ങനെ ചെലവാ ക്കിക്കളയത്തില്ല.

സമ്പാദിക്കും കുറേയേറെ. ചിട്ടികൂടും. എന്നിട്ട് മാണിച്ചേട്ടന്റെ കൈയിൽ കൊടുക്കും.

എന്നിട്ടോ?

മാണിച്ചേട്ടൻ ഒരു മാല വാങ്ങിത്തരും. സ്വർണത്തിന്റെ. പിന്നെ കാതിൽപ്പൂവ്. പിന്നെ വള. അങ്ങനെയങ്ങനെ ആഭരണങ്ങളെല്ലാം.

എന്നിട്ടോ? അതൊക്കെ അണിഞ്ഞ് കല്യാണം. ഓ... തന്റെ കല്യാണം!

ആരാണ്? ആരാണ് തന്റെ കെട്ട്യോനാകുന്നത്? നനുത്ത മീശയും ചുരുണ്ട മുടിയുമുള്ള ഒരാൾ. കെട്ടിക്കഴിഞ്ഞാലോ?

കട്ടക്കളത്തിൽ അയാൾക്കൊപ്പം താനും പോകും. ഒപ്പം പണിയും. മടിച്ചിരിക്കില്ല. എന്നിട്ട് പണം സമ്പാദിക്കും.

വീടുവയ്ക്കും. എന്റെ മുല്ലക്കാവിലമ്മേ...

"സീതേ, വെക്കം വാടീ..."

പെട്ടെന്ന് മാണിയുടെ സ്വരം സീതയുടെ കാതിനുള്ളിലെത്തി. അവളെ ആ സങ്കല്പ മായാലോകത്തുനിന്നും ആ സ്വരം പിടിച്ചിറക്കി. വഴിയി ലൂടെ നടക്കുകയയാണെന്ന്, പണിക്കായ് പോകുന്നേയുള്ളൂ, എന്ന് സീത അറിഞ്ഞു.

അവൾ സ്വയം ചിരിച്ചുപോയി.

പൊടുന്നനെ! ഹൃദയത്തിനുള്ളിൽ ഒരു വെള്ളിടിവെട്ടിയതുപോലെ സീത തറഞ്ഞുനിന്നു!

ചന്ദ്രൻ!

പത്തിവിടർത്തി പകയോടെ നോക്കുന്ന ഒരു മൂർഖൻപാമ്പ്!

കറുത്ത നിറവും ചുവന്ന കണ്ണുകളും തെല്ല് തടിച്ച ശരീരവുമുള്ള ചന്ദ്രൻ എന്ന മൂർഖൻ!

മാണിയുടെ മുതലാളിക്കുതന്നെ പല കട്ടക്കളങ്ങളുണ്ട്. അതിലൊ ന്നിലെ മെയിൻപണിക്കാരനാണയാൾ.

ചുവന്ന ആ കണ്ണുകൾ. ഉപ്പന്റേതുപോലെ തീക്കണ്ണുകൾ! അയാൾ നിൽക്കുന്നിടത്ത് തറഞ്ഞുനിന്ന് തുറിച്ചുനോക്കുന്നു!

നോട്ടത്തിലൂടെ വലിച്ചെടുക്കാനെന്നതുപോലെ. സീതയ്ക്കുള്ളിൽ വീണ്ടും നടുക്കമുണർന്നു.

"ഈശ്വരാ...!

മാണിച്ചേട്ടന്റെ കളത്തിൽത്തന്നെ തനിക്ക് പണിയാനൊക്കണേ.

കഷ്ടകാലത്തിന് ഇയാൾ പണിയുന്ന കളത്തിൽ ആയിപ്പോയാലോ?

എന്റീശ്വരാ...

കള്ളനെ കാവലേല്പിക്കുംപോലെയാകും?

മാണിച്ചേട്ടനോ അമ്മയോ അറിയാത്ത രഹസ്യമാണ് തന്റെയുള്ളിൽ!

ഇയാൾ... ഈ നീചൻ.

അമ്മയും ചേട്ടനും ഇല്ലാതിരുന്ന ഒരുദിവസം, പകൽ ഉച്ചയ്ക്ക് കഞ്ഞി കുടിച്ച് തെല്ലുനേരം കുടിലിനുള്ളിൽ പായവിരിച്ച് ഒന്ന് തലചായ്ച്ചതാ ണ്.

ഏതോ മാസിക വായിച്ച് കിടന്നു. അറിയാതെ ഉറങ്ങിപ്പോയി.

ആരോ തന്നെ അടക്കിപ്പിടിച്ച് ഞെരിക്കുന്നതുപോലെ തോന്നി.

ഞെട്ടി കണ്ണുതുറന്നപ്പോൾ!

നടുങ്ങിത്തെറിച്ചുപോയി!

നീചൻ!

ആരുമില്ലാതിരുന്ന സമയം നോക്കി തന്നെ നശിപ്പിക്കാൻ!

ഉപ്പന്റെ കണ്ണുകൾപോലെ ചുവന്ന ആ കണ്ണുകൾ അടച്ച് താൻ ആഞ്ഞടിച്ചു...

"ഇറങ്ങെടാ. പട്ടീ... ചൂലെ... ഇറങ്ങെടാ..."

വീണ്ടും അലറി.

തിരിഞ്ഞുനോക്കിയിട്ട് എന്തോ നിശ്ചയിച്ചുറച്ചതുപോലെ അയാൾ പുറ ത്തിറങ്ങി. താൻ ചെറ്റവാതിൽ വലിച്ച് ആഞ്ഞടിച്ചു. അയാൾ കേൾക്കാൻ ഉറക്കെ രണ്ട് ചീത്തയും വിളിച്ചു!

പക്ഷെ...

ആ സംഭവം അമ്മയിൽനിന്നും ചേട്ടനിൽനിന്നും താൻ ഒളിച്ചു. ഒളി ച്ചുവെച്ചത് തെറ്റാണോ? അമ്മയറിഞ്ഞാൽ ചേട്ടനറിയും.

ചേട്ടൻ നീറാണ്.

ദേഷ്യക്കാരൻ.

എടുത്തുചാട്ടമാണ് മുൻപിൽ നിൽക്കുക!

അയാളുമായി തീർച്ചയായയും വഴക്കുണ്ടാകും. കുത്തോ വെട്ടോ നട ക്കും.

വേണ്ട. താനായിട്ട് അതുവേണ്ട.

ഇനി ആവർത്തിച്ചാൽ പറയാം.

രണ്ടാഴ്ച കഴിഞ്ഞിരിക്കുന്നു. ആ വഴിയിലൂടെ വന്നാൽ തുളച്ചുകയ റുംപോലെ നോട്ടമുതിരും. താൻ പല്ലുകടിക്കും. കാർക്കിച്ചുതുപ്പും!

ഇന്നിതാ താനാദ്യമായി പണിക്കിറങ്ങിയപ്പോൾ ശകുനം മുടക്കി

നിൽക്കുന്നു!

ഇതു തന്റെ നാശത്തിനാണ്. തീർച്ച!

എല്ലാ ഉത്സാഹങ്ങളും അസ്തമിച്ചിരിക്കുന്നു!

വയ്യ. പണിക്കുപോകാൻ ഇനി വയ്യ. തോന്നുന്നുമില്ല.

പക്ഷെ...

വരുന്നില്ലെന്ന് മാണിച്ചേട്ടനോട് എങ്ങനെ പറയും?

ഉത്സാഹത്തോടെ ചാടിയിറങ്ങി പുറപ്പെട്ട താൻ പൊടുന്നനെ വരുന്നി ല്ലെന്ന് പറഞ്ഞാൽ...? കാരണം പറയേണ്ടിവരും.

കാരണം പറഞ്ഞാൽ?

വേണ്ട. ഇപ്പോൾ ഈ നിമിഷം ഈ വഴിയിൽ ചോരവീഴും.!

സീത ഭീതിയോടെ നോക്കി.

വഴിയരികെ മാവിൻ ചുവട്ടിൽ അപ്പോഴും തുറിച്ചുനോക്കിയപടി അയാൾ നിൽക്കുന്നു.

ചന്ദ്രൻ!

'വാടീ...' അങ്ങകലെനിന്ന് മാണി വീണ്ടും വിളിച്ചു.

സീത ആകെ കുഴങ്ങി. പോകണോ?

അവൾ തളർന്നു!

രണ്ട്

പത്തി ഉയർത്തി വഴിയരികിൽ തടഞ്ഞുനിൽക്കുന്ന മൂർഖൻ പാമ്പിനെ കവച്ചുവയ്ക്കുന്ന അതേ ഭീതിയോടെ സീത ധൃതിയിൽ അയാളെ മറികട ന്നു. പിന്നെ ഓടുന്നത്ര വേഗതയോടെ നടന്ന് മാണിയുടെ അരികിലെത്തി.

മാണി നടക്കുകയാണ്.

അവൻ നേരെ പോയത് ബേബിച്ചൻ മുതലാളിയുടെ ബംഗ്ലാവിലേ യ്ക്കാണ്. സീതയെ പണിക്കിറക്കുന്ന കാര്യം ഒന്നു പറയാതെ പറ്റില്ല ല്ലോ.

ബേബിച്ചൻ മുതലാളിയുടെ കളങ്ങളിലൊന്നിലെ പ്രധാന പണിക്കാ രനാണ് മാണി.

ഒന്നാംതരം കട്ടപിടുത്തക്കാരൻ. അവന്റെ കൈത്തഴക്കവും പണിവേ ഗതയും പ്രസിദ്ധമാണ്. അവൻ മെനയുന്ന കട്ടയും ഒന്നാന്തരമാണ്.

ബംഗ്ലാവിന്റെ മുറ്റത്തു മാണിനിന്നു. സീതയും. തലയിൽ കെട്ടിയി രുന്ന ചുവന്ന തോർത്ത് അഴിച്ചുകുടഞ്ഞ് മാണി തോളിലിട്ടു.

മണൽ വിരിച്ച മുറ്റം. പൂച്ചട്ടികളിൽ ചെടികൾ. വിടരുന്ന പൂക്കൾ.

ഒറ്റനിലയിൽ വാർത്ത മനോഹരമായ മണിസൗധം. എത്ര മനോഹ
രം. എന്തൊരു വലിപ്പം.

ഒരു മായാലോകം പോലെ.

താൻ താമസിക്കുന്ന ചെറ്റക്കുടിൽ ഒരു നിമിഷം സീതയുടെ ഉള്ളിൽ
തെളിഞ്ഞു.

മുതലാളി ഒറ്റയ്ക്കാണീ ബംഗ്ലാവിൽ താമസിക്കുന്നത്. ഭാര്യയും കുട്ടി
കളുമൊക്കെ നാട്ടിലുണ്ട്. കട്ടയുടെ സീസൺ തുടങ്ങിയാൽ മിക്കവാറും
മുതലാളി ഇവിടെത്തന്നെയായിരിക്കും. ആഴ്ചയിൽ ഒരിക്കലോ രണ്ടുത
വണയോ നാട്ടിൽ പോകും.

പത്തേക്കറോളം വിസ്താരത്തിൽ റബ്ബർത്തോപ്പ്. അതിന്റെ ഒരറ്റ
ത്താണ് ബംഗ്ലാവ്. റബ്ബർത്തോപ്പിനും അപ്പുറത്താണ് കട്ട പിടിക്കാൻ
പറ്റിയ മണ്ണുള്ള സ്ഥലം.

എട്ട് ഏക്കറോളം സ്ഥലം അതിനായിട്ടുണ്ട്.

"ങേ, ആരാ. മാണിയാണോടാ."

പൊടുന്നനെ അകത്തുനിന്ന് വരാന്തയിലേക്ക് ബേബിച്ചൻ മുതലാളി
ഇറങ്ങിവന്നു.

കാറിൽ അദ്ദേഹം പുറത്തുപോകുന്നത് സീത ഇതിനുമുൻപും കണ്ടി
ട്ടുണ്ട്.

വെളുത്ത നിറം. ഇത്തിരി തടിച്ച ശരീരം. നാല്പതു വയസ്സിൽ താഴെ
പ്രായം. ആകർഷകമായ ചിരിയും സംസാരവും. തൊഴിലാളികളും കട്ട
പ്പണിക്കാരും മുതലാളിയുടെ സുഹൃത്തുക്കളാണ്. ബേബിച്ചൻ മുതലാ
ളിയെപ്പറ്റി ആർക്കും നല്ലതേ പറയാനുള്ളൂ.

മുതലാളിയുടെ മിഴികൾ സീതയെ ഒന്നു തഴുകിത്തലോടി.

അവൾ ഒന്നു ചൂളി.

ചിരിയോടെ അദ്ദേഹം ഒരു നിമിഷം നിന്നു.

"ഏതാടാ ഈ പെങ്കൊച്ച്? ങെ! നിന്റ പെങ്ങളാണോ?" ബേബിച്ചൻമു
താളിയുടെ ചോദ്യം മാണിക്കുനേരെ.

'ആന്ന് മൊതലാളീ.' മാണി പറഞ്ഞു.

'ഉം? എന്താ എവളേംകൊണ്ട് രാവിലെ ഇങ്ങോട്ട്?"

മുതലാളിയുടെ മിഴികൾ അവളെ ആപാദചൂഡം തഴുകിയിറങ്ങുന്നു
ഒരിക്കൽക്കൂടി.

സീത വീണ്ടും ചൂളിച്ചുരുങ്ങി.

'ഇവൾക്കൂടെ കളത്തിലെറങ്ങണമെന്ന്.' മാണി വിനയപൂർവം അറി
യിച്ചു.

'ഓഹോ.' മുതലാളി ചോദിച്ചു. 'ഇത്രനാളായിട്ടും എവളെന്താ പണി ക്കിറങ്ങാതിരുന്നത്?'

'ഇവളെ പണിക്ക് വിടണ്ടാന്നായിരുന്നു മുതലാളി എന്റെ ആഗ്രഹം.' മാണി സത്യം പറഞ്ഞു.

ബേബിച്ചൻമുതലാളി പൊട്ടിച്ചിരിച്ചുപോയി. അവനെ കളിയാക്കുംപോ ലെയുള്ള ചിരി.

സീത അത് ശ്രദ്ധിച്ചു. ഇത്തിരി കുടവയറുള്ളത് ആ ചിരിയുടെ ആയ ത്തിൽ കുലുങ്ങുന്നു.

സുന്ദരനാണ് മുതലാളി. വെളുത്തിട്ട്. ചുവന്ന്. മുപ്പത്തിയഞ്ചു വയസ്സ് കഷ്ടിയേ തോന്നു. ആ ചിരിതന്നെ എന്തുരസം!

സീത ഉള്ളിലോർത്തു.

'എടാ മാണീ. കട്ടപ്പണിക്കാർ ആരെങ്കിലും പെണ്ണുങ്ങളെ വീട്ടിലിരുത്തി സുഖിപ്പിക്കോടാ. അവരു പണിതാലല്ലേ അടുപ്പില് തീ പുകയൂ. നിന ക്കൊക്കെ കിട്ടുന്നത് കള്ളുകുടിക്കാനല്ലെ ഉള്ളെടാ."

മുതലാളി വീണ്ടും ചിരിച്ചു.

മാണി മിണ്ടിയില്ല.

ബേബിച്ചൻ മുതലാളി തുടർന്നു.

'ഞാൻ നിന്റെ കാര്യമല്ലെടാ പറഞ്ഞത്. തമ്മിൽനിനക്ക് കുടിയിത്തിരി കുറവാണെന്നറിയാം. കുടുംബത്തെക്കുറിച്ച് വിചാരമുള്ളതുകൊണ്ടാണല്ലോ നീയ്യ് പെങ്ങളെ വീട്ടിലിരുത്താമെന്ന് കരുതിയതും. പക്ഷെങ്കില് മറ്റുള്ളവ മ്മാരൊക്കെ ഒട്ടുമുക്കാലും കണക്കാ. കണക്കുതീർത്ത് ഞാൻ തരുന്ന കൂലിമുഴുവൻ വൈകുന്നേരം ഡെപ്പോസിറ്റ് ചെയ്യുന്നതാ ഷാപ്പിലല്ലേ?

മാണി അപ്പോഴും മൗനം പൂണ്ടു. പറഞ്ഞത് മുഴുൻ നഗ്നമായ സത്യ ങ്ങളാണ്. എങ്കിലും മുതലാളി അത് അവന്റെ മുഖത്തുനോക്കി പറഞ്ഞത് അവന് ഇഷ്ടപ്പെട്ടില്ല.

പ്രത്യേകിച്ച് സീതയുടെ സാന്നിധ്യത്തിൽ.

കാര്യം ശരിയാണ്.

എത്ര കിട്ടിയാലും അത് ചെന്നെത്തിത്തീരുന്നത് ഒട്ടുമുക്കാലും ഷാപ്പിൽത്തന്നെ. ഹോട്ടലുകളിലും ചായക്കടകളിലും മറ്റൊരു പങ്ക് പോകു ന്നു. ബാക്കി എന്നു പറയാൻ പിറ്റേന്നത്തേയ്ക്ക് ആരിലും ശേഷിക്കില്ല. അതാണ് സത്യം.

ഷാപ്പിലിരുന്ന് പുരുഷന്റെ ഒപ്പം കള്ള് മോന്തുന്ന പെണ്ണാളും ഉണ്ട്.

വൈകിട്ട് എല്ലാവരും വീടണയുന്നു. കഞ്ഞിയോ കപ്പയോ ഒക്കെക്കൂടി എല്ലാവരും പങ്കിട്ടനുഭവിക്കുന്നു.

മാണിയുടെ മൗനം അവന്റെ പ്രതിഷേധാത്മകമായ നിലപാടിനെക്കു
റിച്ച് ഓർമിപ്പിച്ചതിനാലാകാം മുതലാളി വിഷയം മാറ്റി.

"ഞാ, ഈ പെണ്ണിനെ ഏതു കളത്തിലാ നിർത്തുക, ങ്ങേ? നിന്റെ കള
ത്തിൽ ഇപ്പോൾത്തന്നെ ഒമ്പതോ പത്തോ ആൾക്കാരില്ലേ?"

"ഞാ, പത്തുപേരുണ്ട്.' മാണി സമ്മതിച്ചു.

"പിന്നിപ്പോൾ അവിടെ എന്തിനാണ് ആള്?' സീതയുടെ നെഞ്ച് കത്തി
പ്പടർന്നു. അവൾ നിന്നുരുകി. ഈശ്വരാ. ആ നീചന്റെ കളത്തിലേയ്ക്ക്
തന്നെ പറഞ്ഞുവിടുമോ?

"എന്നാൽ ആ വയലിലെ കളത്തിലേയ്ക്ക് വിട്ടേയ്ക്." മുതലാളി
യുടെ കല്പന.

ഓ. സീത ആശ്വസിച്ചു.

അയാളുടെ കളം ആറ്റോരത്താണ്!

'ങെ! വയലിലോ?" മാണിക്ക് വല്ലായ്മ.

"അവിടുന്നാ ചിന്നമ്മ ഇന്നലെ പിണങ്ങിപ്പിരിഞ്ഞു. അവളിപ്പോ ഇന്നു
മുതല് ആ അവറാച്ചന്റെ കൂടെയാ" മുതലാളി വിശദീകരിച്ചു. ചിന്നമ്മയെ
മാണിക്കറിയാം.

ആളിത്തിരി പിശകാണ്. മാത്രമല്ല, പണി ചെയ്യാൻ തീരെ മടിയാണ്.
നാക്കു മാത്രമാണ് ഏക ആയുധവും. വല്ലാത്തൊരു നോട്ടവും കൊഞ്ചലും
കുഴയലും ഒക്കെ.

'ആ രഘുവുമായിട്ട് അവളെന്തോ പിശകുണ്ടാക്കിയതാണ്. അവള്
അനങ്ങാക്കള്ളിയല്ലേ? അവൻ വല്ലതും പറഞ്ഞുകാണും. എന്റെ അടുത്തു
പരാതിയുമായി ഇന്നലെ ചിന്നമ്മ വന്നു. ഞാൻ ചിരിച്ചുതള്ളി. രഘു
വെറുതെ ഇടയത്തില്ലെന്ന് എനിക്കറിയാം. പോട്ടെ, പണിയാതെതന്നെ
അവിരാച്ചൻ കൂലികൊടുക്കുമായിരിക്കും.' മുതലാളി ഉച്ചത്തിൽ ചിരിച്ചു.
അർഥംവെച്ച് മൂളിയിരുത്തി.

"അല്ലാ. ആ രഘും ആളിത്തിരി പിശകാ. വല്യഭാവം. മുതലാളിയെ
ക്കാൾ അധികാരോം ഭരണോം. മാണിയുടെ സ്വരത്തിൽ കടുത്ത
അമർഷം! പുച്ഛം!

മുതലാളി ചിരിച്ച് ഉപദേശംപോലെ പറഞ്ഞു.

'എടാ മാണീ. കളത്തിലെ പണിക്കു സ്പർധേം വാശീം അത്ര നന്നല്ല
കേട്ടോ...?"

മാണിയുടെ മുഖം മങ്ങി.

"അവന് അവന്റെ പാട്. നിനക്ക് നിന്റെ പാട്. എനിക്ക് രണ്ടുപേരും
ഒരുപോലെയാണ്. പണിയുന്നതിനനുസരിച്ച് രണ്ടുപേർക്കും കൂലിയും

തരുന്നുണ്ട്.

'പണിയുന്നതിനനുസരിച്ച്' എന്ന വാക്കിലെ ഊന്നല്‍ മാണി ശ്രദ്ധി ച്ചു. അവന്റെ മുഖം വിളറി വീണ്ടും.

'ഓ! വയലിലെ കളത്തിലല്ലേ നിന്റെ പെണ്ണ്. പിന്നെ ആ കുഞ്ഞമ്മ ത്തള്ളേമുണ്ടല്ലോ. പെങ്ങളുപെണ്ണിന് കൂട്ടാകും.'

മുതലാളി പറഞ്ഞു ചിരിയോടെ.

ശരിയാണ്. പൊന്നുവും പൊന്നുവിന്റെ ചിറ്റമ്മയും വയലിലെ കള ത്തിലാണ്. അവരുള്ളതുകൊണ്ട് സീതയുടെ കാര്യത്തില്‍ തന്റെ ശ്രദ്ധ യുടെ ആവശ്യവുമില്ല.

'ഓ. അപ്പോള്‍ ശരി. നീയീ പെങ്കൊച്ചിനെ അങ്ങോട്ടാക്ക്.' അവളെ യാത്രയാക്കുംപോലെ മുതലാളി പറഞ്ഞു. "ശിവന്‍പിള്ളയോടും പറ ഞ്ഞോ.'

അവിടെനിന്ന് നടക്കുമ്പോള്‍ സീത ഓര്‍ത്തു.

എത്ര നല്ല മനുഷ്യന്‍!

തങ്കപ്പെട്ട സ്വഭാവം.

എന്നാലും ആ നോട്ടം.

എല്ലാ മുതലാളിമാരും ഇങ്ങനെയാ. പറഞ്ഞുകേട്ടിട്ടുണ്ട്. വല്ലാത്ത നോട്ടോം ചിരിയുമായിട്ട് ചുറ്റിപ്പറ്റിനടക്കുമെന്നാ. സൂക്ഷിക്കുന്നത് അവന വന്‍ നല്ലതാണുതാനും.

എന്നാലും എത്ര സൗമ്യമായിരുന്നാ സംസാരം, ചിരി, ഒക്കെ.

ചിരിക്കുമ്പോഴാണ് ഏറെ കൗതുകം.

റബ്ബര്‍ത്തോട്ടത്തിനുള്ളിലേയ്ക്ക് സൂര്യരശ്മികള്‍ കടന്നെത്തിക്കഴി ഞ്ഞു.

മാണിക്ക് ഒപ്പമെത്താന്‍ സീത ആഞ്ഞുനടന്നു.

കടഞ്ഞെടുത്ത കരിവീട്ടിപോലെയാണ് മാണിയുടെ ശരീരം. ആകര്‍ഷ കമാണാ മുഖവും. വല്ലാത്ത മുന്‍കോപം ഒഴിച്ചാല്‍ മാണി നല്ലവനാണ്. മാണിയെ സീതയ്ക്ക് വല്ലാത്ത ഭയമാണ്.

വെയില്‍ ഉദിച്ചുയരുമ്പോഴേക്കും എന്നും ആയിരം കട്ടകളെങ്കിലും തീര്‍ന്നിരിക്കണം. മാണിക്കു പിന്നാലെ വയലിലെ കളത്തിലേക്ക് സീത എത്തി.

ശരിയാണ്. കളത്തില്‍ പണി ദ്രുതഗതിയില്‍ നടക്കുന്നു.

അച്ചിനുള്ളില്‍നിന്നും എടുക്കുന്ന പുതിയ കട്ടകള്‍ കളത്തിലെ നിരപ്പായ സ്ഥലത്ത് ഉണങ്ങാന്‍ വയ്ക്കുന്നു.

ഒറ്റത്ത് കൂട്ടിയിട്ട് മണ്ണ്. അതിനടുത്ത് ചവിട്ടിക്കുഴച്ച മണ്ണ്. ഒരരുകില്‍

മണ്ണ് വെട്ടിക്കുഴച്ചെടുക്കുന്നവർ.

ചെറിയ ഒരു കുഴി. കുഴിക്കുള്ളിൽ അരയ്ക്കൊപ്പം താണിറങ്ങി നിൽക്കുന്ന രഘു. വയലിലെ കളത്തിലെ പ്രധാന പണിക്കാരൻ. മുൻപിലെ അച്ചിലേയ്ക്ക് കുഴമണ്ണിട്ട് കട്ടപിടിച്ച് നീക്കിനീക്കി വച്ചുകൊ ടുക്കുന്ന രഘു.

രഘു മുഖമുയർത്തിനോക്കി, സീതയുടെ മിഴികളിലേയ്ക്ക്.

അവൾ പൊടുന്നനെ മിഴികൾ പിൻവലിച്ച് മറ്റൊരു ദിശയിലേക്ക് നോക്കി.

അപ്പുറത്തെ ചെറിയ കൈത്തോട്ടിൽനിന്ന് വെള്ളംനിറച്ച കുടം ഇരു കൈകളിലും തൂക്കിപ്പിടിച്ച് നടന്നുവരുന്ന പൊന്നു!

പൊന്നു അവളെ കണ്ടു. മാണിയെ കണ്ടു. കുടം താഴെവച്ചിട്ടവൾ ഓടിപ്പിടഞ്ഞെത്തി. ഇത്തിരി പൊക്കം കുറഞ്ഞ കറുമ്പി. ചുരുണ്ട് സ്പ്രിംഗ് പോലുള്ള മുടി. ആ മുടിയിഴകൾ എത്ര ഒതുക്കിയാലും ഒതു ങ്ങാതെ നെറ്റിയിലേയ്ക്ക് വീണുകിടക്കും. ആ മുടിയിഴകൾ പൊന്നുവിന് അഴകാണ്.

സീതയ്ക്കവളെ ജീവനാണ്. തന്റെ പൊന്നുനാത്തൂനാകാൻ പോകു ന്നവൾ.

പൊന്നുവിനും അങ്ങനെതന്നെ. സീതയെ ജീവനാണ്.

'എന്നാ മാണിച്ചേട്ടാ. എന്തിനാ സീത വന്നേ?" വന്നവരവിൽ കിത പ്പോടെ പൊന്നു ചോദിച്ചു.

മാണി ചിരിച്ചു. പൊന്നുവിന്റെ മുഖം നാണത്താൽ തെല്ല് കുമ്പി.

"ഇന്നുമുതൽ നിന്റുടെ ഇവളും ഒണ്ട്. മുതലാളിയോട് പറഞ്ഞിട്ടുണ്ട്.' മാണി പറഞ്ഞു.

പൊന്നുവിന് അടക്കാനാവാത്ത ആഹ്ലാദമായി. ഭാവിയിലെ പൊന്നു നാത്തൂനെ അവൾ കൈപിടിച്ച് അടുത്തുനിർത്തി.

പൊന്നുവിന്റെ അടുത്തുതന്നെ സീത നിൽക്കുന്നതാണ് നല്ലതെന്ന് മാണിക്ക് ആ നിമിഷം തോന്നിപ്പോയി.

"നീയവൾക്കുടെ പണിയൊക്കെ കാണിച്ചുകൊടുക്കണം." മാണി നിർദേശിച്ചു.

"ഓയ്, മാണിച്ചേട്ടാ. എന്നാ വിശേഷം?" മണ്ണ് വെട്ടിയിളക്കുന്ന കുഞ്ഞാപ്പി ചോദിച്ചു.

"ഒന്നൂല്ല ഉവ്വേ." മാണി വിളിച്ചു പറഞ്ഞു.

"അവൻ നമ്മുടെ പൊന്നു ഇവിടെത്തന്നെ ഉണ്ടോന്നറിയാൻ വന്ന താടാ കുഞ്ഞാപ്പൂ." നാണു വിളിച്ചുപറഞ്ഞു.

"ഓ... ഈ നാണുച്ചേട്ടനെന്നതാ?" പൊന്നു ശുണ്ഠിയെടുത്തു.

"എന്നാപ്പിന്നവൻ കളമൊന്ന് കാണാൻ വന്നതാന്നുവെച്ചോ." നാണു പൊന്നുവിനെ കളിയാക്കി. അവൾ ചിരിച്ചു.

തെല്ലകലെ പണിക്കാർക്കുവേണ്ടി ഉണ്ടാക്കിയിരിക്കുന്ന ഷെഡ്ഡിന്റെ മുൻപിലിരുന്ന് മുറുക്കാൻ എടുക്കുകയാണ് കുഞ്ഞമ്മ. പൊന്നുവിന്റെ ചിന്നമ്മ.

തന്നെ ശ്രദ്ധിക്കുന്നില്ലെങ്കിലും മാണി വിളിച്ചു.

"കുഞ്ഞമ്മോ..."

"എന്താന്നെടാ വിളിച്ചലറുന്നേ?" കുഞ്ഞമ്മ ചോദിച്ചു.

"ദേണ്ട സീതേക്കൂടെ ഒപ്പം കൂട്ടിക്കോ. ഒന്നു നോക്കിക്കോണേ...'

"നീ നിന്റെ പാട്ടിന് പോയിനെടാ. നോക്കുന്നതൊക്കെ എന്റെ സൗക ര്യംപോലാ. ഒരുത്തനും പറഞ്ഞിട്ടല്ല." എടുത്തടിച്ചതുപോലെ കുഞ്ഞമ്മ വിളിച്ചുപറഞ്ഞു. അവരങ്ങനെയാണ്.

ഒരു തന്നിഷ്ടക്കാരി. തന്റേടക്കാരി. നാക്ക് മഹാചീത്തയാണ്. ആ മൂർച്ച തട്ടി പലരും ഭയന്ന് പിൻതിരിഞ്ഞോടിയിട്ടുണ്ട്. അറിയാവുന്നവർ അവ രുമായി ഇടയാറില്ല, ഇടഞ്ഞിട്ടുള്ളവർ നല്ലതുപോലെ കേട്ടിട്ടുമുണ്ട്.

പൊക്കംകുറഞ്ഞ, ഇത്തിരി വണ്ണമുള്ള ശരീരമാണ്. പൊന്നുവിന്റെ അപ്പന്റെ അനിയൻ പരമുവിന്റെ കെട്ടിയോളായിരുന്നു കുഞ്ഞമ്മ.

പരമു മരിച്ചു. കുത്തുകൊണ്ട്.

പുറംപോക്കിൽ ഒറ്റയ്ക്ക് ഒരു കുടിലിൽ കുഞ്ഞമ്മ കഴിയുന്നു. ഇരു നിറത്തിലധികം കറുപ്പുള്ള ശരീരമാണ്. ഇപ്പോഴും അമ്പത് വയസ്സ് തോന്നിക്കില്ല. ഒറ്റ മുടിയിഴയും നരച്ചിട്ടുമില്ല.

പൊന്നുവിന്റെ ചിറ്റമ്മയെന്ന നിലയ്ക്ക് മാണി അവരുമായി ഇടയാൻ ശ്രമിക്കാറില്ല. അതുകൊണ്ടവൻ മെല്ലെനടന്നു.

കുഞ്ഞമ്മ പിന്നിൽ വിളിച്ചുപറഞ്ഞു.

"നിനക്കിത്ര പേടിയാണെങ്കിൽ നിന്റെ പെങ്ങളെ വീട്ടിൽത്തന്നെ കൊണ്ടാക്കിക്കോ."

"ഓാ, നിങ്ങടെ സൗകര്യംപോലെന്താന്നാ ചെയ്യുകോ പറയുകയോ ചെയ്യ്. ഞാൻ പോണു.' മാണി നടന്നകന്നു.

"വാ സീതേ." പൊന്നു സീതയെ ക്ഷണിച്ചു. മാണി നടന്നുമറഞ്ഞു കഴിഞ്ഞു. റോഡിൽക്കൂടി ഒരു അഞ്ഞൂറുമീറ്റർ നടന്ന് അപ്പുറത്ത് കൈത ക്കാടിന്റെ അരികിലാണ് മാണിയുടെ കളം. ആ കളത്തിലെ കട്ടപിടുത്ത ക്കാരനും നായകനും മാണിയാണ്. അതിനും അപ്പുറത്ത് ആറ്റരികിൽ ഒരു കളംകൂടിയുണ്ട് ബേബിച്ചൻ മുതലാളിക്ക്. ആ കളത്തിലെ നായക

നാണ് ചന്ദ്രൻ!

രഘു! മാണി!! ചന്ദ്രൻ!!!

മൂന്നു കളങ്ങളും കളങ്ങളിലെ നായകന്മാരും.

ഒന്നിനൊന്ന് മെച്ചപ്പെട്ടവർ. മൂവരും മിടുമിടുക്കർ. മൂവരും ബേബിച്ചൻ മുതലാളിയുടെ കളത്തിൽമാത്രം പണിയുന്നവർ.

സീത പൊന്നുവിന്റെ ഒപ്പം ചെന്നു. ഒരുകുടം പൊന്നു സീതയ്ക്ക് കൊടുത്തു. കൈത്തോടിൽനിന്നു വെള്ളം മുക്കാനായിരുന്നു പ്ലാൻ.

"ഏയ് പൊന്നു, ഇതാരാ?"

പൊന്നുവും ഒപ്പം സീതയും തിരിഞ്ഞുനോക്കി.

രഘു!

കുഴിക്കുള്ളിൽനിന്ന് കട്ടപിടിക്കുന്ന പണി രഘു നിർത്തിയിരിക്കുന്നു! എന്നിട്ടാണ് ചോദ്യം. മുഖം ഗൗരവം.

"ഇത് സീത. മാണിച്ചേട്ടന്റെ പെങ്ങളാണ്."പൊന്നു പറഞ്ഞു.

"ആരുടെ പെങ്ങളായാലെന്താ? ഇക്കളത്തിൽ പണിക്കിറങ്ങിയത് ആരോടു പറഞ്ഞിട്ടാ?" രഘു കുഴിക്കുള്ളിൽനിന്നും കരയ്ക്കു കയറി. കുഴമണ്ണു നിറഞ്ഞ ഒരു തുവർത്തു മാത്രമാണ് വേഷം. വിയർപ്പിൽ കുതിർന്ന ദേഹം! ദേഹം നിറയെ മണ്ണ്!

രഘു പൊന്നുവിന്റെ അടുത്തേക്കു നടന്നു.

"ഈക്കളത്തിൽ ഇപ്പോൾ ഞാനുണ്ട്. എന്നോടു പറയാൻ കുറച്ചിലാ അല്യോ. അതല്ലേ പൊന്നൂനോട് പറഞ്ഞത്."

രഘു രോഷാകുലനായി. "പൊന്നൂനെന്നാ കാര്യം പൊറത്തൂന്നൊ രാളെ പണിക്കെടുക്കാൻ."

പൊന്നു ആകെ വിളറിപ്പോയി.

സീതയ്ക്കും വല്ലായ്മയായി.

"മൊതലാളിയോട് പറഞ്ഞിട്ടാ." പെട്ടെന്ന് സീത ധൈര്യവതിയായി. അവൾ പറഞ്ഞു. "ഇവിടെ കളത്തില് എറങ്ങിക്കൊള്ളാൻ മൊതലാളി പറഞ്ഞിട്ടുണ്ട്."

രഘു അവളെ തുറിച്ചുനോക്കി.

"ഓഹോ, മുതലാളീടെ ആളാ അല്യോ." രഘു പരിഹസിച്ചു. "അത റിഞ്ഞില്ലാരുന്നു."

സീത നടുങ്ങി.

എന്തൊരു ധിക്കാരം. മുതലാളിയേക്കാൾ അധികാരഗർവ്!

"ആങ്ങളയ്ക്കൊരു വല്യ ഭാവമുണ്ട്.' രഘു അതേഭാവത്തിൽത്തന്നെ തുടർന്നു. "എന്നെയങ്ങ് ഊശിയാക്കിക്കളയാമെന്ന്. അയ്യാളാ വല്യ

ആളെന്ന് നാലാളെ ബോധ്യപ്പെടുത്തണം, അല്ലേ. അതെന്റെ കളത്തില്
നടപ്പില്ല. പെങ്ങളെ സ്വന്തം കളത്തില് കൊണ്ടുപോട്ടെ. ഒരു വാക്ക്
എന്നോട് പറയാന് പാടില്ലാരുന്നേ?"

മാണി മനപ്പൂര്വമാണ് പറയാതിരുന്നത്. അതെല്ലാവര്ക്കും അറിയാം.

"വേണ്ട, നില്ക്കണ്ട. എന്റെ കളത്തില് ഞാന് സമ്മതിക്കില്ല. ആരാ
ണെലും എനിക്കൊന്നുല്ല. കളത്തീന്ന് കേറിക്കോ." രഘു ആകെ
അമര്ഷം പൂണ്ടു.

വല്ലായ്മയോടെ എല്ലാവരും ചുറ്റുംനോക്കി. സീതയ്ക്ക് സഹിക്കാന്
കഴിഞ്ഞില്ല.

സഹതാപവും ഒപ്പം കുറ്റപ്പെടുത്തലും എല്ലാ മിഴികളിലും. അവള്ക്ക്
കണ്ണില് വെള്ളം നിറഞ്ഞു. ആശിച്ച് നല്ലപ്പോ പണിക്കിറങ്ങിയതാണ്.
എന്നിട്ടോ? എല്ലായിടത്തും ശകുനംമുടക്കികള്!

തൊട്ടനിമിഷത്തില് സങ്കടം ഒതുക്കാനാവാതെ സീത അവര്ക്ക് നടു
വില്നിന്ന് പൊട്ടിക്കരഞ്ഞുപോയി!

മൂന്ന്

രഘു ആകെ വിളറിപ്പോയി!

ഒരു പെണ്ണ് കരയുക. കുറേ ആളുകളുടെ നടുവില്നിന്ന്. കരയാന്
താന് കാരണം ഉണ്ടാക്കുക.

അവനാകെ വിഷമം തോന്നി.

വേണ്ടിയിരുന്നില്ല. ഇത്ര പറയേണ്ടിയിരുന്നില്ല. പക്ഷെ, പറയാതെ
ങ്ങനെ?

അവന് തന്റെ അടുത്തുവരെ വന്നു. എന്നിട്ട് തന്നെ നോക്കുകയോ
ഒന്നു പറയുകയോ ചെയ്തോ?

അവന്റെ കളത്തിലാണെങ്കില് അവന് സമ്മതിക്കോ?

അവനും തനിക്കും തമ്മിലെന്താ വ്യത്യാസം? താന് വരത്തനാണത്രെ!
അവനിട്ട പേര്!

വരത്തന്!

ആലുവയില്നിന്നും ഇവിടെത്തി പണി ചെയ്യുന്നതിന് ലഭിച്ച പേര്.
വരത്തന്!

അവന് നാട്ടുകാരനാണ്. അതിന്റെ ഗര്വാണവന്.

അവനെപ്പോലെതന്നെ ഗര്വ് പിടിച്ചതാണ് ഈ പെങ്ങളും.
ങും!

മുതലാളി പറഞ്ഞിട്ടാണത്രെ! അതുകൊണ്ട് ഓടിക്കേറിവന്ന് പണി
യാമെന്നു വച്ചു. ങും.

അതു നടപ്പില്ല

പക്ഷെ, ഈ കരച്ചിൽ

ഇതു നിർത്താനെന്താ വഴി?

ഇപ്പോൾ എല്ലാ മിഴികളിലും കുറ്റപ്പെടുത്തൽ. അത് തന്റെ നേരെ
നീളുന്നു.

"എടാ രഗുവേ," പെട്ടെന്നായിരുന്നു ആ സ്വരം

കുഞ്ഞമ്മ!

ഷെഡ്ഡിന്റെ മുറ്റത്തുനിന്നും ബഹളംകേട്ട് അവർ ഇറങ്ങി കളത്തിലെ
ത്തിയതാണ്.

"എന്താന്നെടാ നിന്റെയീ ഭരണം? ങ്ങോ! ശെടാ ഗ്രഹപ്പെഴേ. നീയെ
ന്നാടായീ മുറിമുക്കൻ രാശാവായത്?" കുഞ്ഞമ്മ ചോദിച്ചു.

"ഇത് ഭരണോന്നും അല്ല കുഞ്ഞമ്മേ. ഞാനിവിടെ നിൽക്കണെ മാണി
കണ്ടതാ. ഒരുവാക്ക് പറയാർന്നില്ലേ? മാണിയാണെങ്കില് സമ്മതിക്ക്വോ?"
രഘു ചോദിച്ചു. പിന്നെ ശാന്തനായി പറഞ്ഞു.

"എനിക്കീ പെങ്കൊച്ചിനോട് വിരോധായിട്ടല്ല. പണിയാണേലും വിരോ
ധമില്ല. പക്ഷെങ്കില് ഒരു മര്യാദ വേണോല്ലോ?'

"നീ പെണ്ണേ നിന്ന് മോങ്ങാതെ പോയി വെള്ളം കൊണ്ടുവാടീ."
കുഞ്ഞമ്മ വീണ്ടും കുടം സീതയുടെ കൈയിൽ കൊടുത്തു.

"പോ, പോയി പണിതുടങ്. രാഹുകാലം തുടങ്ങുംമുമ്പേ. എടീ
പൊന്നു, ഇവളേം കൊണ്ടുപോയി വെള്ളംകൊണ്ടാടീ മിഴിച്ച് നിൽക്കാ
ണ്ട്."

സീതയുടെ കൂർത്തനോട്ടം രഘുവിന്റെ മിഴികളിലുടക്കി. അവളുടെ
മുഖത്ത് പുച്ഛം!

"എന്തായിവിടെ? എന്തോന്നാ?"

പെട്ടെന്നാണ് ശിവൻപിള്ളയുടെ ആഗമനം. ബേബിച്ചൻ മുതലാളി
യുടെ കട്ടക്കളങ്ങളിലെ നോട്ടക്കാരനാണ് ശിവൻപിള്ള.

അമ്പതുകഴിഞ്ഞ ഒരു കൂറ്റൻ! ബേബിച്ചൻ മുതലാളിയുടെ വലംകൈ!
മൂന്നു കളങ്ങളിലും നോക്കുന്നത് ശിവൻപിള്ളയാണ്. ഫോർമാനെ
പ്പോലെ.

രഘു സംഗതി ചുരുക്കത്തിൽ പറഞ്ഞു.

"ങ്ങാ, അവള് പണിതോട്ടെ. മുതലാളി പറഞ്ഞിട്ടുണ്ട്." ശിവൻപിള്ള
യുടെ സ്വരം അത്യന്തം ഗൗരവപൂർണമായിരുന്നു. ഈ കളങ്ങളും ഇതി

നുള്ളിലെ ചെറുതും വലുതുമായ എല്ലാ പ്രശ്നങ്ങളുടെ പരിഹാരവും തന്റെ കഴിവുമൂലമാണ് നടക്കുന്നത് എന്നാണ് ഇഷ്ടന്റെ ഭാവം തന്നെ.

"എന്നാലും പിള്ളസാറേ, ഒരു വാക്ക് അയാൾക്ക് പറയാർന്നില്ലേ?" രഘുവിന് വീണ്ടും വീണ്ടും തിളയ്ക്കുകയാണുള്ളിൽ.

ആലുവയിൽനിന്നും പണിക്കാരനായി രഘു വരുംമുമ്പ് ഈ വയലിന്റെ കളത്തിലെ രാജാവ് മാണിയായിരുന്നു.

മറ്റ് രണ്ട് കളങ്ങളെ അപേക്ഷിച്ച് ഏറ്റവും നല്ല മണ്ണ് വയലിലെയാണ്. നല്ല പശിമയുള്ള മണ്ണ്! ആ മണ്ണുപയോഗിച്ച് പിടിക്കുന്ന കട്ടയ്ക്ക് നല്ല ചുവപ്പു കളറാണ്. ചുട്ടെടുത്താലും വളവോ പിളർപ്പോ ഒന്നും അധികം ഉണ്ടാവില്ലാത്ത കട്ടകൾ! വയലിലെ കളത്തിലെ ചുട്ടെടുക്കുന്ന കട്ടകൾ ചൂള ആറിക്കഴിയുമ്പോഴേയ്ക്കും തീർന്നിരിക്കും. അത്ര ഡിമാന്റാണ്.

മാണിക്കതറിയാം.

പെട്ടെന്ന് തീരുന്നതുകൊണ്ട് ഉടൻതന്നെ അടുത്ത ചൂള ഒരുങ്ങിക്കഴി ഞ്ഞിരിക്കും.

അതിസമർഥരായവർക്കു മാത്രമേ അതു കഴിയൂ. മാണിയുടെ നേതൃ ത്വത്തിലുള്ള പണിക്കാർ അത്ര സമർഥരായിരുന്നില്ലെന്നതാണ് സത്യം.

പുലർച്ചെ കിഴക്ക് വെട്ടം വീഴുന്ന നിമിഷംതൊട്ട് പിടിച്ചാൽ കഷ്ടി നാലായിരം തികയ്ക്കാനേ മാണിക്കു കഴിയൂ.

ഒരു സുപ്രഭാതത്തിൽ ബേബിച്ചൻ മുതലാളിക്കൊപ്പം രഘു എത്തി!

സംഗതി എന്തായാലും വയലിൽതന്നെ രഘു കട്ട പിടിക്കട്ടെ എന്നാ യിരുന്നു ബേബിച്ചൻ മുതലാളിയുടെ തീരുമാനം. കൈതക്കാട്ടിലെ കള ത്തിലേക്ക് മാണി മാറ്റപ്പെട്ടു. അതൊരു അവഹേളനം തന്നെ.

വയലിൽ മാത്രമേ ഷെഡ്ഡ് കെട്ടിയിരുന്നുള്ളൂ. രഘുവിന് താമസിക്കു വാനും വെച്ചുണ്ണാനും ഒക്കെ ഷെഡ്ഡുള്ള കളമാണ് നല്ലത് എന്നായിരു ന്നു ബേബിച്ചൻ മുതലാളി പറഞ്ഞ ന്യായം. പക്ഷെ, അതല്ലാ സത്യം എന്ന് എല്ലാവർക്കും മനസ്സിലായി.

കാരണം-

ദിവസം നാലായിരത്തിയഞ്ഞൂറിലധികം കട്ടകൾ മെനയാൻ രഘു വിന്റെ കരങ്ങൾക്ക് വേഗതയുണ്ട്.

ഉദ്ദേശിച്ചതിലും പെട്ടെന്ന് കട്ടയടുക്കി ചൂളയ്ക്ക് തീയിടാൻ കഴിഞ്ഞു.

അതോടെ മാണിയുടെ ഉള്ള് നീറി. ഉള്ളിൽ നിറയെ പകയും അമർഷ വും.

തനിക്കീ അവഹേളനം വന്നുചേരാൻ കാരണം രഘുവാണെന്ന് മാണി വിശ്വസിക്കുന്നു. വയലിലെ ഒന്നാംക്ലാസ് കട്ടപിടുത്തക്കാരൻ എന്ന സ്ഥാന

പ്പേര് തനിക്ക് നഷ്ടമായിരിക്കുന്നു.

എന്നിട്ടോ?

എങ്ങുനിന്നോ വന്ന ഒരുവൻ അത് തട്ടിയെടുത്തിരിക്കുന്നു.

വരത്തൻ!

രഘുവിനെ തരംതാഴ്ത്താൻ കിട്ടിയ അവസരങ്ങളൊന്നും മാണി പാഴാ ക്കാറില്ല.

അതെല്ലാവർക്കും അറിയാം. മാണി ഇപ്പോ ചെയ്തതും ശരിയല്ലെന്ന് എല്ലാവർക്കും അറിയാം.

അതുകൊണ്ടുതന്നെ അവൻ അമർഷം കൊണ്ടതിലും സീതയെ വില ക്കിയതിലും ആരും തെറ്റു കാണുന്നില്ല.

കട്ടപിടിക്കുന്ന ആളാണ് മറ്റ് പണിക്കാരെ നിയന്ത്രിക്കുന്നതും പണി യിക്കുന്നതും. പണി പുരോഗമിക്കുന്നതും അയാളുടെ കഴിവാണ്. ആയ തിനാൽ അയാളെ മറ്റുള്ളവർ ഒന്നാംസ്ഥാനത്ത് കാണുന്നു.

ചിന്നമ്മയെ പറഞ്ഞുവിടാൻതന്നെ രഘുവാണ് കാരണം.

പണിയുന്നതിൽ തീരെ താല്പര്യമില്ലാത്ത കൂട്ടത്തിലായിരുന്നു അവൾ. അവൾക്ക് പകരം ആളുവരുമ്പോഴും അതറിയാൻ അവനവകാ ശമുണ്ടല്ലോ.

പക്ഷെ, രഘു പിന്നെ അധികമൊന്നും പറഞ്ഞില്ല. വീണ്ടും കുഴമണ്ണി നടുത്തുതീർത്ത ചെറിയ കുഴിയിലേക്കിറങ്ങിനിന്നു അവൻ. അര യ്ക്കൊപ്പം കുഴിയിൽനിന്നുകൊണ്ട് അച്ചും കൈപ്പണിയും കയ്യിലെടു ത്തു.

ജോയി അടുത്തുവന്നു. കുഴമണ്ണ് ഉരുട്ടി ഉരുളയാക്കിക്കൊടുത്തു. രഘു അതെടുത്ത് അച്ചിനുള്ളിലിട്ട് ഷെയ്പ്പു ചെയ്തു. കൈപ്പത്തികൊണ്ടു വടിച്ച് നീക്കിനീക്കിവെച്ചു. വെയിൽ പരന്നു നില്പായ സ്ഥലത്തേക്ക് ആ കട്ടകൾ പലകയോടെ വച്ചുനീക്കി. നിമിഷത്തിനുള്ളിൽ കുഞ്ഞിക്കാ തിരികെ എത്തി.

സീത അതൊക്കെ ശ്രദ്ധിച്ചുനിന്നു. വിഷമത്തോടെ പൊന്നുവും.

കുഞ്ഞമ്മയും ശിവൻപിള്ളയും കൂടി വീണ്ടും ഷെഡ്ഡിനടുത്തേയ്ക്ക നീങ്ങി. കുഞ്ഞമ്മയുടെ മുറുക്ക് പൂർത്തിയായിരുന്നില്ല. പുകല വായിലി ട്ടിട്ടില്ല. ഷെഡ്ഡിനടുത്ത് പുകയിലപ്പൊതിയിരിക്കുന്നു.

"ഞാൻ പോകുവാ.' സീത പെട്ടെന്ന് പറഞ്ഞു. "അങ്ങേര് ഇനീം വല്ലോ പറഞ്ഞാലോ?"

"ആര് രഘുവേട്ടനോ?" പൊന്നു പെട്ടെന്ന് പറഞ്ഞു.

"ഇല്ല. അങ്ങേര് ഒന്നും പറയില്ലെടീ, പാവം.'

"ങും, പാവമാണ്. ഞാൻ കണ്ടതല്ലേ? " സീത ചോടിച്ചു. "ഓ, എന്തൊരു വല്യ ഭാവം."

"അതിപ്പോ ആരായാലും അങ്ങനൊക്കെ പറയും സീതേ.'

പൊന്നു കാര്യം പറഞ്ഞു മനസ്സിലാക്കാൻ ശ്രമിച്ചു.

'ദാ... അയ്യാക്ക് മൊതലാളിയേക്കാൾ വല്യ ആളാന്നാ വിചാരം? അയ്യാടെ ഒരു ഹുങ്ക്?"

സീത തലവെട്ടിച്ചു.

"ഇനീപ്പോ ഒന്നും പറയൂല. പറഞ്ഞാത്തന്നെ നമ്മള് വകവയ്ക്കണ്ട." പൊന്നു പറഞ്ഞു.

"ഓ... അല്ലെങ്കില് ആരാ അയ്യാളെ വകവയ്ക്ക്ന്നെ?" സീത ചുണ്ടു കോട്ടി.

"ഓയ് പെമ്പിള്ളേരെ, സ്വകാര്യം പറച്ചില് പിന്നെ. പോയി വെള്ളം കൊണ്ടുവരിൻ.' ഷെഡ്ഡിന്റെ വാതില്ക്കല്നിന്ന് ശിവൻപിള്ള വിളിച്ചുപറഞ്ഞു.

"ഓ... അങ്ങേര് തൊള്ളതൊറക്കാൻ തുടങ്ങി."

പൊന്നു പെട്ടെന്ന് കുടം പൊക്കിയെടുത്തു. ഒന്ന് സീതയ്ക്കും നൽകി.

പൊന്നുവിനൊപ്പം സീതയും മെല്ലെ കൈത്തോടിനടുത്തേയ്ക്ക് നടന്നു.

അപ്പുറം വിതകണ്ടമാണ്. കൊയ്ത്ത് കഴിഞ്ഞിരിക്കുന്നു. കണ്ടത്തിനെയും കളത്തിനെയും തിരിക്കണ കൈത്തോട്. അപ്പുറത്തെ ആറ്റിൽനിന്ന് ഒഴുകിവരുന്ന വെള്ളം.

ഒഴുക്കിൽ നീന്തിരസിക്കുന്ന ചെറിയ മീനുകൾ.

തെല്ലകലെ തലയുയർത്തി നിശ്ചലം വെള്ളത്തിൽ നിൽക്കുന്ന ഒരു പുളവൻ!

സീത ഒരു കല്ലെടുത്ത് വെള്ളത്തിലേയ്ക്കിട്ടു. പുളവൻ അപ്രത്യക്ഷമായി.

വെള്ളംമുക്കി ഇരുവരും കളത്തിലെത്തി വീപ്പയിൽ നിറച്ചു.

വീണ്ടും വീണ്ടും

ഓരോ തവണ വരുമ്പോഴും സീത ശ്രദ്ധിച്ചു രഘുവിനെ.

ഓ... ധൃതിപിടിച്ച പണിയാണ്. കുഴമണ്ണ് അച്ചിലിടുന്നതിവും അച്ചു പൊക്കുന്നതിലും മാത്രം ശ്രദ്ധ!

അമ്പടാ?

വല്യ രാജാവാണെന്നാ വിചാരം.

എത്രയായാലും മാണിച്ചേട്ടന്റെ ഒപ്പം വരില്ല.

ഇയാടെ ഹുങ്കിനെപ്പറ്റി ഇതിന് മുൻപും മാണിച്ചേട്ടൻ പറയുന്നത് കേട്ടി

ട്ടുണ്ട്. അപ്പോൾ അതിൽ കാര്യമുണ്ടെന്ന് തോന്നിയിരുന്നില്ല. എന്നാലി പ്പോൾ മനസ്സിലായി. കാര്യമുണ്ട്.

ഒരുതവണ വെള്ളവുമായി അവൾ വന്നപ്പോൾ രഘു മുഖമുയർത്തി നോക്കി.

അവൾ അതു കണ്ടു. അമർഷത്തോടെ അവൾ തലവെട്ടിത്തിരിച്ചു.

അടുത്ത തവണ വന്നപ്പോൾ രഘു നോക്കിയില്ല! ഉച്ചവരെ ഇരുവരും വെള്ളം ചുമന്നു.

ഉച്ചയ്ക്കു പൊന്നു കട്ടമറിച്ചുണക്കിവയ്ക്കാനായി നീങ്ങി. വെള്ളം സീത തനിച്ചുകൊണ്ടുവന്നു.

രണ്ടുമണിയോടെ കട്ടപിടുത്തം തീർന്നു. കുഴച്ച മണ്ണ് തീർന്നുകഴി ഞ്ഞിരുന്നു.

രഘു കരയ്ക്കുകയറി. ഒപ്പം മറ്റുള്ളവരും. ആറ്റിലേയ്ക്കുപോയി കുളിച്ച് ചെളിയും മണ്ണും കഴുകി വെടിപ്പാക്കി തിരികെ എത്തി. ഷെഡ്ഡിനുള്ളിൽ രാവിലെ തയ്യാറാക്കി വച്ചിരുന്ന ചോറും അയല വറുത്തതും കഴിച്ചു.

ഷർട്ടും മുണ്ടും ധരിച്ച് തിരികെയെത്തി. കുഞ്ഞമ്മയോടും പൊന്നു വിനോടും മറ്റുള്ളവരോടും ഒക്കെ രഘു എന്തൊക്കെയോ പറയുന്നതും ചിരിക്കുന്നതും സീത ശ്രദ്ധിച്ചു.

അവളെ നോക്കിയില്ല. അവളോടു മിണ്ടിയില്ല.

ഓ... മിണ്ടിയാലും താൻ മിണ്ടൂല. അവൾ തീരുമാനിച്ചു. അയാടെ ഹുക്ക് അയാടെ കൈയിലിരിക്കട്ടെ. തന്നോടെടുക്കണ്ട.

രഘു എവിടേയ്ക്കോ പോയി.

വൈകുന്നതുവരെ സീതയ്ക്കും കുഞ്ഞമ്മയ്ക്കും പൊന്നുവിനും പണി യുണ്ടായിരുന്നു.

കട്ടമറിച്ചുവയ്ക്കാൻ പൊന്നു നിന്നു. കുറേക്കഴിഞ്ഞ് സീതയും.

നാണുവും കൂട്ടരും വെട്ടിയിടുന്ന മണ്ണ്, കുട്ടയിൽ ചുമന്ന് കരയ്ക്ക് നിരപ്പായ സ്ഥലത്ത് കൂട്ടിയിടുകയാണ് കുഞ്ഞമ്മ. നാളത്തേയ്ക്കുള്ളത്.

വൈകുന്നേരം ആറ്റിൽപ്പോയി കുളിച്ചു. മണ്ണും വിയർപ്പും നിറഞ്ഞ മുണ്ടും ബ്ലൗസും നനച്ചുപിഴിഞ്ഞു ധരിച്ചു.

"കളത്തില് ഉടുക്കാൻ നാളെമുതൽ വേറെ വല്ലതും കൊണ്ടുപോര്. ഇത്തിരി കീറിയതായാലും സാരമില്ല." പൊന്നു പറഞ്ഞു.

ശരിയാണ്. ഉടുത്തിരുന്നത് നനച്ചു എങ്കിലും കുഞ്ഞമ്മയും പൊന്നുവും ഉണങ്ങിയതുതന്നെ ധരിച്ചിരിക്കുന്നു.

ഈ നനഞ്ഞ വേഷത്തിൽ താനെങ്ങനെ വീടുവരെ?

സീതയ്ക്ക് സങ്കോചം തോന്നി. മുക്കവലയിൽ വൈകുന്നേരം ആൾക്കൂ ട്ടമാണ്. ആൾക്കൂട്ടത്തിനിടയിലൂടെ എങ്ങനെപോകും?

പോകാതെ വയ്യല്ലോ?

നനഞ്ഞ തുവർത്ത് തോളിൽ പുതച്ച് സീത കവല കടന്നുപോയി.

കവലയ്ക്കപ്പുറത്ത് വില്ലേജോഫീസിനടുത്തെത്തിയപ്പോൾ സീത കണ്ടു.

രഘു!

കടന്നുപോകുമ്പോൾ രഘുവിന്റെ കണ്ണുകൾ തന്നിലായിരുന്നു എന്ന വൾ കണ്ടുപിടിച്ചു.

"പൊന്നുവേ, വാടീ കാപ്പി കുടിച്ചിട്ടു പോകാം." കുടിലിനരികിലെ ത്തിയപ്പോൾ തങ്ക വിളിച്ചുപറഞ്ഞു.

'ധൃതിയുണ്ട് സീതേടമ്മേ, ഞാൻ പോകുവാ...'

പൊന്നു പറഞ്ഞു.

"മരുമോക്ക് മാത്രേ ഉള്ളോടീ തങ്കേ കാപ്പീം കുപ്പീം ഒക്കെ." കുഞ്ഞമ്മ വിളിച്ചുചോദിച്ചു.

"ങാ... തള്ളയ്ക്കും തരാം. വാ..."

"എന്നാപ്പിന്നെ കുടിച്ചിട്ടേ ഒള്ളൂ. നീ നടന്നോടീ." കുഞ്ഞമ്മ പൊന്നു വിനോടായി പറഞ്ഞു.

പൊന്നു മുൻപോട്ടു നടന്നു. അവൾ ചെന്നിട്ടുവേണം അരിയും കപ്പയും വാങ്ങാൻ. എന്നിട്ട് അവ പാകപ്പെടുത്തിയാലേ കഴിക്കാനാവൂ.

കുഞ്ഞമ്മ മെല്ലെ വീട്ടിനുള്ളിലേക്ക് കയറി. തങ്ക കട്ടൻകാപ്പിയും കപ്പ പ്പുഴുക്കും വിളമ്പിവെച്ചു. കാപ്പി കഴിക്കുന്നതിനിടയിൽ കുഞ്ഞമ്മ ചോദി ച്ചു.

"എന്തെടീ തങ്കേ? ങ്ങേ! നീയാ പെണ്ണിനെ ഇനിയെന്നാടീ ഇങ്ങോട്ടു വിളിക്കുന്നേ. ങ്ങേ? അല്ല ഞാനറിയാഞ്ഞ് ചോദിക്യാ. മാണിക്ക് ഇതെത്രാ പ്രായോന്ന് നെനക്കറിയാമ്മേലെ?"

"ഇതാപ്പോ കൂത്. തള്ളേ, ഞാൻ പറയാഞ്ഞല്ല. എനിക്കാണെങ്കില് ഒരു പണീം മേലാ. പക്ഷെങ്കില് അവനൊന്ന് തോന്നണ്ടായോ?" തങ്ക കാര്യങ്ങൾ വിശദീകരിച്ചു പറഞ്ഞു.

"അല്ല അതുമൊരു കാര്യാ..." കുടിലിനുള്ളിലെ അസൗകര്യവും ഓല മറയും ആകപ്പാടെ നോക്കിയിട്ട് കുഞ്ഞമ്മ പറഞ്ഞു. "നമ്മടെ കാല ത്തൊന്നും ആരും അതൊന്നും നോക്കീട്ടില്ല തങ്കേ. അപ്പനും അമ്മേം പെങ്ങമ്മാരും ചേട്ടനും അനിയനും ഒക്കെ കഴിയണ ഒറ്റമുറീലേയ്ക്കു തന്നാ വരുന്ന പുതുപ്പെണ്ണും കൂടി കഴിയുന്നത്. ഓ ഇപ്പൊള്ള പിള്ളേർക്ക് ഒക്കെ പുതുക്കമാ. ആട്ടെ ഈ സീതപ്പെണ്ണിന് പറ്റിയ ഒരുത്തനെ കിട്ടോ ന്ന് ഞാനോക്കട്ട്. എന്നാപ്പിന്ന തടസ്സം തീർന്നല്ലോ. നീയൊരു കാര്യം

ചെയ്യ് തങ്കേ. ഇവൾക്ക് കിട്ടണ കൂലി സൂക്ഷിച്ച് വയ്ക്ക്. ഇത്തിരി പൊന്നു വല്ലതും മേടീര്.

ഉപദേശോം നിർദേശോം കൊടുത്ത് കുഞ്ഞമ്മ പുറത്തിറങ്ങി. പാവം സ്ത്രീ. നല്ല ആത്മാർഥതയാണ്. ഇനീപ്പോ സന്ധ്യകഴിഞ്ഞു. ഒറ്റയ്ക്ക് എന്തൊക്കെ ചെയ്താലാ ചെന്ന് നടുവ് നിവർക്കുന്നത്.

മാണി വന്നപ്പോൾ സീതയെ അടുത്തുവിളിച്ചു.

"എടീ, ആ വരത്തൻ എന്നാ പറഞ്ഞു?"

സീതയ്ക്ക് മനസ്സിലായി, രഘുവിനെക്കുറിച്ചാണ് ചോദ്യമെന്ന്.

അവൾ എല്ലാം വിശദീകരിച്ചുപറഞ്ഞു.

"ഓഹോ, ഞാനവന്റെ കാലുപിടിക്കണാരുന്നു അല്ല്യോ? അവന്റെയൊരു പൂതി. അതിനീ മാണിയെ കിട്ടത്തില്ല. ങ്ഗും. അവൻ ചെവിയെ നുള്ളട്ടെ. അവന് ഞാൻ വച്ചിട്ടൊണ്ട്..."

ആ സ്വരം കേട്ടപ്പോൾ സീതയ്ക്കു തോന്നി പറയേണ്ടിയിരുന്നില്ല എന്ന്! എങ്കിലും അയാളുടെ ആ ഭാവം...! എങ്ങനെ പറയാതിരിക്കും?

ഈക്കൂടെ ആ ചന്ദ്രനെക്കുറിച്ചും പറഞ്ഞാലോ? അയാളീ കുടിലിൽ കടന്നുവന്ന് അന്ന് തന്നെ കടന്നുപിടിച്ചത്...

എന്നെങ്കിലും പറയേണ്ടിവരും.

എങ്കിലിപ്പോഴായാലോ?

പറയാം എന്നു കരുതിയാണ് സീത മാണിയെ നോക്കിയത്.

പക്ഷെ, അവന്റെ മുഖഭാവം!

ആ മിഴികളിലെ ചുവപ്പ്! ദൃഢനിശ്ചയം. ഈശ്വരാ! ഇനി എന്തൊക്കെ സംഭവിക്കും?

സീത വല്ലാതെ നടുങ്ങിപ്പോയി.

മാണിയുടെ ഉള്ളുനിറയെ രഘുവിനോടുള്ള പക തിങ്ങിവിങ്ങിയിരി ക്കുന്നു എന്നവൾക്കു തോന്നി. അവൾ കൈകുടഞ്ഞു.

നാല്

പിറ്റേന്ന് കളത്തിൽ രഘുവിനെ കണ്ടപ്പോഴും സീതയുടെ മുഖം വീർത്തുകെട്ടി.

അവൾ അയാളെ ശ്രദ്ധിക്കാതെ തീരെ അവഗണിച്ച് തന്റെ ജോലി ചെയ്തു.

പൊന്നു കട്ട മറിച്ചുണക്കുകയാണ്. കുഞ്ഞമ്മ ഉണങ്ങിയ കട്ടകൾ അട്ടിയിടുന്നു.

സീതയ്ക്ക് അന്നും വെള്ളം ചുമടാണ് പണി.

ഒരുതവണ സീത വെള്ളവുമായി വന്നപ്പോൾ രഘു മുഖമുയർത്തി വിളിച്ചു.

'ഓയ്...'

സീത നോക്കി. അവളുടെ മുഖം കറുത്തു.

"ഇത്തിരിവെള്ളം, ദാ ഈ പാത്രത്തിലൊഴിക്ക്." അച്ച് മുക്കിയെടു ക്കാനുള്ള വെള്ളം ഇരുന്ന പാത്രം ചൂണ്ടി രഘു പറഞ്ഞു. അതിലെ വെള്ളം തീർന്നിരിക്കുന്നു.

ഓ. എന്തൊരാജ്ഞ!

സീത വെള്ളം ഒഴിച്ചില്ല. വീപ്പയ്ക്കുള്ളിലേക്കുതന്നെ ഒഴിച്ചു. ഒഴിഞ്ഞ കുടവുമായി തിരികെ നടക്കുമ്പോൾ രഘുവിന്റെ ദേഷ്യസ്വരം.

"ഏയ് പെണ്ണേ, പറയണത് കേൾക്കാൻ വയ്യായെങ്കിൽ വേറെ പണി സ്ഥലം അന്വേഷിച്ചോണം, കേട്ടോ..."

സീത തിരിഞ്ഞുനിന്നു.

"ഇങ്ങോട്ടിത്തിരി വെള്ളം ഒഴിക്കാൻ പറഞ്ഞിട്ട്?" രഘു വീണ്ടും നെറ്റി ചുളിച്ചു.

"ഞാനേ, മുതലാളീടെ ആളാ." മുഖം വീർപ്പിച്ച് സീത ദൃഢസ്വര ത്തിൽപ്പറഞ്ഞു. "മൊതലാളി പറഞ്ഞാലേ ഒഴിക്കൂ."

എന്തെന്നറിയില്ല രഘു പൊട്ടിച്ചിരിച്ചുപോയി. അവന്റെ ദേഷ്യം പറ ന്നുപോയിരിക്കുന്നു.

താനിന്നലെ അവളെ പരിഹസിച്ചത്. അവൾ തിരിച്ചടിച്ചിരിക്കുന്നു! എടീ മിടുക്കി!

ജോയിയും കുഞ്ഞിക്കായും അമ്പരപ്പോടെ നോക്കി.

അകലെ നിന്നിരുന്ന പൊന്നുവും കുഞ്ഞമ്മയും ആ ചിരി കേട്ടു. തല ഉയർത്തി നോക്കി. മണ്ണ് വെട്ടിക്കൂട്ടുന്ന കുഞ്ഞാപ്പുവും നാണുവും ആ സ്വരം കേട്ടു. അവരും നോക്കി.

"എടാ രഗുവേ, എന്നാടാ അവിടെ?" നാണു വിളിച്ചുചോദിച്ചു.

'രഗു ഒരു ചാക്ക് മഞ്ഞള് പറിച്ചു." ജോയി വിളിച്ചു പറഞ്ഞു.

"ഓ. അതൊക്കെ ഇതിനകത്തൊള്ളതടാ രഗുവേ." നാണു വീണ്ടും വിളിച്ചുപറഞ്ഞു.

സീത ഒന്നും ശ്രദ്ധിക്കാത്തമട്ടിൽ കുടവുമായി വീണ്ടും വെള്ളമെടു ക്കാൻ പോയി..

തിരികെ വന്നപ്പോൾ ആ വെള്ളം അവൾ രഘുവിന്റെ അരികിലിരുന്ന പാത്രത്തിലൊഴിച്ചു, ഗൗരവത്തിൽത്തന്നെ.

അവന്റെ മുഖത്തുറിനിന്നിരുന്ന ഗൂഢസ്മിതം കണ്ടില്ലെന്ന് നടിച്ചു.

പിന്നെ ഓരോ തവണ വെള്ളവുമായി വരുമ്പോഴും അവൾ ശ്രദ്ധിച്ചു. രഘുവിന്റെ മുഖത്താ ഗൂഢസ്മിതം നിലനില്ക്കുന്നു. അവന്റെ മിഴി കൾ അവളെത്തേടി എത്തി. ആ മിഴികൾ അവളോടെന്തോ പറയുന്നു. ശ്രദ്ധിക്കാത്ത ഭാവം നടിച്ചു. പക്ഷെ, പിന്നീട് ആ കണ്ണുകൾ തന്നെ തേടു ന്നുണ്ടോ എന്നുള്ള നോട്ടമായി. ഉള്ളിൽ അങ്ങനെയൊരു തോന്നൽ. നോട്ടം കൂട്ടിമുട്ടുമ്പോൾ അവൾ പൊടുന്നനെ മിഴികൾ പിൻവലിക്കുന്നു.

ഉള്ളിൽ ഒരു പൂവ് വിടർന്നുവരുന്നതുപോലെ. എങ്കിലും സുഖകര മായ ഒരു കുളിർമയായി ആ നോട്ടം അവളുടെ കരളിൽ ഉടക്കിനിന്നു.

അന്ന് തിരികെപ്പോകുമ്പോൾ മുക്കവേലയിലും വില്ലേജോഫീസിന്റെ മുൻപിലും താനറിയാതെതന്നെ സീതയുടെ മിഴികൾ പാറിനടന്നു.

നിരാശയോടെ മിഴികൾ പിൻവലിച്ചവൾ നടന്നു.

അവിടെങ്ങും രഘുവില്ല. ഇന്നലത്തെപ്പോലെ ആ നോട്ടം തറച്ചുകയ റിയില്ല.

വല്ലാത്തൊരു നഷ്ടബോധം!

വൈകിട്ട് മാണിവന്നപ്പോൾ ചോദിച്ചു.

"ഇന്നവൻ വല്ലതും പറഞ്ഞോടീ സീതേ?"

"ഇല്ല." എന്തുകൊണ്ടോ രാവിലെ വെള്ളം ചോദിച്ച സംഭവം ഒളിച്ചു വയ്ക്കാൻ ഒരുൾപ്രേരണ!

"ങും. അവൻ വല്യ ഞെളിച്ചിലൊന്നും ഞെളിയത്തില്ല. അവനെന്നെ ശരിക്കറിയത്തില്ല." മാണി അമർത്തിമൂളി.

സീതയുടെ ഉള്ളിൽ ഒരു നേരിയ തീപ്പൊള്ളൽ!

എന്തെന്ന് പേർ ചൊല്ലിവിളിക്കാൻ കഴിയാത്ത ഒരു നീറ്റൽ.

നേരിയ നീറ്റൽ!

പിറ്റേന്ന് കളത്തിൽ ചെല്ലുമ്പോഴും സീത അവനെ ശ്രദ്ധിച്ചു. അവന്റെ നോട്ടവും ചിരിയും സംസാരവും ചേഷ്ടകളും അവൾ ശ്രദ്ധിച്ചു.

അതിലൊക്കെ അവളോരോ പ്രത്യേകത ദർശിച്ചു. ഇമ്പകരമായ, ഹിത കരമായ ഓരോ പ്രത്യേകതകൾ.

അവൻ ചോദിക്കുന്ന ചോദ്യങ്ങൾക്കവൾ മെല്ലെ ആലോചിച്ച് ഉത്തരം നൽകി. അവനെ പിണക്കാതിരിക്കാൻ ശ്രദ്ധിച്ചു.

പിറ്റേന്നും, പിറ്റേന്നും.

അങ്ങനെ ദിവസങ്ങൾ കഴിയുന്നു.

പിന്നീടുള്ള ഓരോ ദിവസം കഴിയുന്തോറും സീത ഒരു കാര്യം ശ്രദ്ധിച്ചു!

രഘു!

അവന്റെ മിഴികൾ എപ്പോഴും തന്നെ പിൻതുടരുന്നു എന്ന്. തോന്ന ലാണോ എന്ന് ചിലപ്പോൾ സംശയിക്കും. തോന്നലല്ല, അവൾക്ക് തീർച്ച യായി. ആ മിഴികൾ തന്നെ തേടുന്നു. ആ നോട്ടം ആത്മാവിലേക്കാഴ്ന്നി റങ്ങുന്നു.

സുഖകരമായ ഒരുൾക്കുളിര്!

ഓരോ ദിവസവും കടന്നുപോകുമ്പോഴും സീത അതു മനസ്സിലാക്കി.

രഘു.

ആ മനുഷ്യന്റെ ശ്രദ്ധ എപ്പോഴും തന്റെമേൽ മാത്രമാണ്.

വല്ലപ്പോഴും ആ മിഴികളുമായി തന്റെ മിഴികൾ ഒന്നിടഞ്ഞാൽ.

ഒരായിരം കാര്യങ്ങൾ ആ ഒരുനിമിഷംകൊണ്ട് പറഞ്ഞുതീർക്കും. അധ രങ്ങളിൽ പുഞ്ചിരിയുടെ നറുമലരുകൾ. ചാട്ടുളിപോലെ നോട്ടം.

സീത ഒക്കെ മനസ്സിലാക്കി.

പക്ഷെ, ഒഴിഞ്ഞുമാറി.

ഇല്ല. ചതിപറ്റാൻ പാടില്ല. ഒരിക്കൽ അമ്മ പറഞ്ഞതോർത്തു.

"എടീ പെണ്ണേ അടങ്ങിയൊതുങ്ങി പണി ചെയ്തോണം. കളമാണ്. അവിടെ ഓരോരുത്തർക്കും തോന്ന്യാസമാണ്. കണ്ണും കയ്യും കാട്ടാൻ ആളുണ്ടാവും. അവരവരുടെ നെലയ്ക്ക് നിന്നില്ലേല് അതപകടാന്ന് ഓർത്തോ?"

സീത അമ്മയുടെ വാക്കുകൾ മറന്നില്ല. അതുകൊണ്ടുതന്നെ അവൾ അകന്നുനിന്നു. ആ അകൽച്ച രഘു ശ്രദ്ധിച്ചു. അതവനെ വല്ലാതെ വേദ നിപ്പിച്ചു. താനന്ന് അത്രയും പറയരുതായിരുന്നു. മാണിയോടുള്ള പക യായിരുന്നു അത്. ഉള്ളിന്റെയുള്ളിൽ ആദ്യമായി നാമ്പിട്ട മോഹത്തിന്റെ കുരുന്ന് മുളയിലേ നുള്ളിക്കളയേണ്ടി വരുമോ, തന്റെ പ്രവൃത്തിദോഷം കൊണ്ട്.

എന്തേ എന്റെ പെണ്ണേ നിനക്ക് എന്നെ മനസ്സിലാക്കാൻ കഴിയുന്നില്ല. മുൻപിൽ പിടിച്ചുനിർത്തി അവളോട് ഈ ചോദ്യം ചോദിക്കാൻ ഒരായിരം തവണ അവൻ ശ്രമിച്ചിട്ടുണ്ട്.

പക്ഷെ, കഴിയുന്നില്ല.

അപ്പോഴേയ്ക്കും തൊണ്ടയിൽ വരൾച്ചയാണ്. എന്തായിരിക്കും അവ ളുടെ പ്രതികരണം? "ഞാനേ, മുതലാളീടേ ആളാ. അതോണ്ട് വയ്യ." എന്ന് എടുത്തടിച്ചതുപോലെ മറുപടി പറഞ്ഞാൽ...

ഈശ്വരാ, ഓർക്കാൻ വയ്യ.

മണ്ണു കുഴയ്ക്കുമ്പോൾ വെള്ളവുമായി അവൾ അടുത്തെത്തും. കട്ട

പിടിക്കുമ്പോൾ അത് വെയിലത്തുവയ്ക്കുവാനുള്ള കൈപ്പണിപ്പലകയു
മായി അവൾ അടുത്തുണ്ട്. കട്ട അട്ടിയിടുമ്പോഴും അത് ചൂളയിലടുക്കു
മ്പോഴും ലോറിയിൽ ലോഡുചെയ്ത് അയയ്ക്കുമ്പോഴും ഒക്കെ സീത
അടുത്തുണ്ട്, എപ്പോഴും.

എന്നിട്ടും എത്രയോ അകലെയാണവൾ. ഒന്നു ചോദിക്കാൻ എത്രയോ
കാതം ദൂരം താണ്ടണം. ഉള്ളിൽ തിങ്ങുന്നു ആ ദുഃഖം!

ദിവസങ്ങൾ കഴിഞ്ഞു. ആഴ്ചകളായി, ആഴ്ചകൾ മാസങ്ങൾക്ക് വഴി
മാറുന്നോ? ഇല്ല. ആ ദുഃഖം അങ്ങനെതന്നെ നിന്നു.

സീത ഒക്കെ അറിയുന്നുണ്ടായിരുന്നു. ശ്രദ്ധിക്കുന്നുണ്ടായിരുന്നു.

ഉള്ളിൽ അതിന്റെ ആഹ്ലാദവും ഉണ്ടായിരുന്നു. എന്നിട്ടും അവൾ
അവനെ ശ്രദ്ധിക്കുന്നില്ലെന്നുതന്നെ ഭാവിച്ചു.

കാരണം, ചതി പറ്റാൻ പാടില്ല. എന്താണയാളുടെ ഉദ്ദേശമെന്നും അറി
യില്ല.

ആ ചന്ദ്രനെപ്പോലെ എങ്ങാൻ ഒരു ദിവസം കുടിലിനുള്ളിലേയ്ക്ക്
നുഴഞ്ഞു കയറിയാലോ?

അയാളും തന്നെ ശ്രദ്ധിക്കുമായിരുന്നു നേരത്തെ. ചിരിക്കുമായിരുന്നു.
മാണിച്ചേട്ടൻ എവിടെ എന്ന് ചോദിക്കുമായിരുന്നു.

പരിചയവും സ്നേഹവും ഭാവിച്ച് അടുത്തിട്ട് ഇപ്പോഴും അയാൾ ആ
ചുവന്ന കണ്ണുകളുമായി തന്നെ നോക്കും.

കളത്തിൽ നില്ക്കുമ്പോഴും പണി ചെയ്യുമ്പോഴും അയാൾ വഴിയി
ലൂടെ പോകുന്നതുകണ്ടാൽ ആ നിമിഷം തന്നെ വിറയ്ക്കും.

ഉള്ളിൽ ഇടിത്തീയ് വീഴും.

എന്താണയാളുടെ ഉന്നം?

അതുപോലാണോ രഘുവും?

ആ മനസ്സിൽ എന്താണ്? അതറിയണം. പൂർണമായും അറിയണം.

എന്നിട്ടേ അടുക്കാവൂ. ഇല്ലെങ്കിൽ ചതി പറ്റും. മാത്രമോ?

മാണിച്ചേട്ടൻ കൊന്നുകളയും. അതുകൊണ്ട് സീത ഒഴിഞ്ഞുമാറി
ത്തന്നെ നിന്നു.

ഒരുദിവസം!

അന്ന് വെള്ളമെടുക്കാൻ സീത മാത്രമേ ഉണ്ടായിരുന്നുള്ളൂ.
പൊന്നുവും കുഞ്ഞമ്മയും ലോഡിംഗുകാരുടെ കൂടെയാണ്. വഴിയിൽ
നിർത്തിയിരിക്കുന്ന ലോറിയിലേക്ക് ചൂളയിൽനിന്നും പൊളിച്ചെടുക്കുന്ന
ഇഷ്ടികകൾ കയറ്റുകയാണ്.

ബേബിച്ചൻ മുതലാളിയുടെ ലോറിയാണ്. അദ്ദേഹം ലോറിക്കുലി

ഉൾപ്പെടെയാണ് കട്ടയുടെ വില പറയുക! എല്ലാവരും ലോഡിംഗിനായി നിന്നു. അതിന് പ്രത്യേകം കൂലി കിട്ടും.

രഘു മനഃപൂർവം ഒഴിഞ്ഞുനിന്നു.

"ഇല്ല. ലോഡിംഗിന് ഇന്ന് ഞാനില്ല." അവൻ പറഞ്ഞു.

ഉത്സാഹം നശിച്ച് നിരാശ പൂണ്ട് തെല്ലകലെ അവൻ ഇരുന്നു.

കൂനകൂട്ടിയിരിക്കുന്ന മണ്ണിലേക്ക് ഓരോ തവണയും കൊണ്ടുവരുന്ന വെള്ളം ഒഴിക്കുമ്പോഴും സീത രഘുവിന്റെ ആ ഇരിപ്പ് ശ്രദ്ധിച്ചു. ഊറി ചിരിച്ചുകൊണ്ടവൾ ഓരോ തവണയും പിൻതിരിയും.

വെള്ളം ഒഴിക്കൽ അവസാനിച്ചു. കലം താഴെവച്ചിട്ട് ചുളയ്ക്കുപുറത്ത് സീത നിന്നു; വെറുതെയെന്നോണം.

നിശബ്ദ നിമിഷങ്ങൾ!

"സീതേ..." നനുത്ത സ്വരം!

രഘു അവളുടെ അടുത്തേയ്ക്ക് വന്നു.

ആ വിളി പ്രതീക്ഷിച്ചായിരുന്നില്ല അവൾ നിന്നത്. തെല്ല് പരിഭ്രമ ത്തോടെ അവൾ തിരിഞ്ഞു. വിളി കേൾക്കുന്നതുപോലെ അവൾ മുഖം തിരിച്ചു നോക്കി – കണ്ണുകളിൽ ചോദ്യവും.

"എന്നോട് സീതയ്ക്ക് പിണക്കമാണോ?"

മുൻപിൽ വന്നുനിന്നൊരുവൻ ചോദിക്കുന്നു.

പിണക്കമാണോ എന്ന്? എന്തിന്?

സീതയ്ക്കാകെ പരിഭ്രമമായിരുന്നു ഉള്ളിൽ. മാണിച്ചേട്ടനെങ്ങാനും കണ്ടാൽ!

പരിഭ്രാന്തമായ ആ നോട്ടം അവൻ കണ്ടു. പക്ഷെ, അവൻ തന്റെ ചോദ്യം ആവർത്തിക്കയാണ് ചെയ്തത്.

"പറയൂ, പിണക്കമാണോ?"

"ങൂഹും." സീത തലയാട്ടി.

'പിന്നെ ഇഷ്ടമാണോ?'

തെല്ല് നടുക്കത്തോടെ അവൾ മുഖമുയർത്തി.

അവന്റെ മിഴികളിൽ മിഴികളുടക്കി. പുഞ്ചിരി തൂകുന്ന അധരങ്ങൾ.

അവൾ പൊടുന്നനെ മിഴികൾ താഴ്ത്തി. ചുളയിൽ താഴ്ത്തി. ചുള യിൽ വെറുതെ ചിത്രം വരച്ചു. താഴെ ഇളകിയ മണ്ണിൽ വെറുതെ കാലിന്റെ പെരുവിരൽ കുത്തി മണ്ണ് തോണ്ടിയെറിഞ്ഞു.

"പറയുന്നേ, ഇഷ്ടമാണോ?"

ഇഷ്ടമാണ്, ഇഷ്ടമാണ് എന്നാവർത്തിച്ച് പറയാൻ നാവ് തരിച്ചു.

മനം തുടിച്ചു.

സീത ഓർത്തു. തനിക്കുതന്നെ മാറ്റം സംഭവിക്കുന്നു എന്ന്.

"കണ്ണും കൈയും കാട്ടാൻ പലരും കാണും. നെലയ്ക്ക് നിന്നില്ലെ ങ്കില് അപകടമാണ്." അമ്മയുടെ വാക്കുകൾ.

എന്തപകടം!

അതേക്കുറിച്ച് സീതയ്ക്ക് നന്നായറിയാം.

ഏലിക്കുട്ടിതന്നെ ദൃഷ്ടാന്തമാണ്.

ഏലിക്കുട്ടി ഇഷ്ടികക്കളത്തിന്റെ രോമാഞ്ചമായിരുന്നു.

ഓരോ വർഷവും പല നാടുകളിൽനിന്നും ഇഷ്ടികപ്പണിക്കാർ എത്തും. സീസൺ കഴിയുന്നതുവരെ അവർ കളത്തിൽത്തന്നെ ഒരു താൽക്കാലിക ഷെഡ്ഡുണ്ടാക്കി താമസിക്കും. കളത്തിലെ പണികൾ അവ സാനിച്ചാൽ അവസാനത്തെ ചൂളയ്ക്കുകൂടി തീയിട്ടിട്ട് അവർ തിരികെ പ്പോകും.

അക്കൂട്ടത്തിൽ ഒരുവനായി വന്ന ആളാണ് മത്തായി!

ഏലിക്കുട്ടി അയാളെ പരിപൂർണമായി വിശ്വസിച്ചു. കളങ്ങളിൽ ആ ബന്ധം അറിയാത്തവരായി ആരുമില്ല. എല്ലാവരും അവരെ മനസ്സാ ആശീർവദിച്ചു. ഏലിക്കുട്ടി തന്റെ സർവതും മത്തായിക്കായി സമർപ്പി ച്ചു. സീസൺ അവസാനിക്കുമ്പോഴേക്കും വിവാഹം എന്നായിരുന്നു തീരു മാനം. ഒപ്പം പോകാൻ അവൾ കാത്തിരുന്നു.

പക്ഷെ, സീസൺ അവസാനിക്കുന്നതിനുമുമ്പുതന്നെ മത്തായിയെ കാണാതായി. മത്തായി അവളിൽനിന്നും രക്ഷപ്പെട്ടോടുകയായിരുന്നെന്ന് പിന്നീടാണറിഞ്ഞത്. അയാളുടെ നാട് ആലുവയിലാണ്. ഇവിടെനിന്ന് ആളുകൾ ആലുവയിൽ തിരക്കിച്ചെന്നു. പക്ഷെ, മത്തായി അവിടെയും ചെന്നിട്ടില്ല.

ഏലിക്കുട്ടി അന്ന് നാലുമാസം ഗർഭിണിയാണ്.

ഒക്കെ കഴിഞ്ഞിട്ടിപ്പോൾ വർഷം മൂന്നാകുന്നു. മത്തായിയെ ഇതുവരെ തിരികെക്കണ്ടിട്ടില്ല. തന്തയില്ലാത്ത കൊച്ചുമായി ഏലിക്കുട്ടി ഇന്ന് കട്ട ക്കളത്തിൽ പണിയെടുക്കുന്നു; കുട്ടിയെ വളർത്താൻവേണ്ടി.

രഘുവും ആലുവക്കാരനാണ്.

അതോർത്തപ്പോൾ സീതയിൽ ഒരു നടുക്കം. ഹൃദയത്തിൽ വല്ലാ ത്തൊരു ഭീതി.

ഒട്ടും ആലോചിക്കാതെ പൊടുന്നനെ പറഞ്ഞു.

"ഇല്ല. എനിക്കൊട്ടും ഇഷ്ടമല്ല."

"സീതേ – അല്ല സീതേ പിന്നെ" രഘു വിക്കി. വാക്കുകൾക്കായി പര

തി. അവനൊരുനിമിഷം തറഞ്ഞുനിന്നു. ആ മുഖം വിളറി.

"ഞാനന്ന്... അല്ല... ഞാനന്ന് വെറുതെയാ..."

എന്തൊക്കെയോ അവളെ പറഞ്ഞു ഫലിപ്പിക്കാനുള്ള പാഴ്ശ്രമം.

സീത ദുഃഖിച്ചു.

ഇഷ്ടമല്ലെന്ന് പൊടുന്നനെ കയറിപ്പറഞ്ഞു.

ഇഷ്ടമില്ലേ?

തനിക്കീ മുഖം ഇഷ്ടമാണല്ലോ. ഈ മനുഷ്യനെ ഇഷ്ടമാണല്ലോ.

ഇഷ്ടമാണെന്നുതന്നെ വിളിച്ചുപറയാൻ നാവു തരിച്ചു.

രണ്ടുമൂന്നുമാസമായി കൊതിക്കുന്നു.

എന്നിട്ടും അത് പറയാനാവാതെ അവൾ അവന്റെ മുഖത്ത് മിഴികൾ നട്ടങ്ങനെ നിന്നുപോയി. സ്വയം മറന്ന്.

തൊട്ടനിമിഷത്തിൽ അവൾ നടുങ്ങി.

മുൻപിൽ പൊന്നു!

അവളുടെ തുറിച്ച മിഴികളിൽ രോഷാഗ്നി!

സീതയുടെ പാദങ്ങൾ തളരുന്നു. ഇപ്പോൾ താഴെവീഴും എന്നു ഭയ
ന്നതുപോലെ അവൾ ചുളയിലേക്ക് കൈയൂന്നിപ്പോയി.

അഞ്ച്

'സീതേ, ഇങ്ങോട്ടുവന്നേ..." അധികാരസ്വരത്തിലായിരുന്നു പൊന്നു
വിന്റെ ആ വിളി.

'പൊന്നു... ഞാൻ..." രഘു വിളറിയ മുഖത്തോടെ കാര്യം വിശദീക
രിക്കാൻ ശ്രമിച്ചു; സീതയുടെ നിരപരാധിത്വം തെളിയിക്കാനും.

"വേണ്ട, എനിക്കറിയാം." പൊന്നു വിലക്കി. പിന്നെ സീതയെയും
ഒപ്പം കൂട്ടി നടന്നു. ഇത്തിരി ഗൗരവത്തിൽത്തന്നെ.

സീത ആകെ വിറച്ചുപോയിരുന്നു. ഉള്ളിൽ ഇടിനാദം! മിന്നൽപ്പിണ
രുകൾ ഹൃദയത്തിലൂടെ പാളുന്നതുപോലെ.

മാണിച്ചേട്ടന്റെ ഭാവിവധുവാണ് പൊന്നു. മാണിച്ചേട്ടനെ ഭയപ്പെടുന്ന
തുപോലെതന്നെ ഭയപ്പെടണം. ഇവൾ മാണിച്ചേട്ടനോടു പറയുമോ?
അതോർത്തപ്പോൾ സീതയുടെ ശരീരം ആകെ തളർന്നു.

ഈശ്വരാ. ഇനിയെന്താണൊരു വഴി?

"എന്താ സീതേ. എന്താ നിങ്ങളുതമ്മില്?" കളത്തിന്റെ അങ്ങേഅറ്റ
ത്തുള്ള ഷെഡ്ഡുംകടന്ന് വഴിയിലെത്തിയപ്പോൾ പൊന്നു സീതയെ പിടി
ച്ചുനിർത്തി.

നടുക്കത്തോടെ സീത പറഞ്ഞു. "ഇല്ല; ഒന്നുല്ല."

'നുണ. ഞാനെന്നാ പൊട്ടിയാണോ?' പൊന്നു ചോദിച്ചു. "ഒക്കെ എനിക്കറിയാമെടീ..."

'സത്യമായിട്ടും ഇല്ല പൊന്നൂ. എന്നോടു ചോദിച്ചു..." സീത നിർത്തി. സങ്കോചത്തോടെ അവൾ പൊന്നുവിനെ നോക്കി.

"എന്തു ചോദിച്ചു?" പൊന്നു വിടാനല്ല ഭാവം. കള്ളനെ ചോദ്യം ചെയ്യുന്ന പോലീസിന്റെ ഭാവം.

"അല്ല. അതുപിന്നെ..." സീത പരുങ്ങി.

"ഉം, പിന്നെ..."

"അല്ല, ഇഷ്ടാണോന്ന്..." സീതയുടെ മുഖം ചുവന്നു. മുഖത്താകെ സന്ധ്യയുടെ തുടിപ്പ്. കണ്ണുകളിൽ കനകക്കിനാക്കളുടെ തിളക്കം.

"അങ്ങനെവരട്ടെ." പൊന്നു ഗൗരവത്തിൽത്തന്നെ ചോദിച്ചു. 'നീയെന്താ പറഞ്ഞത് മറുപടി?' സത്യമേ എന്നോടു പറയാവൂ..."

"ഹേയ്... ഞാൻ? ഞാനൊന്നും പറഞ്ഞില്ലല്ലോ..." സീതയ്ക്കാകെ പരിഭ്രമവും ജാള്യവും. "സത്യമായും ഒന്നും പറഞ്ഞില്ല."

"എന്തേ പറയാഞ്ഞു?" പൊന്നു ചോദിച്ചു. എന്തേ പറയാഞ്ഞതെന്ന്?" സീത മുഖമുയർത്തി.

പൊന്നുവിന്റെ മുഖത്ത്, പടരുന്ന ചിരിയുടെ നേർത്ത അലകൾ. സീതയ്ക്കാശ്വാസമായി. അവളൊന്ന് നിശ്വസിച്ചു.

"ആകട്ടെ നിനക്കിഷ്ടമാണോ?" പൊന്നുവിന്റെ ചോദ്യം മെല്ലെ! സീതയ്ക്ക് മറുപടി പറയാൻ കഴിയുന്നില്ല. ആകെ പാരവശ്യം.

ആ മിഴികൾ തിളങ്ങി. അധരങ്ങൾ മെല്ലെ വിടർന്നു. എന്തോ പറയാനായി. പറയാനാവാതെ അവൾ ദയനീയഭാവത്തിൽ പൊന്നുവിനെ നോക്കി.

"ഇഷ്ടമാണ് അല്ലേ?" പൊന്നു ചിരിച്ചു. സീത കണ്ണുപൊത്തിക്കളഞ്ഞു.

പൊന്നു പൊട്ടിച്ചിരിച്ചുപോയി.

കട്ടക്കളത്തിൽ പ്രേമം ഒരു പുത്തരിയല്ല. ഓരോ സീസണിലും കട്ടക്കളത്തിലിറങ്ങുന്നവരിൽ ചിലർ തങ്ങളുടെ ഇണയെ കളത്തിൽത്തന്നെ കണ്ടെത്തുന്നു.

ദിവസംചെല്ലുന്തോറും ആ പ്രേമത്തിന് മൂർച്ച കൂടുന്നു; വളരുന്നു.

ഒന്നുകിൽ കളം പിരിയുംമുമ്പ്, അതല്ലെങ്കിൽ കളം പിരിയുന്നതോടു കൂടി വിവാഹം നടക്കുന്നു.

പരസ്പരം കണ്ട്, അറിഞ്ഞ്, ഇഷ്ടപ്പെട്ടുള്ള വിവാഹം.

സ്ത്രീധനം വേണ്ട. പൊന്നുവേണ്ട, ആർഭാടവും വലുതായിട്ട് വേണ്ട. കല്യാണം നടക്കുന്നു.

ഒരു ജീവിതകാലം മുഴുവൻ കളത്തിൽ സ്വന്തം ആരോഗ്യം മണ്ണു മായി കൂടിക്കുഴഞ്ഞുകിടന്നാലും ഒരിത്തിരി പൊന്നോ ഒരുകൊച്ചുകാശോ സമ്പാദിക്കാൻ കഴിയാറില്ല മാതാപിതാക്കൾക്ക്.

കളത്തിലെ പണിതന്നെ മഴതീർന്നാൽപ്പിന്നെ അടുത്ത മഴ വരുന്നതു വരെയുള്ള സീസണിൽ മാത്രമേ ഉണ്ടാകൂ. വേനൽക്കാലത്തുമാത്രം.

നാല്പതു രൂപാ പോലും ചിലർക്ക് തികച്ച് കിട്ടില്ല, ദിവസേന. കിട്ടുന്നതോ...

പുലർച്ചെമുതൽ ചെലവാണ്.

ആരും രാവിലെ വീട്ടിൽനിന്ന് ആഹാരം കഴിക്കില്ല. പുലരുംമുമ്പ് കള ത്തിലിറങ്ങും.

ഭാര്യയും ഭർത്താവും. ചിലപ്പോൾ കുട്ടികളും. എട്ടുമണിയോ ഒൻപ തുമണിയോ ആകുമ്പോൾ ചായക്കടയിലേക്കു പോകുന്നു. ഉച്ചയ്ക്ക് ഊണും ഹോട്ടലിൽനിന്ന്.

വൈകിട്ട് ഇത്തിരി വെള്ളം മോന്തും. പിന്നെ രണ്ടുകിലോ കപ്പയും രണ്ടുകിലോ അരിയും അതിനൊപ്പം മറ്റു സാമഗ്രികളും വാങ്ങുമ്പോ ഴേയ്ക്കും മടിശ്ശീല കാലിയാകുന്നു. വൈകിട്ട് വീട്ടിൽ കുഞ്ഞുങ്ങൾക്ക് വച്ചുകൊടുക്കാനും പിറ്റേന്ന് അവർക്കുള്ള ആഹാരം തയ്യാറാക്കാനും ഒക്കെയാണാ അരിയും സാമഗ്രികളും.

പിന്നത്തേയ്ക്ക് ഒന്നും മിച്ചമുണ്ടാവില്ല. പിന്നെങ്ങനെ സമ്പാദിക്കാൻ?

അല്ലെങ്കിൽ കെട്ടാൻ തയ്യാറായി നിൽക്കുന്ന ചെറുക്കനോ അവന്റെ ഇണയായി അവൻ തെരഞ്ഞെടുത്തിരിക്കുന്ന പെണ്ണിനോ ആ വിചാരമി ല്ല.

അവർക്ക് ആഭരണമോ സ്ത്രീധനമോ ആവശ്യമായി വരുന്നില്ല. അതേ ക്കുറിച്ച് ചിന്തിക്കുന്നില്ല. ഒന്നാകാൻ, ഒരുമിച്ച് ജീവിക്കാൻമാത്രമാണവ രുടെ ഉള്ളിലെ ആശകൾ.

മാത്രമല്ല, തന്റെ ഒപ്പം വെയിലുകൊള്ളാനും മണ്ണിനോട് മല്ലടിക്കാനും തയ്യാറുള്ള പെണ്ണിന് എന്തിന് സ്ത്രീധനം!

അവരും അവരുടെ മക്കൾക്കായി ഒന്നും തേടുന്നില്ല. അതിനുള്ള സാഹ ചര്യമില്ല അവരുടെ ജീവിതത്തിൽ.

അതുകൊണ്ട് കളത്തിലെ പ്രേമവും വിവാഹവും പരക്കെ അംഗീക

രിക്കപ്പെടുന്ന ഒന്നാണ്.

'പക്ഷെ,' പൊന്നു ഒന്നു നിർത്തി.

സീത നടുക്കത്തോടെ മുഖമുയർത്തി!

"മാണിച്ചേട്ടൻ സമ്മതിക്കുമോ?" പൊന്നു ചോദിച്ചു.

ഇടിത്തീപോലെ സീതയ്ക്കാ ചോദ്യം ഹൃദയത്തിൽതട്ടി.

രഘുവുമായി മാണി ഒരിക്കലും ചേരില്ല. 'വരത്തൻ' എന്നാണ് അവനെക്കുറിച്ച് മാണി പറയുന്നതുതന്നെ. തികഞ്ഞ പുച്ഛേവുമാണ്.

ഒക്കെ ശരിതന്നെ.

എന്നാലും തന്റെ ഓമനപ്പെങ്ങളെ മാണി ദുഃഖിപ്പിക്കുമോ?

പൊന്നു ആലോചിച്ചു. അവളുടെ ഇഷ്ടത്തിന് എതിരുനിൽക്കുമോ?

ഇല്ല. ഒരിക്കലുമില്ല.

അതുകൊണ്ടുതന്നെ അവൾ പറഞ്ഞു.

"കാര്യമൊക്കെ ശരിതന്നെ. മാണിച്ചേട്ടൻ സമ്മതിക്കുമെന്നുതന്നെ പ്രതീക്ഷിക്കാം. പക്ഷെ, ഒരു കാര്യം മറ്റുള്ളവർ കാണിക്കുന്നതുപോലെ കളം നാറ്റിക്കരുത്. പരമരഹസ്യമായിരിക്കണം. കളത്തിൽവെച്ച് മിണ്ടാനോ പറയാനോ കൊഞ്ചാനോ ഒന്നും പോകരുത്.'

സീത അമ്പരന്നുപോയി! അവളുടെ മനസ്സിൽ ആഹ്ലാദത്തിന്റെ തുടിപ്പുയർന്നു. മുന്നിൽ പൊന്നോണത്തുമ്പികൾ മൂളിപ്പറക്കുന്നു.

അപ്പോൾ... അപ്പോൾ പൊന്നുവിന് എതിർപ്പില്ല!

ഓ, എന്നാലിനി മാണിച്ചേട്ടനെ ഭയപ്പെടാനില്ല. പൊന്നു തനിക്ക് കൂട്ടുണ്ട്. പൊന്നു പറഞ്ഞാൽ മാണിച്ചേട്ടൻ കേൾക്കാതിരിക്കുമോ?

സീതയ്ക്ക് ധൈര്യമായി.

എങ്കിലും തന്റെ ഇഷ്ടം അവൾ ഉള്ളിലടക്കി സൂക്ഷിച്ചു. ഒരിക്കലും അത് പുറത്തേക്ക് തുളുമ്പാതിരിക്കാൻ അവൾ അങ്ങേയറ്റം ശ്രദ്ധിച്ചു.,

രഘു അവളുടെ ഭാവവും പെരുമാറ്റവും പ്രത്യേകം ശ്രദ്ധിച്ചു, സൂക്ഷിച്ചു പഠിച്ചു.

അതിലെങ്ങും തന്നോടുള്ള അടുപ്പത്തിന്റെ നേരിയ ഒരു ചലനം പോലും കാണാൻ കഴിഞ്ഞില്ല. ഉള്ളിൽ അവൻ സൂക്ഷിച്ച എല്ലാ പ്രതീക്ഷകളും സ്വപ്നങ്ങളും വാടിക്കൊഴിയുന്നോ?

പണികൾക്കിടയിൽ അടുത്തടുത്ത് വരുമ്പോൾ ആശിക്കും - അവളെന്തെങ്കിലും പറയുമെന്ന്.

ഇല്ല.

ആ പ്രതീക്ഷ അസ്ഥാനത്താണെന്ന് തീർച്ചയായപ്പോൾ ഒരി

ക്കൽക്കൂടി രഘു അവളെ സമീപിച്ചു!

ചൂളയ്ക്കുവേണ്ടി കട്ടപെറുക്കിക്കൊടുത്തുകൊണ്ടിരിക്കയാണെല്ലാവരും.

രഘു അതടുക്കുകയാണ്. ചൂളയ്ക്കരികിലേക് കട്ടയുമായി അവൾ എത്തിയപ്പോൾ പൊടുന്നനെ രഘു വിളിച്ചു.

"സീതേ!"

അവൾ നിന്നു.

'ഉം' എന്ന് മൂളുകയും ചെയ്തു.

"എനിക്കൊരു മറുപടി?"

"എന്തിന്?" അവൾ ചോദ്യം തിരിച്ചു.

"അതെന്താ? ഒരു മറുപടിക്ക് അർഹതയില്ലാത്തവനാണോ ഞാൻ?' രഘു ആ ചോദ്യം തന്നെ തിരിച്ചുചോദിച്ചു.

"അല്ലാ അതല്ലാ" പരിഭ്രാന്തിയോടെ അവൾ പറഞ്ഞു. നാലുപാടും നോക്കി.

കളത്തിൽ മറ്റുള്ളവരൊക്കെയുണ്ട്.

"കളം നാറ്റിക്കരുത്." പൊന്നുവിന്റെ താക്കീത് ഉള്ളിലുണ്ട്.

എങ്കിലും അവന്റെ സ്വരത്തിലെ പരിഭവം അവൾ മനസ്സിലാക്കുന്നു. ആ മനസ്സിന് മുള്ളുകൊണ്ട് പോറിയതുപോലെ നേരിയ നീറ്റൽ.

"പിന്നെന്തുപറ്റി?" രഘുവിന്റെ സ്വരം കടുത്തു.

"ഒരു കാര്യം ചോദിച്ചാൽ ഒന്നുകിൽ 'ആകാം' എന്നോ അല്ലെങ്കിൽ 'പറ്റത്തില്ല' എന്നോ മറുപടി കിട്ടണ്ടായോ? അതല്ലേ സാമാന്യമര്യാദ?"

"ഓ, ഒരു വല്യ മര്യാദക്കാരൻ വന്നേക്കുന്നു." പൊടുന്നനെ സ്വയമറിയാതെ അവൾ പറഞ്ഞുപോയി. സഹജമായ കുസൃതി അടക്കിയിട്ടും അടങ്ങാതെ പുറത്തേക്ക് ചാടിയതാണ്.

അവൻ തറച്ചുനോക്കി. അവൾ മുഖം കുനിച്ചുനിന്ന് പുഞ്ചിരിച്ചു.

"സീതേ, എനിക്ക് നിന്നെ ആദ്യമായി കണ്ടപ്പോൾത്തന്നെ ഇഷ്ടമായി." അവൻ പറഞ്ഞു.

അവൾ കോരിത്തരിച്ചു.

തന്നെ ഇഷ്ടപ്പെടാൻ ഒരാൾ. തന്നെമാത്രം ഇഷ്ടപ്പെടാൻ ഒരാൾ.

"പക്ഷെ, എന്നിട്ടും... ആദ്യമായി കണ്ടപ്പോ പുലിപോലെ ചാടുകാരുന്നല്ലോ' അവൾ ചോദിച്ചു, കുറ്റപ്പെടുത്തൽപോലെ.

"അത്, അതുപിന്നെ...?" രഘു പരുങ്ങലിലായി.

"ഞാനത് മാണിച്ചേട്ടനോട് പറഞ്ഞു."

"നോക്കിപ്പോകരുതെന്നും മിണ്ടിപ്പോകരുതെന്നുമാ മാണിച്ചേട്ടൻ പറ
ഞ്ഞേക്കുന്നേ."

"എന്നോടോ?"

"ഉം."

"എന്നാല് കൊഴേമല്ലേ, മിണ്ടാതിപ്പോ എങ്ങനാ?" രഘു മെല്ലെ ചിരി
ച്ചു.

സീത നോക്കി.

ചുരുണ്ട മുടിയും ആകർഷകമായ മുഖവും. ഇരുനിറമാണ്, ഉറച്ച ശരീ
രം. ആരും കൊതിച്ചുപോകുന്ന മനുഷ്യൻ.

സ്വഭാവവും എത്ര നന്ന്!

സീത കുറേ ദിവസങ്ങൾകൊണ്ടാ സ്വഭാവം മുഴുവൻ മനസ്സിലാക്കി.

കട്ടക്കളത്തിൽ പണിയുന്ന സാധാരണക്കാരിൽനിന്നും വ്യത്യസ്ത
നാണ് രഘു. അവന്റെ സ്വഭാവരീതികൾക്കൊക്കെ പ്രത്യേകതകളുണ്ട്.
മിതമായേ രഘു ചെലവു ചെയ്യൂ. ഷാപ്പിൽപ്പോക്കും കുറവാണ്.

ഒരറപ്പ് കട്ടകൾ ആയിരത്തി അഞ്ഞൂറെണ്ണമുണ്ടാകും. പത്തൊൻപ
തുരൂപ കൂലി. സാധാരണക്കാർ രണ്ടറപ്പ് കട്ടയേ തീർക്കൂ.

മുപ്പത്തൊൻപതു രൂപ കൂലി.

പക്ഷേ, രഘു മൂന്നറപ്പ് തീർക്കും.

അൻപതു രൂപ കൂലി.

അവന്റെ കൈവേഗത മൂന്നറപ്പ് തീർത്തേ അടങ്ങൂ. പക്ഷേ, മൂന്നാ
മത്തെ സെക്ഷനു കിട്ടുന്ന കൂലി വെറും പതിനൊന്നു രൂപയാണ്. ഇഷ്ടി
കത്തൊഴിലാളി അംഗീകരിച്ച കൂലി.

ഈ മൂന്നാമത്തെ സെക്ഷൻ രഘുവിനെ സംബന്ധിച്ചിടത്തോളം
എന്നുമുണ്ടാവും.

ബേബിച്ചൻ മുതലാളിക്ക് രഘുവിനോടുള്ള പ്രത്യേക വാത്സല്യ
ത്തിന്റെ ഉറവിടവും ഇതുതന്നെയാണ്. ഓരോ ദിവസവും എട്ടരരൂപ ലാഭം
കിട്ടുന്നു മുതലാളിക്ക്.

അൻപതുരൂപ രഘു വളരെ കണ്ടേ ചെലവാക്കൂ. കാരണമുണ്ട്.

അവന്റെ സ്വപ്നത്തിൽ ഒരു വീടുണ്ട്. അവനും പെണ്ണും കുഞ്ഞു
ങ്ങളും ജീവിക്കുന്ന ഒരുവീട്.

മണ്ണു മെനഞ്ഞ് ജീവിക്കുന്ന ഒരു തൊഴിലാളിക്ക് ഒരിക്കലും ആ കട്ട
കൊണ്ട് വീടുവെയ്ക്കാൻ കഴിയാറില്ല.

സ്വന്തമായി ഒരുസെന്റ് മണ്ണില്ല.

പുറംപോക്കും കോളനികളും ലക്ഷംവീടുകളും മാത്രമാണ് ശരണം. ഏറെയും പുറംപോക്കാണ്.

ഓലകൊണ്ട് കുത്തിമറച്ച ആറ് കൽപ്പുരകൾ. കാറ്റടിച്ചാൽ പറന്നു പോകുന്ന മേൽക്കൂര. അതിനുള്ളിൽ അപ്പനും അമ്മയും മക്കളും ചുരുണ്ടുകൂടുന്നു.

അസംതൃപ്തമായ മുഖങ്ങൾ. മനസ്സുകൾ...

കള്ളിന്റെ ലഹരിയിൽ മതിമയങ്ങി പുരുഷൻ ഉറങ്ങുന്നു. ചിലർ സ്ത്രീകളുമായി ശബ്ദം വെയ്ക്കുകയോ അടികലശൽ കൂട്ടുകയോ ചെയ്യും.

ഓലപ്പഴുതിലൂടെ കാണുന്ന ആകാശപ്പൊട്ടുകളിലേയ്ക്കു നോക്കി അസമാധാനത്തോടെ സ്ത്രീകൾ ഉറങ്ങുന്നു.

ബേബിച്ചൻ മുതലാളി ശാസിക്കാറുണ്ട്. മാർഗങ്ങൾ ഉപദേശിക്കാറുണ്ട്.

"എടാ, നീയൊക്കെ ജീവിക്കാൻ പഠിക്കെടാ. നാൽപ്പതും അമ്പതും രൂപയ്ക്ക് പണിയെടുക്കുന്ന നീയൊക്കെ ഇങ്ങനെ നശിച്ച ജീവിതം നയിക്കാതെടാ. ഈ ഓലമറ ഒടിച്ചുകൂട്ടി പെമ്പ്രന്നോത്തിമാരും മക്കളുമായി കിടന്നുറങ്ങാൻ നിനക്കൊക്കെ നാണമില്ലെടാ. ഇഷ്ടികപ്പണിക്കാരാണ് നിങ്ങൾ. പക്ഷെ, പത്തിഷ്ടിക വാങ്ങി ഒരു അടിത്തറ കെട്ടിയിടാനെങ്കിലും നിനക്കൊക്കെ കഴിയുന്നുണ്ടേടാ?"

ബേബിച്ചൻ മുതലാളി പറയുന്നത് ശരിയാണ്. തറകെട്ടിയിടണമെന്നും മിച്ചം വയ്ക്കണമെന്നും അടുത്ത വർഷമെങ്കിലും ബാക്കി പൂർത്തിയാക്കണമെന്നും ആഗ്രഹിക്കും. ചിലരൊക്കെ തീരുമാനം വരെ കൈക്കൊള്ളും. പക്ഷെ, നടപ്പിലാക്കാറില്ലെന്നുമാത്രം. അതിനുമാത്രം കഴിയാറില്ല പലർക്കും.

എന്നാൽ രഘു അതിൽനിന്ന് തികച്ചും വ്യത്യസ്തനാണ്.

ഷാപ്പിലേയ്ക്കവൻ വളരെ ചുരുക്കമായേ പോകാറുള്ളൂ. പോയാലും ഒരു കുപ്പി കള്ളും അതിന്റെ കറിയും മാത്രം കഴിക്കും, ഇറങ്ങിപ്പോരും.

ഷെഡ്ഡിൽ ഒരു സ്റ്റൗ വാങ്ങിവെച്ച് അതിൽ ആഹാരം പാകം ചെയ്ത് കഴിക്കയാണവൻ. അകലെനിന്ന് വന്നു താമസിക്കുന്നവരിൽ ചിലർ അവനോട് പങ്കുചേർന്ന് ആഹാരം തയ്യാറാക്കും. അത് ലാഭമാണെന്നാണ് അവരൊക്കെ പറയുന്നത്.

സീതയ്ക്കും ഉള്ളിൽ ഈ വക ചിന്തകളാണുള്ളത്. അതുകൊണ്ടു തന്നെ രഘുവിന്റെ സ്വഭാവം അവൾക്കിഷ്ടമായി.

അതുകൊണ്ടവൾ അവനെനോക്കി തുറന്നു പറഞ്ഞു തന്റെ ഇംഗി
തം.

"കണ്ടപ്പോൾത്തന്നെ എനിക്കും ഇഷ്ടായി." പിന്നവൾ ഓടിക്കളഞ്ഞു.

അമ്പടി കള്ളീ! രഘു മനസ്സിൽ ചിരിച്ചു.

ഇഷ്ടം! ഇഷ്ടായി എന്ന്!

ഇഷ്ടം ഇരുവരും ഉള്ളിലടക്കി ജീവിച്ചു. പൊന്നു മാത്രം അതറിഞ്ഞു.
പൊന്നുവിലൂടെ അവളുടെ ചിറ്റമ്മയായ കുഞ്ഞമ്മയും.

"ചിറ്റമ്മേ ആരോടും പറയല്ലേ."

പൊന്നു അവരോട് പറഞ്ഞു. "മാണിച്ചേട്ടനറിഞ്ഞാൽ എന്നെയാ
കൊല്ലുന്നത്."

"ഇത്ര പേടിയുള്ള നീയെന്തിനാടീ ഈ വേലിയേൽക്കെടന്ന പാമ്പി
നെപ്പിടിച്ച് ഉടുതുണിക്കകത്ത് പുഴ്ത്തിയത്?" കുഞ്ഞമ്മ ചൊടിച്ചു.

"അതിപ്പോ, സീത പാവല്ലേ ചിറ്റമ്മേ, ആ രഘും പാവമാ." പൊന്നു
പറഞ്ഞു.

"പാവമാ, ശരിയാ." കുഞ്ഞമ്മ തലയാട്ടി.

"ആ രഘു സീതപ്പെണ്ണിന് ചേരുന്നോനാണ്. ഞാനീയ്യിടം ഓർത്തേയു
ള്ളു."

പൊന്നുവിന് സന്തോഷമായി.

കുഞ്ഞമ്മ ആ ബന്ധം ഉള്ളിൽ സൂക്ഷിച്ചു.

അവർ മൂവരും വരികയും പോവുകയും ചെയ്തു, ഒരുമിച്ച് സംസാ
രിച്ച്, പൊട്ടിച്ചിരിച്ച്. കുഞ്ഞമ്മ ആ പെൺകുട്ടികളുടെ നേതാവായി. രക്ഷാ
കർത്താവായി. അവരുടെ ഒപ്പം പോകുകയും വരികയും ചെയ്താൽ
ആരെയും പേടിക്കണ്ട.

അവർ ഒരുദിവസം വരാതായപ്പോഴാണ് സീതയ്ക്ക് കുഞ്ഞമ്മയുടെ
വില മനസ്സിലായത്. കുഞ്ഞമ്മയുടെ അനിയത്തിയുടെ മകളുടെ വിവാ
ഹം.

പോകാതിരിക്കാനാവില്ല. അവർ പൊന്നുവിനെയും കൂട്ടിയാണ് പോയ
ത്.

കളത്തിലേയ്ക്ക് വരാൻ സീതയ്ക്ക് മടിയായി, ഒറ്റയ്ക്.

രണ്ടുമൂന്നു ദിവസം കഴിഞ്ഞേ കുഞ്ഞമ്മയും പൊന്നുവും വരൂ.

എങ്കിലും സീത വന്നു. ഉത്സാഹരഹിതമായിരുന്നു അവളുടെ ഓരോ
പ്രവൃത്തിയും. പൊന്നുവും കുഞ്ഞമ്മയും ഇല്ലാത്തതിനാൽ രഘുവും
സീതയുടെ അടുത്തേയ്ക്ക് പോയില്ല.

വൈകുന്നേരം

പണിനിർത്തിയിട്ട് സീത ആറ്റിറമ്പിലേയ്ക്ക് പോയി. ഒറ്റയ്ക്ക് കുളി ക്കാൻ പോകുന്നത് ഷെഡ്ഡിനടുത്തു നിന്നിരുന്ന രഘു കണ്ടു. ധൃതിയിൽ സോപ്പും തോർത്തുമെടുത്ത് രഘുവും പിന്നാലെ ചെന്നു.

സീത അതറിഞ്ഞില്ല!

ആറ്

ചെമ്മണ്ണുനിറഞ്ഞ മുണ്ടും ബ്ലൗസും ഊരി നനച്ചുപിഴിഞ്ഞ് കല്ലിൽ വച്ചു. മാറിന് മുകളിൽവെച്ച് തോർത്തുടുത്തു. ചുറ്റും മിഴികൾ പായിച്ചു. ഓ, അല്ലെങ്കിൽത്തന്നെ ഇങ്ങോട്ടാരുവരാൻ– ഉയർന്ന തിട്ട. തിട്ടയിൽനി റെയ കാട്ടുവള്ളികളും പടർപ്പൻ മരങ്ങളും.

മുട്ടറ്റമേയുള്ളൂ വെള്ളത്തിന്റെ നിരപ്പ്. ഇരുന്ന് നന്നായി കുനിഞ്ഞാൽ മാത്രമേ മുങ്ങാനാവൂ. സീത ഇരുന്നു. നിവർന്നുനിന്നിട്ട് സോപ്പു തേക്കാൻ ഒരുങ്ങുമ്പോഴാണ് ശബ്ദം.

"സീതേ..."

ഒന്നു നടുങ്ങി!

പിന്നെ ആളെ മനസ്സിലായി. അകതാരിൽ കുളിർമഴ. മിഴികൾ കൂമ്പി. രഘു!

ഇഞ്ചപ്പടർപ്പിനും അപ്പുറത്തുനിന്നാണാ ശബ്ദം.പതിയെ എത്തിനോ ക്കി. നീണ്ടുവരുന്ന ഒരു തല.

സൂര്യപ്രകാശമേറ്റ ചെന്താമര പോലെ സീതയുടെ മുഖം വിടർന്നു. അധരങ്ങളിൽ മന്ദഹാസം. കൺകോണിൽ കവിത.

ഒരുനിമിഷം! പൊടുന്നനെ സ്ഥലകകാലബോധം ഉദിച്ചതുപോലെ അവൾ കരങ്ങൾ രണ്ടും മാറിൽ പിണച്ചുവെച്ചു, പിന്നെ ധൃതിയിൽ പറ ഞ്ഞു.

"ശ്യാം, ഇതെന്താ... ഒന്നു പോകൂന്നേ... വല്ലവരും കാണും."

"കാണട്ടെ. രഘു ചിരിച്ചു, കുസൃതിയോടെ. ഉടക്കുന്ന നോട്ടമെറിഞ്ഞ് എത്തിനോക്കിയപാടെ നിന്നു.

"ഞാൻ വെള്ളം കോരി ഒഴിക്കും." സീത ഭീഷണിപ്പെടുത്തി.

"ഉം. ഒന്ന് കാണട്ടെ.' രഘു പിൻമാറാൻ ഭാവമില്ല. പതിയെ ഇഞ്ചപ്പ ടർപ്പിനുള്ളിൽനിന്ന് ഇറങ്ങിവരാനുള്ള ഭാവമാണ്.

"വേണ്ട, വേണ്ട കേട്ടോ. ഞാൻ പിണക്കാ." തെല്ലു ദേഷ്യത്തോടെത ന്നെ അവൾ പറഞ്ഞു.

രഘു നിന്നു. അവളെ ഗൗരവത്തിൽ ഒന്നു നോക്കി. ഒന്ന് നീട്ടിമൂളി ക്കൊണ്ട് ഉൾവലിഞ്ഞു. ഇഞ്ചപ്പടർപ്പിനപ്പുറത്തേയ്ക്ക്.

ഊറിച്ചിരിച്ചുകൊണ്ട് സീതയും പിൻതിരിഞ്ഞു. മാറിൽനിന്നും കര ങ്ങൾ വിടർത്തി. ശരീരത്തോട് നനഞ്ഞ് ഒട്ടിച്ചേർന്ന തോർത്തുമുണ്ട്! ശരീ രത്തിന്റെ വടിവുകൾ എടുത്തുകാട്ടുന്നു.

ശ്ശെ!

എത്തിനോക്കാൻ കണ്ട നേരം.

ഉം, അങ്ങോട്ടു കേറിച്ചെല്ലട്ടെ. ചോദിച്ചിട്ടുതന്നെ കാര്യം. നാണമില്ലാ ത്തെ...

അക്കരെ, മാവിലപ്പടർപ്പുകൾക്കിടയിലൂടെ പകലോൻ പയ്യെപ്പയ്യെ താഴേയ്ക്കിറങ്ങുന്നു. വെയിലിന്റെ തീക്ഷ്ണത നന്നേ കുറഞ്ഞു. സുഖ കരമായ ഇളംചൂടാണിപ്പോൾ. മുങ്ങിപ്പൊങ്ങുമ്പോൾ എന്തെന്നില്ലാത്ത കുളിരാണുള്ളിൽ.

കുളിച്ച് നല്ല മുണ്ടും ബ്ലൗസും ധരിച്ച് തോർത്തും തോളിലിടാതെ മെയിൻറോഡിലൂടെ നടക്കാനാവുമോ? അതും നാല്ക്കവലയിൽ എത്തീ ട്ടുവേണം വീട്ടിലേക്കുള്ള വഴി തിരിയാൻ. വൈകുന്നേരമാവുമ്പോ ഴേയ്ക്കും കവലയിൽ ഒരുകൂട്ടം ആൾക്കാരുണ്ടാവും. അധികംപേരും കള്ളുഷാപ്പിലേയ്ക്കു പോകുന്നവർ.

എന്തായാലും ചെമ്മണ്ണുനിറഞ്ഞ ഇതേ വേഷത്തിൽത്തന്നെ കട്ടക്ക ളത്തിൽനിന്നും കയറിപ്പോരാൻ സീതയ്ക്കാവില്ല. പോരാഞ്ഞിട്ട് കള ത്തിന്റെ സമീപത്തുകൂടി ഇത്ര തെളിനീർ നിറഞ്ഞ തോടൊഴുകുമ്പോൾ.

സീത ധൃതിയിൽ ഒന്നുകൂടി മുങ്ങിനിവർന്നു. പിന്നെ ധൃതിയിൽ തോർത്തി. ഇടയ്ക്കവൾ നാലുപാടും മിഴികൾ പായിച്ചു. കുസൃതി നിറഞ്ഞ ആ മിഴികൾ എവിടെനിന്നെങ്കിലും എത്തിനോക്കുന്നുണ്ടോ?

താഴെ കുറ്റിക്കാടിന് മറഞ്ഞുനിന്ന് മുണ്ടും ബ്ലൗസും ധരിച്ചു. രാവിലെ വന്നപ്പൾ അഴിച്ചുവെച്ചതാണ്. അതിനുമീതെ തോർത്തു വിതർത്തിട്ടു. കളത്തിൽ ദിവസവും ഉടുക്കുന്ന കൈലിയും ബ്ലൗസും പിഴിഞ്ഞെടുത്തു. സോപ്പ് കൈയിൽ ഒതുക്കിപ്പിടിച്ചു.

പാണലിന്റെ കുറ്റിയിലും മുളന്തണ്ടിലും പിടിച്ച് ബലമൂന്നി സീത മുക ളിലെത്തി.

ഓഹോ! ആളെവിടെ? പിണങ്ങിപ്പോയയോ?

ഇഞ്ചപ്പടർപ്പിനപ്പുറം.

നിരപ്പായ സ്ഥലത്ത് തോർത്തുവിരിച്ച് അതിന്മേൽ മലർന്നു കിടക്കു കയാണ് ഇഷ്ടൻ.

43

ങ്ങും! പുകക്കുഴലിൽനിന്നെന്നതുപോലെയാണ് ബീഡിയുടെ പുക!

അവളെ ശ്രദ്ധിക്കുന്നേയില്ല. മുകളിലാണ് മിഴികൾ. ഇഞ്ചപ്പടർപ്പിനിട യിലൂടെ തെളിഞ്ഞുകാണുന്ന ആകാശത്തെ ഇത്തിരിവെട്ടത്തിലാണ് ശ്രദ്ധ!

സീത കുനിഞ്ഞൊരു ചെറിയ കല്ലെടുത്തു. ഉന്നംനോക്കി ഒറ്റ ഏറ്! കൃത്യം നെഞ്ചിൽത്തന്നെ.

അപ്പോൾ കണ്ടതുപോലെയാണ് നോട്ടം. രഘു എണീറ്റിരുന്നു. കറുത്ത മുഖം.

“എന്നാ പെണ്ണേ, ഇവിടൊന്ന് കെടക്കാനും സമ്മതിക്കുകേല്ലേ?” വല്യഭാവത്തിൽ തന്നെ. എന്തൊരു ഗൗരവം!

“കെടക്കുന്നതീ മണ്ണിലാണോ?” സീത ഊറിച്ചിരിച്ചു.

“എവിടെയായാലെന്താ, എന്തിനാ അറിയുന്നത്?”

“കാര്യമുണ്ടായിട്ടാന്ന് കണ്ടോ.” സീതയും വിട്ടില്ല.

“എന്തായിത്ര വലിപ്പം! ഞാനൊന്ന് നോക്ക്യാല്‍ എന്തായിത്ര പത്രാ സ്. പിന്നാർക്കു കാണാനാ?” രഘു ഗൗരവത്തിൽത്തന്നെ.

കൈകൾ നെഞ്ചിൽകെട്ടി ഗൗരവം വിടാതെതന്നെ സീത പറഞ്ഞു.

“അങ്ങനിപ്പോ ചക്കാത്തില് നോക്കണ്ട. അതിനെന്നെ കിട്ടത്തുമില്ല. അതിനൊക്കെ ചില മര്യാദകളുണ്ട്.”

“അതിനിപ്പോ ഞാനെന്തു ചെയ്യണമെന്നാ?” രഘു എണീറ്റു. വിരിച്ചി രുന്ന തുവർത്തെടുത്ത് കുടഞ്ഞ് മണ്ണും പൊടിയും കളഞ്ഞ് തലയിൽ വട്ടംകെട്ടി.

“ചെയ്യേണ്ടത്... അത് പിന്നെ...” സന്ധ്യാരാഗം വാരിപ്പൂശിയ പനിനീർമ ലരായി സീത നിന്നു. ചെഞ്ചൊടികളിൽ മധുരസ്മേരത്തിന്റെ പൂമ്പൊടി.

“ഉം... പറയ് പെണ്ണേ.” രഘു അവളുടെ തൊട്ടുമുൻപിൽ നിന്നു. അവന്റെ നിശ്വാസം തന്റെ കവിളിൽ തട്ടുന്നോ? ആരെങ്കിലും കണ്ടാൽ? ഓടിയൊളിക്കാൻ തോന്നി.

പക്ഷെ, തളച്ചിട്ടതുപോലെ നിൽക്കാനേ കഴിഞ്ഞുള്ളൂ. ഉടലാകെ പൊള്ളുന്ന അനുഭവം. ഉള്ളിൽനിന്ന് ചൂടുലാവ ഉരുകിയൊലിക്കുന്നോ?

“പറയത്തില്ലേ?” രഘുവിന്റെ കൊഞ്ചൽ...

“അത് പിന്നെ... പിന്നെ...” സീത നിർത്തി. സങ്കോചവും നാണവും മുഖത്ത് ചെഞ്ചായം പൂശുന്നു.

“പിന്നെ?” രഘു വിടാനല്ല ഭാവം.

“പിന്നെ... കല്യാണം...” സീത മുഴുവനാക്കിയില്ല. അതിനു മുൻപു

തന്നെ തന്റെ മാറിലേക്ക് രഘു വാരിയടുക്കി!

"എന്റെ സീതേ..."

ഒരുനിമിഷം സീത സ്തംഭിച്ചങ്ങനെ നിന്നു. തൊട്ടടുത്ത നിമിഷ ത്തിൽത്തന്നെ കുതറി പിടഞ്ഞകന്നു.

"ശ്ശോ" സീത ആകെ ചുവന്നുപോയി.

"പോ, ചേട്ടാ..." അവൾ തെല്ലുകൂടി അകന്നുനിന്നു. അവന്റെ നോട്ടത്തെ നേരിടാനാവാതെ ഇരുകരങ്ങൾകൊണ്ടും മുഖംപൊത്തി.

കൈവിരലുകൾക്കിടയിലൂടെ അവൾ നോക്കി.

രഘു!

സീതയുടെ മാത്രമായ രഘു!

കണ്ടുമുട്ടിയ നാൾമുതൽ മനസ്സും മനസ്സും ഒന്നുചേർന്നുപോയവർ! ഒരേ മോഹങ്ങളും ഒരേ സ്വപ്നങ്ങളും വച്ചുപുലർത്തുന്നവർ!

മുഖംപൊത്തിയെങ്കിലും കൈവിരലുകളുടെ വിടവിലൂടെ അവന്റെ മുഖ ത്തേയ്ക്ക് വീണ്ടും വീണ്ടും നോക്കിനിന്ന് സീത ഊറിച്ചിരിച്ചു. ഇഞ്ചപ്പ ടർപ്പിന്റെ മറവ് നാലുവശത്തും ഉണ്ടായിരുന്നതിനാൽ തെല്ലകലെനിന്നു നോക്കിയാൽ ആരും അവരെ കാണില്ല.

"സീതേ." അവളുടെ ആ നില്പ് ആസ്വദിക്കുന്നതുപോലെ അവൻ മന്ദഹസിച്ചു. ലോലമായിരുന്നു അവന്റെ സ്വരം.

"എന്തോ" കാതരരമയിരുന്നു, ആ വിളികേൾക്കൽ.

"കല്യാണത്തിന് ഇത്ര ധൃതിയായയോ?" അവന്റെ കുസൃതിച്ചോദ്യം.

"പോ" അവൾ ഉൾക്കുളിരോടെ കൊഞ്ഞനംകുത്തി.

അവൾ ചിരിയോടെ ചോദിച്ചു.

"പിന്നേയ് ഞാനൊരു കാര്യം ചോദിച്ചോട്ടെ?"

"ഉം. ചോദിക്." കേൾക്കാൻ തയ്യാറായി സീത നിന്നു.

അവളുടെ മിഴികളിൽ തറച്ചുനോക്കിക്കൊണ്ടവൻ ചോദിച്ചു.

"നിനക്ക് എന്നോട് എന്തേരം സ്നേഹോണ്ട്?"

"എന്റെ ജീവനെപ്പോലെ." അവൾ പറഞ്ഞു.

"എന്റെ വീട് ചെറുതാണ്. നിങ്ങളുടെ വീടിന്റെത്രമേയുള്ളൂ." അവൻ തുടർന്നു. "അവിടെ എന്റെ അച്ചായനും അമ്മച്ചീം രണ്ടു പെങ്ങന്മാരും ചേട്ടനും ഭാര്യയും കുട്ടികളും ഒക്കെയുണ്ട്."

അവൾ വിടർന്ന കണ്ണുകൾ അവന്റെ മുഖത്ത് തറപ്പിച്ചു. പിന്നെ ചോദി ച്ചു.

"ഇതൊക്കെ എന്തിനാ എന്നോട് പറയുന്നേ?"

"നീയിതൊക്കെ അറിഞ്ഞിരിക്കണം. മാത്രമല്ല, അങ്ങോട്ടല്ലേ നീയും ചെല്ലേണ്ടത്." കാര്യഗൗരവത്തോടെതന്നെ അവൻ തുടർന്നു.

"അടുത്തുതന്നെ ഒരു ലക്ഷംവീട് കോളനി അവിടെ ഉദ്ഘാടനം ചെയ്യു ന്നുണ്ട്. ചേട്ടന് അതിലൊന്ന് കിട്ടുമെന്നാ അറിഞ്ഞത്. അങ്ങനാണേൽ നമുക്കു രക്ഷയായി."

അവൾ ചിരിച്ചു.

അവൻ ആ ചിരി നോക്കിനിന്ന് മെല്ലെ അവളോടടുത്തു.

"പെണ്ണേ, ഞാനിതൊന്നും തമാശ പറഞ്ഞതല്ല. നിനക്ക് കാര്യങ്ങ ളുടെ ഗൗരവം അറിയില്ല."

"പോ, എനിക്കൊന്നും അറിയണ്ട." അവൾ കൈയെടുത്ത് അടുത്തു വന്ന തോളിൽ പിടിച്ച് മെല്ലെ തള്ളിമാറ്റി.

പക്ഷെ, അവനാ കൈകളിൽ കടന്നുപിടിച്ചു. മെല്ലെ ആ കരത്തിൽ തലോടി...

അവൾ മുഖം കുനിച്ചുനിന്നു. ദേഹമാകെ കുളിരുകോരി.

മുഖം ചുമന്നു. മിഴികൾ മെല്ലെകൂമ്പി.

"സീതേ." അവന്റെ സ്വരത്തിൽ വിറയൽ. അവന്റെ സിരകളിൽ വല്ലാ ത്തൊരുന്മാദം. ലഹരി.

അവനു മുൻപിൽ അവന്റെ പ്രിയപ്പെട്ടവൾ. കുളിച്ച് ഈറനായ ദേഹവും വെള്ളം ഇറ്റിറ്റുവീഴുന്ന മുടിയിഴകളും.

അവന്റെ കരങ്ങൾ അവനറിയാതെതന്നെ ആ മുടിയിഴകളിലേയ്ക്ക് നീങ്ങി.

അവൾ മെല്ലെ പിന്നോട്ട് നീങ്ങി.

അരുത് എന്നാ മിഴികളിൽ യാചന.

അരുത് എന്നാ അധരങ്ങളും വിതുമ്പുന്നോ?

പക്ഷെ, അവൾക്കത് പറയാനാവുന്നില്ല.

അവന്റെ കരതലം പതിയുന്ന ഭാഗങ്ങൾ പൊള്ളുന്ന അനുഭവം.

ഒന്നു കുതറാൻ അവൾ വെമ്പി.

അതിന് മുൻപുതന്നെ അവനവളെ നെഞ്ചിലേയ്ക്ക് വലിച്ചിട്ടു. അവന്റെ കരങ്ങൾക്ക് കരുത്തേറി. ആ കരങ്ങൾ അവളെ ഞെരിച്ചു.

ശ്വാസം മുട്ടിച്ചു.

ഇഞ്ചെപ്പടർപ്പ് അവർക്ക് മറയായി. മണിയറയായി. താഴെ പുൽമെത്ത യിൽ അവൾ വീണു.

അവനും.

നിമിഷങ്ങൾ കൊഴിഞ്ഞുവീഴവെ ആ ഇഞ്ചപ്പടർപ്പിനുള്ളിൽനിന്നും തേങ്ങലുകൾ ഉയർന്നു.

സീതയുടെ!

അതിനൊപ്പം സാന്ത്വനമുയർന്നു.

രഘുവിന്റെ!

"സീതേ... കരയല്ലേ.... കരയല്ലേ!"

തെല്ലുനിമിഷങ്ങൾക്കുമുമ്പ് താൻ താനല്ലാതായ നിമിഷത്തെ അവൻ സ്വയം ശപിച്ചു. അവന്റെ ബലിഷ്ഠമായ കരങ്ങളിൽ സ്വയമറിയാതെ അമർന്നുപോയ നിമിഷങ്ങളെ അവളും ശപിച്ചു!

പക്ഷെ,

അവളറിഞ്ഞു. തനിക്ക് നഷ്ടപ്പെട്ടത് ഇങ്ങിനി ഒരിക്കലും തിരിച്ചെടു ക്കാനാവില്ലാത്ത നിധിയായിരുന്നു എന്ന്!

കൈത്തണ്ടയിൽ നനച്ച് പിഴിഞ്ഞ് തൂക്കിയിട്ടിരുന്ന വസ്ത്രങ്ങളിൽ മണ്ണ് പുരണ്ടിരിക്കുന്നു!

സീത അവയൊക്കെ വാരിപ്പെറുക്കി വീണ്ടും ആറ്റിലേക്കുതന്നെ ഇറ ങ്ങി. അവളുടെ കണ്ണുകൾ നിറഞ്ഞു. തേങ്ങലുകൾ പിടിച്ചുനിർത്താനാ യില്ല. വീണ്ടും അവൾ മുങ്ങിക്കുളിച്ചു. തുണികൾ ഉലച്ചു പിഴിഞ്ഞു. തല തുവർത്തി. ഉലച്ചു പിഴിഞ്ഞെടുത്തവ കൈത്തണ്ടയിലിട്ടു. കണ്ണുകൾ അമർത്തിത്തുടച്ചു.

ഉള്ളിൽ തിങ്ങിനിറയുന്നത് ഉന്മാദമായിരുന്നില്ല, നഷ്ടബോധമാണെന്ന് എന്തുകൊണ്ടോ അവൾ മനസ്സിലാക്കി. വീണ്ടുവിചാരമില്ലാതിരുന്ന ആ പ്രവൃത്തിയെയും ആ നിമിഷങ്ങളെയും അവൾ ശപിച്ചു.

ഇനിയെങ്ങനെ മറ്റുള്ളവരുടെ മുഖത്ത് നോക്കും? വല്ലതും സംഭവി ച്ചാൽ?

എന്റീശ്വരാ. അവൾ നെഞ്ചിൽ കൈവച്ചു.

രഘുവേട്ടൻ ചതിക്കുമോ?

ഇല്ല, ഇല്ല എന്ന് മനസ്സിലുറപ്പിക്കാൻ ശ്രമിച്ചു. പാഴ്ശ്രമം!

തിട്ടയിൽ പിടിച്ചവൾ കയറാൻ ഭാവിക്കയായിരുന്നു. പൊടുന്നനെ!

മുകളിലെ ഇഞ്ചപ്പടർപ്പിനുള്ളിൽനിന്ന് ഒരാക്രോശം. തുടർന്ന് ഒരടി യുടെ ശബ്ദം!

സീത നടുങ്ങിപ്പോയി.

അവൾ മുകളിലേയ്ക്ക് പാഞ്ഞുകയറി!

മാണി!

ചന്ദ്രൻ!

അടികൊണ്ട കവിൾത്തടം പൊത്തിക്കൊണ്ട് രഘു!

നിൽക്കുന്ന തിട്ട ഇടിഞ്ഞു താൻ പാതാളത്തിലേയ്ക്ക് വീഴുന്നതായി സീതയ്ക്കു തോന്നി.

ഏഴ്

നാല് അഗ്നിഗോളങ്ങൾ. തീ ചിതറിത്തെറിക്കുന്നു. ഞമറുന്ന പല്ലു കൾ. കൂട്ടിത്തിരുമ്മുന്ന കരങ്ങൾ...

ഹൃദയം ആരോ കുത്തിപ്പറിച്ചെടുക്കുന്ന വേദനയോടെ സീത നിന്നു. ഒന്ന് ചലിക്കാൻപോലും ആകാതെ.

മാണി വീണ്ടും കയ്യോങ്ങുകയാണ്. ആ കയ്യിൽ രഘു കടന്നുപിടിച്ചു. പിന്നെ കൂസാതെ പറഞ്ഞു.

"കാര്യം പറയ് മാണീ. എന്നിട്ടല്ലേ നിന്റെയീ പ്രയോഗം. ഒന്നടിച്ചു. ഞാൻ ക്ഷമിച്ചു. പക്ഷെ, ഇനി കാര്യം അറിഞ്ഞേതീരൂ..."

"അറിയത്തില്ല അല്ലേടാ..." മാണി രോഷത്തോടെ ചീറി.

"മാണി ഉദ്ദേശിക്കുന്നത്ര കാര്യമൊന്നുമില്ല ഇതില്. ഞാൻ കുളിക്കാൻ വന്നതാണ്." രഘു സൗമ്യമായി പറഞ്ഞു. കാരണം, തങ്ങൾ തമ്മിലുള്ള ഈ വഴക്ക് സീതയെ അത്യന്തം ദുഃഖിപ്പിക്കുമെന്ന് അവന് തോന്നിയിരു ന്നു. അന്തംവിട്ടുള്ള അവളുടെ തളർന്ന നില്പ് അവൻ കാണുന്നുണ്ടാ യിരുന്നു.

"പെണ്ണുങ്ങളുടെ കുളക്കടവിലാണോ നിന്റെ കുളി?"

രഘുവിന്റെ സ്വരത്തിൽ ഗൗരവം തീരെ ഇല്ലെന്ന് കണ്ടപ്പോൾ മാണി അത്യന്തം ഗൗരവക്കാരനായി.

"ഇത് പെണ്ണുങ്ങളുടെ കടവാണെന്ന് ആരു പറഞ്ഞു? ഇവിടെ എല്ലാ വരും കുളിക്കുന്നുണ്ട്.

രഘു പറഞ്ഞു.

"ഓഹോ, അതിനായിരിക്കും ഇറങ്ങിത്തിരിച്ചത്. എത്തിനോക്കി കാണാൻ?"

"ത്ഫൂ? ചെറ്റ! പെണ്ണുങ്ങള് തുണിയഴിക്കുന്നത് കാണാൻ നടക്കുന്നു!" മാണി നീട്ടിത്തുപ്പി.

"നിന്റെ കളത്തിലാ ഇവൾക്ക് പണി. സമ്മതിച്ചു. കാര്യമൊക്കെ ശരി തന്നെ. പക്ഷേങ്കില് അടവൊക്കെ അങ്ങ് മനസ്സിലിരിക്കട്ടെ. എന്റെ പെങ്ങളെ തൊട്ടുകളിച്ചാല് നിന്റെ പൊടിപോലും നാട്ടിലേയ്ക്കയക്കാൻ

മിച്ചം കിട്ടത്തില്ലെന്ന് ഓർമിച്ചോ."

മാണിയുടെ സ്വരം കർക്കശമായി.

ഒരു പരിഹാസച്ചിരി രഘുവിന്റെ ചുണ്ടിലൂറിനിന്നു. ആ ചിരിയുടെ അർഥം സീതയ്ക്ക് മനസ്സിലായി. അവളുടെ നെഞ്ച് കത്തിയുരുകി.

മാണി പൊടുന്നനെ പിന്തിരിഞ്ഞ് അവൾക്കുനേരെ തട്ടിക്കയറി.

"എന്താടീ മിഴിച്ച് നിൽക്കുന്നേ? ഒറ്റയ്ക്ക് നിന്നോടാരുപറഞ്ഞെടീ ഇവിടെ വരാൻ? ആറ്റില് കുളിച്ചാലേ തൃപ്തിയാവൂ അല്ലേ? പോടീ വീട്ടി ല്. അടിച്ച് നിന്റെ അണപ്പല്ല് താഴെയിടണം. അതാ വേണ്ടത്."

സീത ഭയന്ന് ചുളിച്ചുരുങ്ങി. അവളുടെ ഭാവം ദയനീയമായി. പക്ഷെ, രക്ഷയില്ല.

സീത ധൃതിയിൽ മുൻപോട്ടു നടന്നു. കുനിഞ്ഞ ശിരസ്സുമായി. ഈശ്വ രാ. ചേട്ടന്റെ മനസ്സിൽ എന്തൊക്കെയാണാവോ? വല്ല സംശയവുംതോ ന്നിയോ? നെരിപ്പോടിൽ ചവിട്ടിയാണ് താൻ നടക്കുന്നതെന്നവൾക്കു തോന്നി.

അവൾ അകലെയായി എന്നു ബോധ്യമായപ്പോൾ പെട്ടെന്ന് തിരിഞ്ഞ് മാണി രഘുവിനോട് പറഞ്ഞു.

"ഞാ. ഒരു കാര്യം പറഞ്ഞേക്കാം. നീ വിലസുന്നതൊക്കെ കൊള്ളാം. വിരോധമില്ല. പക്ഷെ, നിന്റെ ഏഭ്യത്തരത്തിനൊക്കെ കൂട്ടുനിൽക്കാൻ വേറെ ആളെ തപ്പിക്കോണം. എന്റെ പെങ്ങളെ വെറുതെ വിട്ടേക്കുന്ന താണ് നല്ലത്. ഞാനാള് പെശകാണ്. തടി കേടാകും. ഞാനീ നാട്ടുകാര നാണ്. എനിക്ക് പിന്നില് ആളുണ്ട്. നിനക്കാരുമില്ല. നീ വരത്തനാണെ ന്നോർക്കണം..."

മാണി പെട്ടെന്ന് തിരിഞ്ഞു. കലിപൂണ്ട, പകമൂത്ത ഭാവത്തോടെ നിൽക്കുന്ന ചന്ദ്രന്റെ തോളത്ത് കൈയിട്ടു. ഇരുവരും നടന്നു.

തോളിൽക്കിടന്ന തോർത്തെടുത്ത് അന്തരീക്ഷത്തിലേയ്ക്ക് ആഞ്ഞു വീശിക്കുടഞ്ഞ് രഘു അവരുടെ പോക്ക് നോക്കിനിന്ന് നിശ്ശബ്ദം ചിരി ച്ചു. പുച്ഛം കലർന്ന ചിരി.

നിറഞ്ഞ പരിഹാസത്തോടെ അവനും നീട്ടിത്തുപ്പി.

'ത്ഫൂ!"

വരത്തനാണത്രെ! വരത്തൻ!

ആണെങ്കിലെന്താ?

ആണുങ്ങളെപ്പോലെ ദിവസം രൂപ അൻപത് കൈനീട്ടി വാങ്ങിക്കു ന്നു. അതിനിത്ര വിഷമിക്കുന്നതെന്തിന്? ഇയാളിത്ര കേമനാണെങ്കിൽ ഇയാളെ എന്തിനാ വയലിലെ കളത്തിൽനിന്നും മാറ്റിയത്? പകരം തന്നെ

ബേബിച്ചൻ മുതലാളി നിർബന്ധിച്ച് വിളിച്ചുകൊണ്ടുവന്നത്.

ഇയാളുടെ ചൂളയ്ക്ക് തീയിടുംമുൻപുതന്നെ തന്റെ ചൂളയ്ക്ക് തീപിടി ച്ചുകഴിയും, എന്നും.

അതിന്റെ അസൂയ!

അവന്റെ പെങ്ങളെ തൊട്ടുകളിക്കരുതെന്ന്!

ഓ, ഇത്തിരിക്കൂടി മുൻപ് വരണമായിരുന്നു. എന്നാൽ കാണാമായി രുന്നു; ആങ്ങളയ്ക്ക്! അടുത്ത നിമിഷം രഘു ഓർത്തു!

നന്നായി, വരാതിരുന്നത്. എങ്കിൽ നടക്കുന്നത് കൊലപാതകമായിരി ക്കും.

ഒന്നായിരിക്കില്ല. രണ്ടോമൂന്നോ സംഭവിക്കാം.

അതൊഴിവായിക്കിട്ടി.

സീത വീണ്ടും ആറ്റിലേയ്ക്കിറങ്ങി. നിമിഷങ്ങൾക്കുമുമ്പു ലഭിച്ച അനു ഭൂതിയുടെ ലയത്തിൽ മുങ്ങിത്തുടിക്കവേ, മെല്ലെ ആറ്റിലേയ്ക്ക് ഒന്നെ ത്തിനോക്കി.

അവളെന്തു ചെയ്യുന്നു എന്നറിയാൻ!

പക്ഷെ, ആ നിമിഷത്തിലാണ് അവന്റെ വരവും!

ഭാഗ്യം.

താനൊന്ന് എത്തിനോക്കി എന്നത് മാത്രമാണിപ്പോൾ ചാർജ്ഷീറ്റ്!

രഘു സ്വയം ചിരിച്ചു.

വരത്തനെന്ന്! വരത്തൻ പോലും. വയലിലെ കളത്തിലെ നായകനാണ് താൻ. അവന്റെ പെങ്ങളും താൻ പറയുന്നതനുസരിക്കണം. എന്നിട്ട് എര പ്പാളി പറയുന്നു.

താൻ വരത്തനാണെന്ന്.

അവൻ സീതയുടെ ആങ്ങളയായിപ്പോയി. അതാണ് ഏറെ വിഷമം. നാട്ടിലേക്കയക്കാൻ പൊടിപോലും മിച്ചം കാണില്ലെന്ന്.

ഉം, കാണാം.

ഇന്ന് ക്ഷമിച്ചു. ഇനി ആ കൈ തന്റെ നേരെ പൊങ്ങിയാൽ താനത് പിരിച്ചൊടിക്കും, തീർച്ച. താഴെനിന്നവൻ കല്ലുകൾ പെറുക്കി ദേഷ്യം തീർക്കാനെന്നോണം ആറ്റിലേക്ക് ഊക്കോടെ എറിഞ്ഞു. ഒഴുക്കിൽ വീണ കല്ലുകൾക്കു ചുറ്റും ചിറ്റോളങ്ങൾ.

വരത്തൻപോലും. വരത്തൻ! എത്ര പിടിച്ചിടടും ഉള്ളിലൊതുങ്ങാത്ത അമർഷത്തോടെ അവൻ പിറുപിറുത്തു.

ഉം. വരട്ടെ കാട്ടിക്കൊടുക്കാം.

സ്വയമെന്നോണം ആവർത്തിച്ച് പറഞ്ഞിട്ടവൻ മുണ്ടുപോലും മാറാൻ

ശ്രമിക്കാതെ അതേവേഷത്തിൽത്തന്നെ പുഴയിലെ തെളിനീരിലേക്ക് എടു
ത്തുചാടി!

*** *** ***

വീട്ടിലേയ്ക്ക് നടക്കുന്നതിനിടയിൽ സീത പൊട്ടിക്കരഞ്ഞുപോയി. വഴി
യിലൂടെ ആൾക്കാർ പോകുന്നു. അവർ ശ്രദ്ധിക്കുമോ?

അവൻ പറയുന്നത് ഒന്നും കേൾക്കണ്ട. അവനെ നോക്കുകപോലും
ചെയ്യണ്ട എന്നാണ് മാണിച്ചേട്ടന്റെ താക്കീത്.

ആ താക്കീത് ഏതുനിമിഷത്തിലും ചെവിക്കുള്ളിൽ പെരുമ്പറ മുഴ
ക്കുന്നു. എന്നിട്ടും താൻ തെറ്റ് ചെയ്തു.

ശപിക്കപ്പെട്ട നിമിഷങ്ങൾ.

ചേട്ടൻ ആ മനുഷ്യനെ പിണക്കി.

ചേട്ടൻ തല്ലിയതിന് തന്നോടു പക പോക്കുമോ?

എന്റീശ്വരാ?

അങ്ങനെയാണോ ആ മനസ്സിലിപ്പോൾ. ആ മുഖത്തെ പരിഹാസവും
പുച്ഛവും താൻ കണ്ടതല്ലേ?

എന്റെ പെങ്ങളെ തൊട്ടുകളിക്കരുതെന്നു പറഞ്ഞപ്പോൾ.

കാണാൻ, ഒന്ന് ഹൃദയം തുറന്ന് സംസാരിക്കാനൊക്കെ എത്രനാളായി
കൊതിക്കുന്നു.

കളത്തിൽ വെച്ച് നോട്ടംപോലും ഇല്ല. താൻ അടുത്തുണ്ടെങ്കിലും
പൊന്നുനോടും കുഞ്ഞമ്മയോടുമാണ് സംസാരിക്കുക. ഒക്കെ മാണിച്ചേ
ട്ടനെ ഭയന്നാണ്. അതിനായിട്ടാണ് ഈ ഒളിച്ചുകളിയും.

വല്ലപ്പോഴും ഒന്നോ രണ്ടോ വാക്ക് സംസാരിക്കുന്നതും ഈ ആറ്റുതീ
രത്തുവച്ചാണ്. അതൊരിക്കലും ഇതുപോലെ ഒറ്റയ്ക്കായിരുന്നില്ല. അവിടെ
തങ്ങൾക്കൊപ്പം പൊന്നുവും കുഞ്ഞമ്മയും ഉണ്ടായിരിക്കും, എന്നും.

ഒറ്റയ്ക്കൊന്നു കാണാൻ, ഒത്തിരിയൊത്തിരി ഹൃദയഹരസ്യങ്ങൾ പറ
യാൻ എന്തു കൊതിയാണ് തനിക്ക്.

ഇന്ന് തന്റെ പിന്നാലെ ആറ്റുതീരത്തേയ്ക്ക് വന്നെങ്കിൽ, ഒരിത്തിരി
സമയം സ്വന്തമായി കിട്ടിയെങ്കിൽ.

ഒന്നു കൊതിതീരെ കാണാൻ. ഒരു വാക്കുരിയാടാൻ കഴിഞ്ഞെങ്കിൽ...
എന്നൊക്കെ താനാഗ്രഹിച്ചില്ലേ? മുല്ലക്കാവിലമ്മ സഹായിച്ചു. വന്നു,
കണ്ടു.

പക്ഷേ, സംഭവിച്ചതെന്തൊക്കെയാണ്?

എന്തൊരു പൊട്ടിത്തെറിയാണവിടെ നടന്നത്?

മാണിച്ചേട്ടന്റെ രൗദ്രഭാവം.

സംഹാരതാണ്ഡവമാടുന്ന പരമശിവനെപ്പോലെ.

ചേട്ടൻ എന്തിനാവഴി വന്ന?

ആ സമയത്ത്

ആരോ പറഞ്ഞുകൊടുത്ത് കൊണ്ടുവന്നതുപോലെ.

ആരാവാം

ചന്ദ്രൻ...?

അയാളാണോ ഒറ്റുകാരൻ?

സീത പല്ലുകടിച്ചു.

ഹും! അയാളുടെ ഒരാഗ്രഹം.

ആ നോട്ടം. ആ നില്പ്.

മൂർഖനെപ്പോലെ.

തന്നെ എടുത്തങ്ങ് വിഴുങ്ങുമെന്ന് തോന്നിപ്പോയി.

അയാളുടെ ഭാവം.

സൂക്ഷിക്കണം. ആ ദുഷ്ടനിപ്പോൾ അടവൊന്ന് മാറ്റിയിരിക്കുകയാ
ണ്.

മാണിച്ചേട്ടനുമായി ഇപ്പോൾ വല്യ ലോഹ്യത്തിലാണ്.

കളത്തിൽനിന്ന് മാണിച്ചേട്ടൻ ഇറങ്ങുമ്പോൾ അയാളും ഒപ്പംകൂടും.
കവലയിലെ ഷാപ്പിലാണ് ഇരുവരും ചെല്ലുക.

ചന്ദ്രൻ മാണിച്ചേട്ടനെ കള്ളും ഇറച്ചിയും വാങ്ങിക്കൊടുത്ത് സൽക്ക
രിക്കുന്നു.

എന്തിന്?

അതിന്റെ അർഥവ്യാപ്തിയും ഉദ്ദേശ്യവും താൻ മനസ്സിലാക്കുന്നു.
പക്ഷെ, മാണിച്ചേട്ടന് അറിയാമോ? അറിയാം. മറ്റൊരു തരത്തിൽ.

"ആ ചന്ദ്രന് നമ്മുടെ സീതേ വല്യ ഇഷ്ടമാ."

ഒരുദിവസം മാണിച്ചേട്ടൻ അമ്മയോട് പറയുന്നത് താൻ കേട്ടതാണ്.

അമ്മയ്ക്കും അതിഷ്ടമാണെന്ന് സംസാരത്തിൽ അറിയാൻ കഴിഞ്ഞു.

ചതിയൻ, കള്ളുകൊടുത്ത് തന്റെ ചേട്ടനെ പാട്ടിലാക്കിയിരിക്കുന്നു.

ചിലപ്പൊഴൊക്കെ വീട്ടിൽ കയറിവരും. അമ്മയ്ക്കും ഈയിടെയായി
വല്ലാത്ത ഇഷ്ടവും താല്പര്യവും. അയാളെക്കുറിച്ച് ഇടയ്ക്കൊക്കെ പറ
യുന്നത് കേൾക്കാം.

അയാൾ എങ്ങനെയോ രഘുവേട്ടന്റെ കാര്യം അറിഞ്ഞിട്ടുണ്ട്. എവി
ടെയോ മറഞ്ഞിരുന്ന് എല്ലാനീക്കങ്ങളും മനസ്സിലാക്കിയിട്ട് മാണിച്ചേട്ട
നേംകൂട്ടി വന്നതാണയാൾ.

ദുഷ്ടൻ! ദ്രോഹി.

അയാളിങ്ങ് കെട്ടാൻ വരട്ടെ. താനങ്ങ് നിന്നുകൊടുക്കും.
കാണാം.

മുല്ലക്കാവിലമ്മയാണെ സത്യം. അയാൾക്കുമുമ്പില് താലികെട്ടാൻ നിന്നുകൊടുക്കൂല്ല.

"എടീ പെണ്ണേ..." തങ്കയുടെ സ്വരം. സീത നടുങ്ങിപ്പോയി.

ഓ, താൻ വീടെത്തിയിരിക്കുന്നു.

അവൾ മുഖം ഉയർത്തിനോക്കി.

ആഹ്ലാദം അലതല്ലുന്ന മുഖവുമായി തങ്ക. കൊന്നപ്പത്തലുകളിലൊന്നിൽ ചാരിനിൽക്കുകയാണവർ.

അവരുടെ ക്ഷീണിച്ച കണ്ണുകളിലും മെല്ലിച്ച ശരീരത്തിലുമൊക്കെ സന്തോഷത്തിന്റെ തിരത്തള്ളൽ...

സീത അമ്പരന്ന് ഒരുനിമിഷം നിന്നു. അമ്മയുടെ ആഹ്ലാദം നിറഞ്ഞ മുഖം സീതയിലുണർത്തിയത് ഒരു വല്ലാത്ത നടുക്കമാണ്.

അവൾക്ക് എന്തൊക്കെയോ മനസ്സിലായി. അത്ഭുതകരമായ എന്തോ ഒന്ന് സംഭവിക്കാൻ പോകുന്നു.

എട്ട്

"നീ എന്താ പെണ്ണേ ഇത്ര വൈകിയെ?" തങ്ക സ്നേഹവാത്സല്യത്തോടെ അവളെ നോക്കി. അവളുടെ കൈയിൽനിന്ന് ഈറൻതുണി വാങ്ങി മുറ്റത്തു വലിച്ചു കെട്ടിയ കമ്പിയിൽ വിരിച്ചു.

"നീ ചെന്ന് തുണിമാറ്."

സീത അകത്തേയ്ക്ക് കടന്നു. ലുങ്കിയും ബ്ലൗസും അഴിച്ചുവച്ച് പകരം വീട്ടിൽ ഉടുക്കുന്ന ബ്ലൗസും പാവാടയും ധരിച്ചു.

അപ്പോഴേയ്ക്കും തങ്ക കപ്പപ്പുഴുക്കും ചാളപറ്റിച്ചതും വിളമ്പിക്കഴിഞ്ഞിരുന്നു. അമ്മയിൽനിന്നും എന്തൊക്കെയോ ഒളിക്കാനെന്നതുപോലെ സീത മുഖം കുനിച്ചിരുന്നു.

പതിവിന് വിപരീതമായി ഒന്നും മിണ്ടാതിരുന്ന് പുഴുക്ക് തിന്നുന്ന സീതയെ തങ്ക ശ്രദ്ധിച്ചു. തങ്കയുടെ ഉള്ളിൽ ഒരു തുടിപ്പുയർന്നു. പൊട്ടിവിടർന്ന ആഹ്ലാദക്കുമിള തെല്ലൊന്നൊതുക്കി മകളെ നോക്കിയിരുന്നു. അമ്മച്ചി വെറുതെ ഇരിക്കുന്നത് കണ്ടപ്പോൾ സീത ചോദിച്ചു.

"അമ്മച്ചി കഴിക്കുന്നില്ലേ?"

ഓ, വിഷയം അവതരിപ്പിക്കാൻ പറ്റിയ ചോദ്യം. സന്തോഷത്തോടെ തങ്ക തുടങ്ങിവച്ചു.

"ഞാൻ മുമ്പേ തിന്നു. മാണീം ചന്ദ്രനും വന്നാരുന്നു. അവരുടെ കൂടെ ഞാനും തിന്നു. ചാള പറ്റിച്ചത് ആ ചന്ദ്രന് എന്തൊരിഷ്ടാരുന്നു."

സിത നടുക്കത്തോടെ മുഖമുയർത്തി. ആ മിഴികളിൽ ഭീതി തിരയടിച്ചു. ആ ഭാവമാറ്റം തങ്കയെ അമ്പരപ്പിച്ചു.

ചന്ദ്രൻ! അയാൾ വന്നുവെന്നോ വീണ്ടും?

"എന്നാ മോളേ?" തങ്ക ചോദിച്ചു.

"ഒന്നുല്ലാ." സീത സമനില വീണ്ടെടുത്തു.

"ഉം? എന്തിനാണവരു വന്നത്? ഇന്നു കളത്തിൽ പണിയില്ലായിരുന്നോ?" വെറുതെയെന്നോണം ചോദിച്ചു.

"പണിയില്ലാഞ്ഞിട്ടാണോ?" തങ്കയുടെ ചുണ്ടിൽ ചിരിപരന്നു. "ഒരു നല്ല കാര്യത്തനായിട്ടു വന്നതല്ലേ?" അടുത്തിരുന്ന് സീതയുടെ തലയിൽ തലോടി തങ്ക പതിയെ തുടർന്നു.

"എന്റെ മോടെ ഭാഗ്യമാ. അതാ ആ ചെറുക്കനിങ്ങനെ തോന്ന്യത്."

സീതയുടെ ഉള്ളിൽ പെരുമ്പറയടി.

"അവന് നിന്നെ വല്യ ഇഷ്ടാ. കല്യാണാലോചനേമായിട്ടാ വന്നത്. നല്ലൊരു കൊച്ചനാ. എനിക്കവനെ വല്യ ഇഷ്ടാ..."

"അമ്മേ, സീത നടുക്കത്തോടെ വിളിച്ചു. ആ വിളിയുടെ മുഴക്കം. അമ്പരപ്പോടെ തങ്ക അവളെ നോക്കി.

"എന്തോന്നാടീ പെണ്ണേ നിനക്ക്. പറയ്." അവർ ചോദിച്ചു.

"അമ്മച്ചി എന്നിട്ട് എന്നാ മറുപടി പറഞ്ഞു?" സീതയ്ക്കതാണറിയേണ്ടത്.

"ഞാനെന്താ പറയാനാ? നിങ്ങളെ ഇഷ്ടത്തിന് എനിക്കെതിരൊണ്ടോടീ?" തങ്കയുടെ സ്വരത്തിൽ നിറഞ്ഞ വാത്സല്യം.

"ചേട്ടനെന്തോ പറഞ്ഞു?" ഉദ്വേഗതയോടെ അവൾ ചോദിച്ചു.

"അവനല്ലേ ആ ചെറുക്കനെ കൂട്ടിക്കൊണ്ടുവന്നത്. പിന്നെ ഇഷ്ടപ്പെടാണ്ട് വരുവോ?"

സീതയുടെ ഉള്ളിൽ ഒരു കനൽക്കട്ട വീണ് എരിഞ്ഞു. അടിവയറ്റിൽനിന്നൊരഗ്നിഗോളം മുകളിലേയ്ക്ക്.

മകളുടെ ഇരിപ്പ് അമ്മ ശ്രദ്ധിച്ചു.

"നിനക്കെന്നാടീ, ഇഷ്ടാല്ലേ?" തങ്ക ചോദിച്ചു.

ഇല്ലാന്ന് പറയാൻ പാടില്ല. കാര്യം പറയേണ്ടതായി വരും. ഇഷ്ടമാണെന്ന് പറഞ്ഞാലോ.

ഈശ്വരാ!

അപ്പോൾ രഘുവേട്ടൻ?

ആ മനുഷ്യനെ വഞ്ചിക്കാനോ?

പാടില്ല, അതുവയ്യ.

സീത വിയർത്തു. പുഴുക്ക് തിന്നുന്നത് മതിയാക്കി.

"എനിക്കിപ്പോൾ കല്യാണം വേണ്ട." അവൾ തിടുക്കത്തിൽ പറഞ്ഞു. ഞാനൊട്ട് സമ്മതിക്കേമില്ല."

"എന്നാ കാര്യം?" തങ്ക തിരക്കി.

"വേണ്ടായിട്ടുതന്നെ." സീതയ്ക്ക് ശുണ്ഠിയായി.

"ഞാനെന്താ, അത്രയ്ക്ക് ശല്യായോ? ഇത്രപെട്ടെന്ന് പറഞ്ഞുവിടാ നെന്താ ധൃതി?"

തങ്ക ഊറിച്ചിരിച്ചു. കല്യാണക്കാര്യം പറയുമ്പോൾ എല്ലാ പെൺകു ട്ടികളും പറയുന്ന ന്യായങ്ങൾ. ഉള്ള് പൊട്ടിത്തരിക്കുമ്പോഴും പറയും.

വേണ്ട. എനിക്കിപ്പോൾ വേണ്ട എന്ന പറച്ചിൽ. അകമ്പടിയായി കണ്ണീ രും.

അടവ്!

"പെണ്ണേ ഇതൊക്കെ എനിക്കറിയാമെടീ"

"നീ ശല്യായിട്ടാണോ പെണ്ണേ? ഓരോ ബാധ്യതകള് അപ്പോഴപ്പോഴ് തീർക്കണം. നിന്നെ പറഞ്ഞുവിട്ടിട്ടുവേണ്ടേ എനിക്ക് പെണ്ട്കൊണ്ടുവ രാൻ. ആ പെണ്ണാണെങ്കില് എത്ര നാളായി ഇങ്ങനെ കാത്തുകെട്ടി ഇരി ക്കുന്നു?"

"ഞാനിവിടുന്ന് പോയാലേ പൊന്നു ഇങ്ങോട്ട് വരത്തൊള്ളു എന്നു പറഞ്ഞോ?" സീത ചോദിച്ചു. നീരസത്തോടെ തന്നെ.

"അതാണോടി പൊട്ടിപ്പെണ്ണേ കാര്യം? അവളങ്ങനെ പറയുവോ? നിന ക്കൊന്നും മനസ്സിലാകത്തില്ലിപ്പഴ്. നീ കൊച്ചാണ്." തങ്ക ചിരിച്ചു.

"തന്നെതന്നെ. കൊച്ചാണ് എന്ന് പറയുവേം കെട്ടിക്കാനായി ചെറു ക്കന് അച്ചാരം കൊടുക്കുവേം" സീതയുടെ ശുണ്ഠിയും സംസാരവും തങ്കയിൽ വീണ്ടും ഉണർത്തിയത് ചിരിയാണ്.

"ആ ചന്ദ്രനാണെങ്കില് നല്ലൊരു പയ്യൻ, നല്ല അധ്വാനി. മാണിയേ ക്കാൾ അധ്വാനിയാ അവൻ. വീട്ടിലാണെങ്കില് ഒരു പ്രാരാബ്ധോമില്ല. ആ തള്ളയും മകനും തന്നെയാ താമസം. നിനക്ക് സുഖമാരിക്കും. പിന്നെ കട്ടക്കളത്തില് ഇങ്ങനെ വെയിലുകൊണ്ട് അധ്വാനിക്കുവേം വേണ്ട."

"ഊം. ഊം. പറഞ്ഞിരുന്നോ? സ്ത്രീധനം കൊടുക്കാനായി അതിനി വിടെ നയാപ്പൈസ ഉണ്ടോ?" ഒരു ദുർഘടസന്ധിയിലേക്ക് വിരൽചൂണ്ടു കയായിരുന്നു സീത.

വിവാഹമണ്ഡപത്തിലേക്ക് മകളെ കൈപിടിച്ചാനയിക്കുന്നത് സ്വപ്നം

കണ്ടിരുന്ന തങ്കയും ഒന്നു ഞെട്ടി. ഈശ്വരാ...

അക്കാര്യത്തെക്കുറിച്ച് ചിന്തിച്ചില്ല എന്നതാണ് സത്യം. അഞ്ചാറുപ വന്റെ ആഭരണോം രണ്ടുമൂവായിരം രൂപയും എങ്കിലും കിട്ടാൻ തീർച്ച യായും ചന്ദ്രൻ യോഗ്യനാണ്.

ഇവിടെ ഉണ്ടോ? പെണ്ണിന്റെ കാതില് അരപ്പവന്റെ വകപോലുമില്ല. ഒരു ചിട്ടില് ചേർന്ന വകയില് പത്തായിരം രൂപ മാത്രം കൈവശമുണ്ട്. അതുകൊണ്ടെന്താകാനാണ്? കല്യാണം നടക്കില്ല. തങ്കയുടെ നിരാശ കൂടുകെട്ടിയ മുഖം വായിച്ചറിഞ്ഞപോലെ സീത പറഞ്ഞു.

ഇതുതന്നെയാ ഞാൻ പറഞ്ഞത്, രണ്ടുമൂന്നുകൊല്ലം കഴിയട്ടെ എന്ന്. ഞാനുംകൂടി പണിത് കാശൊണ്ടാക്കാം. എന്നിട്ടുമതി കല്യാണം. എനി ക്കങ്ങനെ പ്രായമൊന്നും അധികായില്ലല്ലോ. പിന്നെന്തിനാ ഇപ്പോ ഇത്ര ധൃതി?"

"എടീ പെണ്ണേ, നീ എനിക് ഭാരമായിട്ടൊന്നുമല്ലെടീ. നിനക്കറിയത്തി ല്ല. അല്ല മറിപ്പെ, അവടെ ഒരു വർത്താനം കേട്ടോ?' തങ്ക എണീറ്റു. "അവ നിങ്ങു വരട്ടെ വല്ല വഴീം അവർ കണ്ടുവച്ചിട്ടൊണ്ടാരിക്കും."

മാണിയുടെ വരവിനെ വല്ലാതെ ഭയന്നാണ് സീത ഇരിക്കുന്നത്. വന്നാ ലുടനെ വീണ്ടും ചോദ്യം ചെയ്യൽ ഉണ്ടാകുമെന്നും ചിലപ്പോൾ അടികി ട്ടുമെന്നും അവൾ ഭയപ്പെടുന്നു.

പക്ഷെ, അവൾ ഭയന്നതുപോലെ സംഭവിച്ചില്ല. മാണി വന്നപ്പോൾ തന്നെ ഇരുട്ടി. കള്ളിന്റെ മണം കുടിലിനുള്ളിൽ നിറഞ്ഞുനിന്നു.

സീത നേരത്തെതന്നെ മുറിയുടെ മൂലയില് പായ തട്ടിക്കുടഞ്ഞ് വിരിച്ച് കിടന്നുകഴിഞ്ഞിരുന്നു. ഉറക്കം നടിച്ചാണ് കിടപ്പ്.

ചോറും മീൻകൂട്ടാനും തയ്യാറായിരുന്നു.

'സീത ചോറുണ്ടോ അമ്മച്ചീ. ഇവളെന്തിനാ ഇത്ര നേരത്തെ കേറി കിടന്നത്?" മാണി ചോദിച്ചു.

"മാസികേം വായിച്ചോണ്ട് ഇരിക്കുവാരുന്നല്ലോ." തങ്ക പറഞ്ഞു. "ചോറുണ്ടില്ല, വന്നപ്പോഴേ പുഴുക്ക് കഴിച്ചു ഇനി വേണ്ടാരിക്കും."

"ആരു പറഞ്ഞു? അത്താഴം പഞ്ഞം കിടക്കുന്നോ? എണീരെടീ പെണ്ണേ." മൺഭിത്തിക്കഭിമുഖമായി തിരിഞ്ഞുകിടന്ന സീതയെ അവൻ തട്ടിവിളിച്ചു. ബലമായി പിടിച്ചുലച്ച് എണീല്പിച്ചു.

ഇപ്പോൾ ഉറക്കം തെളിഞ്ഞതുപോലെ സീത കോട്ടുവായിട്ടു. പിന്നെയും ഉറക്കം തൂങ്ങിയിരുന്നു.

"ചോറ് വേണ്ടേടീ,' മാണി അവളുടെ തോളിൽ തട്ടി.

"ഹും" എന്ന് മൂളിക്കൊണ്ട് സീത വീണ്ടും കിടന്നു.

മാണി സ്വയം ചിരിച്ചു. ഉറക്കം പിടിച്ചാൽ അവളിങ്ങനെയാണ്. പിന്നെ ഉണർത്താൻ വലിയ ബുദ്ധിമുട്ടാണ്.

ആ കുഞ്ഞുപെങ്ങൾ അവന്റെ ജീവന്റെ മരുന്നാണ്. അവരിരുവരും ഒരുമിച്ചിരുന്നേ ആഹാരം കഴിച്ചിട്ടുള്ളൂ.

വൈകുന്നേരത്തെ സംഭവം മാണി മറന്നുകഴിഞ്ഞിരുന്നു. അല്ലെ ങ്കിൽത്തന്നെ അതിനിത്ര ഗൗരവം കൊടുക്കാനുണ്ടോ? സ്ത്രീകൾ കുളി ക്കുന്നിടത്ത് എത്തിനോക്കിയ പുരുഷന്റെ മേലല്ലാതെ ആ സംഭവത്തിൽ സീതയുടെ ഭാഗത്ത് എന്ത് തെറ്റാണുള്ളത്?

രഘുവിന്റെ മേൽ കുറ്റമാരോപിക്കാനേ മാണിക്ക് കഴിയുന്നുള്ളൂ. അവന്റെ ഇങ്ങേ കരണംകൂടെ പുകയ്ക്കേണ്ടതായിരുന്നു. ഉം, വരട്ടെ, ഇനിയും അവസരം വരും. ആ വരത്തൻ സൂക്ഷിച്ചിരുന്നോട്ടേ.

മാണിയും തങ്കയുംകൂടി വീണ്ടും സീതയെ പൊക്കി എണീപ്പിച്ചു. ശാസിച്ചു. അവൾ ഉറക്കച്ചെടവോടെ എന്നതുപോലെ മുഖം കഴുകി.

താഴെ തറയിലെ പലകമേൽ മൂവരും ഇരുന്നു. അവരു മൂന്നുപേരും ഒരുമിച്ചാഹാരം കഴിച്ചു.

ഓരോ നിമിഷവും സീത പ്രതീക്ഷിച്ചു, ഇപ്പോൾ ചോദിക്കും എന്ന്. വൈകുന്നേരത്തെ അസുഖകരമായ ആ സംഭവം ചേട്ടൻ മറന്നിരിക്കില്ല.

ചോദ്യം ചെയ്യാൻ വേണ്ടിയാവാം ഇന്ന് പതിവിലധികം കുടിച്ചിരിക്കുന്നു എന്നവൾ ഓർത്തു. സാധാരണ ഇത്രയധികം കുടിക്കാറില്ല. എന്നുത ന്നെയുമല്ല, ആ ചന്ദ്രന്റെ കൂട്ടുകെട്ട് കിട്ടിയതിൽപ്പിന്നെ ഒട്ടുമിക്ക ദിവസ ങ്ങളിലും ചേട്ടൻ കുടിക്കുന്നുണ്ട് എന്ന് സീത ഓർത്തു.

"ഒന്നു കാണട്ടെ. ഞാനൊന്ന് പറയുന്നുണ്ട്." എന്നു കഴിഞ്ഞദിവ സവും പൊന്നു പറഞ്ഞതോർത്തു. കുടിച്ച് തലേന്നു മുക്കവലയിൽവെച്ച് ആരോ ആയി വാക്കേറ്റം ഉണ്ടായി എന്നറിഞ്ഞപ്പോഴാണവൾ പറഞ്ഞത്.

പക്ഷ, പൊന്നു പറയില്ല. മാണിയെ അവൾക്ക് അത്ര ഭയമാണ്. മിണ്ടി പ്പോകരുത് എന്ന് മാണിപറഞ്ഞാൽ പൊന്നുവിന്റെ നാവ് ആ നിമിഷം സ്തംഭിക്കും.

എന്തായാലും ഊണു കഴിച്ചു തീരുന്നതുവരെ മാണി ഒന്നും പറഞ്ഞി ല്ല. കൈകഴുകിക്കഴിഞ്ഞപ്പോഴേ സീത വീണ്ടും പായയിലേക്കുതന്നെ വീണു. ചോദ്യം ചെയ്യാൻ മാണി തയ്യാറെടുക്കുകയാണോ എന്നാണ് അവ ളുടെ ഭയം. എന്തായാലും മാണി കിടന്ന് ഉറക്കംപിടിച്ചുകഴിഞ്ഞപ്പോഴേ സീതയ്ക്കും ഉറങ്ങാൻ കഴിഞ്ഞുള്ളൂ.

പിറ്റേന്ന് കട്ടക്കളത്തിൽ ഒന്ന് എത്തിപ്പിടിക്കാനുള്ള ബദ്ധപ്പാടായിരുന്നു സീതയ്ക്ക്. പതിവിലും നേരത്തെ അവളിറങ്ങി. ഇന്നും അവളൊറ്റയ്ക്കാ

ണ്. പൊന്നുവും കുഞ്ഞമ്മയും നാളെയേ വരൂ. താൻ ചെയ്ത ചതി എത്ര ക്രൂരമാണെന്നോർക്കുമ്പോൾ സീതയ്ക്ക് ഇടനെഞ്ച് വിങ്ങും. കഷ്ടം ചേട്ട നുവേണ്ടി മാപ്പു ചോദിക്കണം. കാലിൽ വീഴണം.

രഘുവേട്ടൻ തന്നെക്കുറിച്ച് എന്തു വിചാരിക്കും? കാണണം. കണ്ട് ക്ഷമചോദിച്ച് കാലുപിടിക്കണം. ഇനി ഒരിക്കലും ഇങ്ങനൊള്ള അവസരം ഉണ്ടാക്കരുത്.

അകലെവച്ചുതന്നെ സീത കണ്ടു. കളത്തിൽതന്നെയുള്ള ഷെഡ്ഡിന് മുൻപിൽ അവൻ നിൽക്കുന്നു. അവളുടെ രഘു! അവളുടെ ഹൃദയമി ടിപ്പ് കൂടി.

പക്ഷെ,

അവളെ കണ്ടതും പൊടുന്നനെ അവന്റെ ഭാവം പകർന്നു. മുഖം വെറു പ്പുകൊണ്ട് നിറഞ്ഞു. അവളെ ഒന്നു തുറിച്ച് നോക്കിയിട്ട് അവൻ ധൃതി യിൽ ഷെഡ്ഡിനുള്ളിലേയ്ക്ക് കയറിപ്പോയി, മുഖം വെട്ടിത്തിരിച്ച്.

സീത നടുങ്ങിനിന്നു! നെഞ്ചിൽ കൈവെച്ചു.

എന്റെ മുല്ലക്കാവിലമ്മേ ചതിച്ചോ?

ഒൻപത്

പിണങ്ങി. ആകെ മുഷിഞ്ഞിരിക്കുന്നു. സീത ഒരു തേങ്ങലോടെ നിന്നു.

തെല്ലകലെ രഘു!

കട്ടക്കളത്തിനപ്പുറത്ത് തെങ്ങിൻതടിയിൽ ചാരി നഷ്ടപ്പെട്ടതെന്തോ മാനത്തുനിന്നും തിരയുംപോലെ നിൽക്കുന്നു. അടുത്തുചെന്നാലോ?

തിരിഞ്ഞ് നടക്കുമോ? തിരിഞ്ഞുനടന്നാൽ സഹിക്കാനാവില്ലിനി. ഉള്ളിൽ സന്ദേഹം!

ഓ. സാരമില്ല. എന്തും വരട്ടെ. സീത പതിയെ നടന്നു. രഘുവിന്റെ തൊട്ടുപിന്നിലെത്തി.

"രഘുവേട്ടാ," ഗദ്ഗദം ചാലിച്ച സ്വരം.

ചിന്തകളിൽ സ്വയം നഷ്ടപ്പെട്ടുനിന്ന രഘു പൊടുന്നനെ മുഖം തിരി ച്ചുനോക്കി. അവളെ കണ്ടപ്പോൾ മുഖം കനത്തു. നെറ്റി ചുളിഞ്ഞു.

"ഉം, എന്താ?" ഗൗരവത്തിൽ പൊതിഞ്ഞ ചോദ്യം. അവൻ തുറിച്ചു നോക്കി.

അവൾ ദയനീയമായി നോക്കി.

"എന്നോട് പെണക്കാണോ?" അവളുടെ കാതരമായ ചോദ്യം.

"ഓ, ഞാൻ പിണങ്ങിയാലെന്താ?" അവന്റെ സ്വരത്തിൽ നീരസം. "പെണക്കോന്നുല്ല. വല്യ സ്നേഹമാ."

"രഘുവേട്ടാ, ചേട്ടനോട് ക്ഷമിക്കണം. അറിവില്ലാതെ..." അവൾ മന സ്സിൽ ഉരുവിട്ട് ആവർത്തിച്ചിരുന്ന കാര്യം പറഞ്ഞു. സങ്കടത്തോടെ.

"ഞാൻ ആഭാസനാണ്. തെമ്മാടിയാണ്. പെണ്ണുപിടുത്തക്കാരനാണ് എന്നൊക്കെ അല്ലേ നിന്റെ ചേട്ടൻ പറഞ്ഞതിന്റെ അർഥം?"

"രഘുവേട്ടാ..." സീത വിതുമ്പി. "ചേട്ടനും അയാളും വന്നത് എന്റെ കുറ്റമാണോ?"

"അയാളാരാ?" രഘുവിന്റെ സ്വരം വല്ലാതെ കനത്തു. ചന്ദ്രനെക്കുറി ച്ചാണ് ചോദ്യം എന്നു മനസ്സിലായി. അവൾ ഒന്നു പതറി. വല്ലതും അറിഞ്ഞോ?

"എന്താ, ഇപ്പഴ് മറുപടിയില്ലായിരിക്കും." രഘുവിന് നീരസം തന്നെ.

"അയാൾ... അയാളെന്റെ ആരുമല്ലല്ലോ. പക്ഷെ, ചേട്ടനെ മാത്രമേ എനിക്ക് പേടിക്കേണ്ടതുള്ളൂ..."

"ഉം... സ്വന്തം ആൾക്കാരു വരുമ്പോൾ എന്നെ തള്ളി പറയാതിരുന്നാ മതി." രഘുവിന്റെ ഗൗരവം അലിഞ്ഞതുപോലെ അവൻ മെല്ലെ അവ ളെ നോക്കി.

"നൊന്തോ?" വലതുകവിളിലേക്കു സൂക്ഷിച്ചുനോക്കി സീത ആർദ്ര മായി ചോദിച്ചു.

"ഓ, ഒന്നു തടവിയതല്ലേ ഉള്ളൂ. എങ്ങനെ നോവും?" അവൻ പരിഹ സിച്ചു.

സീത മൗനം. അവളുടെ മുഖം കുനിഞ്ഞു. നിമിഷങ്ങൾ ഇഴഞ്ഞുനീ ങ്ങവേ രണ്ടു മുത്തുമണികൾ ഉരുണ്ടുകൂടി കവിളിൽ ചാലുകീറി ഒഴുകി യിറങ്ങി.

വലിച്ചുകെട്ടിയ ഞാൻ പെട്ടെന്ന് പൊട്ടിയപോലെ രഘുവിന്റെ മന സ്സിലെ പിരിമുറുക്കം നഷ്ടമായി.

"സീതേ," പതിഞ്ഞ സ്വരം

അവൾ ആശ്വാസത്തോടെ മുഖമുയർത്തി.

"സീത വിഷമിച്ചോ?"

"ങൂഹും" അവൾ പറഞ്ഞു. "എനിക്ക് വിഷമോന്നുല്ല."

"പിന്നെന്തിനാണ് കരഞ്ഞത്?"

"വെറുതെ." അവൾ പുഞ്ചിരിച്ചു.

"നോക്ക് കണ്ണീര്. അത് തുടച്ചുകളയ്."

സീത നനഞ്ഞ തോർത്തുകൊണ്ട് മുഖം അമർത്തിത്തുടച്ചു. പിന്നെ

അവനെനോക്കി ഹൃദ്യമായി ചിരിച്ചു.

"എന്നോട് പെണക്കോണ്ടോ ഇപ്പഴും." സീത ചോദിച്ചു. ചിരിയോടെ.

"ഉണ്ടെങ്കിലോ?" അവൻ പഴയപടി ഗൗരവത്തിൽത്തന്നെ നിന്നു.

ഉള്ളിൽ സീതയ്ക്കപ്പോൾ വല്ലാതെ ചിരിപൊട്ടി. ചിരിയടക്കിയിട്ടവൾ പതിയെ വിളിച്ചു.

"ഏയ് ദേഷ്യക്കാരാ."

രഘുവിന്റെ മിഴികളിൽ തിളക്കം. മനസ്സ് പൂവുപോലെ വിടർന്നു. അധ രങ്ങളിൽ അവാച്യമായ അനുഭൂതിയിൽ നിമഗ്നമായ പുഞ്ചിരി.

അവൾ!

അവന്റെ പ്രിയപ്പെട്ട സീത!

അവളെ ഒന്നു വാരിപ്പുണരാൻ, ആ ചെഞ്ചുണ്ടുകളിൽ തന്റെ ഹൃദ യാർദ്രതയുടെ ഒരു മുദ്ര പതിപ്പിക്കാൻ ഒക്കെ അവന്റെ മനം തുടിച്ചു. കരങ്ങൾ നീട്ടുകയും ചെയ്തു. വരൂ ഓമനേ എന്ന് ഹൃദയം ക്ഷണിച്ചു.

പക്ഷെ, അവന്റെ ആ വികാരത്തുടിപ്പും സാഹസികതയും മുൻകൂട്ടി അറിഞ്ഞതുപോലെ പൊട്ടിച്ചിരിയോടെ അവൾ ഓടിക്കളഞ്ഞു.

*** *** ***

വൈകുന്നേരം.

പാപ്പച്ചന്റെ ഷാപ്പിൽനിന്നും കള്ളുംമോന്തി പുറത്തിറങ്ങുമ്പോഴാണ് ഔസേപ്പിന്റെ കടയിൽ നല്ല ഒന്നാന്തരം വെള്ളക്കപ്പ ഇരിക്കുന്നത് കണ്ട ത്.

രണ്ടുമൂന്നു കിലോവാങ്ങി. കുറുകെ ഒരു നാരിട്ട് കെട്ടിത്തൂക്കിപ്പിടി ച്ചു. അരക്കിലോ മീനും വാങ്ങി.

ചന്ദ്രൻ നടന്നു.

സീതയുടെ വീടും കഴിഞ്ഞാണ് ചന്ദ്രന് തന്റെ കുടിലിലേയ്ക്ക് പോകേ ണ്ടത്. ഒരുകിലോമീറ്റർ കൂടി പോകണം.

തങ്ക കുളികഴിഞ്ഞ് മുറ്റത്തുനിന്ന് മുടി തോർത്തുന്നു. ചന്ദ്രൻ എത്തി നോക്കി.

"ങ്ഹാ, ചന്ദ്രനോ? കപ്പയ്ക്കെന്താ വെല?" തങ്ക വാത്സല്യത്തോടെ ചോദിച്ചു.

"കിലോ ഒന്നേകാല്." ചന്ദ്രൻ ചിരിയോടെ പറഞ്ഞു.

വീണ്ടും എത്തിനോക്കി.

ഇല്ല. സീതയുടെ മുഖം എങ്ങുമില്ല.

ചന്ദ്രൻ നടന്നു, വീണ്ടും.

വഴിയരികിൽത്തന്നെയാണ് ചന്ദ്രന്റെയും വീട്. മണ്ണുകുഴച്ച് ഇഷ്ടിക

പിടിച്ചുണക്കിയ വേകാത്ത കട്ട ഉപയോഗിച്ചുള്ള വീടാണിത്. പനയോല യാണ് മേഞ്ഞിരിക്കുന്നത്. ഇത്തിരി കുമ്മായവും പൂശി വൃത്തിയാക്കിയി ട്ടുണ്ട്.

കല്യാണി ഇറയത്തുതന്നെ ഇരുന്നു. തള്ളയും മകനും മാത്രമേയു ള്ളൂ.

ചന്ദ്രന്റെ അപ്പൻ മരിച്ചിട്ട് വർഷങ്ങളായി. കല്യാണി ഇപ്പോഴും കുട്ട നെയ്യും. വിറ്റു കാശാക്കും.

"അമ്മച്ചീ ഈ കപ്പ ഒന്ന് ചെണ്ട പുഴുങ്ങിക്കേ."

ചന്ദ്രൻ കപ്പക്കെട്ടും മീൻപൊതിയും വരാന്തയിലേക്കിട്ടു.

"ഓ, എനിക്കിപ്പം മേലാ." കല്യാണി മുഖം വീർപ്പിച്ചു.

"ഉം, എന്നാ പറ്റി?" ചന്ദ്രൻ കല്യാണിയുടെ അടുത്തുചെന്നു.

"എനിക്കു മേലതന്നെ. എനിക്കു വയസ്സായി. ഞാൻ കഞ്ഞീംവെച്ച് മൊളകും ചാലിച്ചിട്ടൊണ്ട്. ഇഷ്ടാണെങ്കില് കഴിക്ക്.' കല്യാണി നീരസ ത്തിൽ തുടർന്നു.

"വല്ലടത്തൂന്നും ഒരു പെണ്ണിനെ പിടിച്ചോണ്ടുവരാൻ നെന്റോടെ എത്ര കാലായിട്ട് പറയണ്. എനിക്ക് കണ്ണും പാടില്ല – കൈയും വെറയ്ക്കാ ണ്."

ചന്ദ്രന് പൊരുൾ മനസ്സിലായി.

താൻ കല്യാണം കഴിക്കാത്തതാണ് കാരണം.

"സന്ധ്യയ്ക്കും പെലകാലയ്ക്കും ഒക്കെ കപ്പേം കിപ്പേം ഒക്കെ കൊണ്ടുഭാന്നിട്ട് ഒണ്ടാക്കാൻ പറഞ്ഞാല് എനിക്ക് പറ്റത്തില്ല."

പറയാൻ പറ്റിയ സന്ദർഭം. ചന്ദ്രൻ ആലോചിച്ചു. സീതയോട് നേരിട്ട് ചോദിച്ചു. അവൾക്ക് സമ്മതക്കുറവില്ല. മാണിക്കും തങ്കച്ചേച്ചിക്കും ഇഷ്ട മാണ്. ഇനീപ്പോ അമ്മച്ചിയോടു പറഞ്ഞാലോ, ആലോചിക്കാൻ.

ചന്ദ്രൻ പറഞ്ഞു. കല്യാണി കേട്ടു. ഓർത്തുനിന്നു.

"ഓ, അതൊരു നല്ല പെങ്കൊച്ചാ."

കല്യാണിക്കും സമ്മതമായി.

കപ്പയും മീനുമായി അടുക്കളയിലേക്കു കടക്കുംവഴി കല്യാണി പറ ഞ്ഞു.

"നടത്തുന്നുണ്ടെങ്കില് ഒടനെ ആയിക്കോ. ഞാൻ മടുത്തു."

ചന്ദ്രൻ ആഹ്ലാദവാനായി.

അവൻ സ്വപ്നങ്ങളിൽ മുഴുകി.

ബേബിച്ചൻ മുതലാളിയുടെ ആറ്ററികിലെ കളത്തിന്റെ നായകനാണ് ചന്ദ്രൻ.

മാണിക്കൊപ്പംതന്നെ ചന്ദ്രനും കട്ടകൾ തീർക്കും.

ആറ്റുതീരത്തെ കളത്തിലും കട്ടകൾ തീരുകയും വിൽപ്പന നടക്കു കയും ചെയ്യും. കട്ടയുടെ കാര്യത്തിൽ വിദഗ്ധനാണ് ചന്ദ്രനും. വിദഗ്ധ രായവർ എന്നും തന്റെ കളത്തിൽത്തന്നെ ഉണ്ടായിരിക്കണം എന്ന് ബേബിച്ചൻ മുതലാളിക്കും നിർബന്ധമുണ്ട്.

ആ നാട്ടുമ്പുറത്ത് ബേബിച്ചൻ മുതലാളിയുടെ കളങ്ങൾ കൂടാതെ പതിനഞ്ചോളം കളങ്ങൾ മറ്റു പലരുടേതുമായിട്ടുണ്ട്. എല്ലാവരും തമ്മിൽത്തമ്മിൽ എപ്പോഴും കിടമത്സരങ്ങളാണ്. അതുകൊണ്ടവർ നല്ല പണിക്കാരെ മറ്റൊരാൾക്ക് വിട്ടുകൊടുക്കാതിരിക്കാൻ ഏറെ ശ്രദ്ധിക്കു ന്നു.

മൂന്നു ചെറുപ്പക്കാർ. ഉശിരന്മാർ – മാണിയും, ചന്ദ്രനും, രഘുവും.

മാണിയേക്കാൾ, ചന്ദ്രനേക്കാൾ വിദഗ്ധൻ രഘുതന്നെയാണ്. കാരണം അവന്റെ ചൂള ആറുമ്പോൾ മുതൽ പൊളിച്ച് വിൽപന തുടങ്ങിക്കഴിഞ്ഞി രിക്കും. തുടങ്ങിയാൽ രണ്ടുനാലു ദിവസത്തിനുള്ളിൽ തീരുകയും ചെയ്യും.

പല മുതലാളിമാരും കോൺട്രാക്ടർമാരും രഘുവിനെ പ്രലോഭിപ്പിച്ച് ക്ഷണിക്കാറുണ്ട്.

പക്ഷെ, രഘു പോകാറില്ല. ബേബിച്ചൻ മുതലാളി അവന് നല്ല പ്രതി ഫലം നൽകുന്നു.

സൗഹൃദത്താലും സഹകരണത്താലും അവനെ അദ്ദേഹം ബന്ധിച്ചി രിക്കയാണ്.

നന്ദിയും കടപ്പാടും എപ്പോഴും ഓർമിക്കുന്നവനാണ് രഘു. അതുകൊ ണ്ടുതന്നെ മറ്റെങ്ങും പോകാൻ അവൻ ഇതുവരെയും ഉദ്ദേശിച്ചിട്ടില്ല. ആരു ടെയും വലയിൽ വീണിട്ടുമില്ല.

നാല്പതോളം വയസ്സ് പ്രായമുണ്ടെങ്കിലും ബേബിച്ചൻ മുതലാളി ഇന്നും യൗവനം പൂർണതയിലെത്തിയ ഒരു ചെറുപ്പക്കാരനെപ്പോലെയാ ണ്. വെളുത്തു ചുകന്ന് ആരും ഒന്ന് നോക്കിപ്പോകുന്ന രൂപസൗകുമാ ര്യം. സഫാരി സ്യൂട്ടാണ് ഏറെ ഇഷ്ടം. തടിച്ച സ്വർണച്ചങ്ങല, ഷർട്ടിനി ടയിലൂടെ വെളിയിൽക്കാണാം.

തിളക്കമാർന്ന മിഴികളും ചിരിക്കുന്ന മുഖവുമായി ബേബിച്ചൻ മുത ലാളി കട്ടക്കളങ്ങളിൽ ചുറ്റിയടിക്കും. എല്ലാ ജോലിക്കാരോടും സമന്മാ രോടെന്നതുപോലെ കുശലം ചോദിക്കും. അവരുടെ വിഷമതകളിൽ സഹ തപിക്കും. കഴിയുന്നത്ര സഹായം ചെയ്യും. അതുകൊണ്ടുതന്നെ ബേബി ച്ചൻ മുതലാളി അവർക്കാരാധ്യനാണ്. പ്രിയപ്പെട്ടവനാണ്. പണി ക്കാർക്കെല്ലാം ജീവനാണ്. കൃത്യമായി കൂലികൊടുക്കുന്നതിൽ അദ്ദേഹം

കണിശക്കാരനാണ്.

നാലുമണി സമയത്താണ് കളത്തിൽ അദ്ദേഹം എത്തുന്നതെങ്കിൽ സ്വന്തം ചെലവിൽ എല്ലാവർക്കും അദ്ദേഹം കാപ്പിനൽകും. ഒപ്പം വടയോ ഏത്തയ്ക്കാപ്പോളിയോ നേന്ത്രപ്പഴമോ എന്തെങ്കിലും ഉണ്ടാകും. നോട്ട ക്കാരൻ ശിവൻപിള്ളയാണ് എല്ലാം ഏർപ്പാട് ചെയ്യുക. അയാളാണ് വിത രണത്തിന് നേതൃത്വവും.

ഇടയ്ക്കിടെ തമാശ പറഞ്ഞ് ജോലിക്കാരെ ചിരിപ്പിക്കും. വലിയ അടു പ്പവും സ്വാതന്ത്ര്യവുമാണ് പണിക്കാരോട്. എടാ, നീ എന്നേ ആരെയും വിളിക്കൂ.

രഘുവും സീതയുമായയുള്ള അടുപ്പം മുതലാളി എങ്ങനെയോ മണ അറിഞ്ഞിട്ടുണ്ട്.

ഒരുദിവസം പറഞ്ഞു.

"എടാ രഘൂ, നീയൊരു കാര്യം ചെയ്യ്. എന്റെ പറമ്പിൽ ഒരു വീട് കെട്ടിക്കോ. കെട്ടിയോനും കെട്ടിയോൾക്കും കൂടെ അവിടങ്ങ് കഴിയാം."

രഘു ആദ്യം ഒന്ന് നടുങ്ങി. തങ്ങളുടെ മനസ്സിൽ മാത്രം സൂക്ഷിക്കുന്ന രഹസ്യം മുതലാളി എങ്ങനെയറിഞ്ഞു? പിന്നെ ആശ്വസിച്ചു. മുതലാളി അറിഞ്ഞതുകൊണ്ടു കുഴപ്പമില്ല. മറുപടി പറയാതെ അവൻ ചിരിച്ചതേ യുള്ളൂ.

"എന്താ, എന്തു പറയുന്നു?" സീത അടുത്തുവന്ന് കട്ട അടുക്കി താഴെ വച്ച്കൊണ്ടിരുന്നപ്പോൾ മുതലാളി അവളോടും ചോദിച്ചു.

'എന്റെ പറമ്പിൽ വീടുകെട്ടി രണ്ടാളും താമസിക്കുന്നോ?"

സീത നാണംകൊണ്ട് ചുളിപ്പോയി. ധൃതിയിൽ അവിടെനിന്നും അവൾ തെന്നിമാറി. അകന്നുമാറിക്കഴിഞ്ഞപ്പോഴാണ് അവളും നടുങ്ങിയത്. മുത ലാളി എങ്ങനെ അറിഞ്ഞു?

മുതലാളി പൊട്ടിച്ചിരിച്ചുകൊണ്ട് രഘുവിനോടു പറഞ്ഞു.

"നല്ല കുട്ടിയാണ്. കണ്ടാൽ നല്ല അഴകും. സ്വഭാവവും നന്നെന്ന് തോന്നുന്നു. തരക്കേടില്ല. നിന്റെ ഭാഗ്യം. വലയിൽനിന്നും തെറിച്ച് കള ത്തിൽപോകാതെ സൂക്ഷിച്ചോളൂ.

മുതലാളി പറഞ്ഞ വാചകം?

രഘുവിന് പൊടുന്നനെ ഓർമവന്നത് ചന്ദ്രനെയാണ്. അവൻ മാണി യുടെ പിന്നാലെ നടക്കുന്നു. കള്ള് മേടിച്ചുകൊടുത്ത് മാണിയെ സൽക്ക രിക്കുന്നു.

നാണംകെട്ടവൻ.

ഒരു പെണ്ണിനെ കിട്ടാൻവേണ്ടി പെണ്ണിന്റെ ആങ്ങളയെ വലവീശുക?

ശെ!

എന്തൊരു പോക്കണംകേട്.

"എന്നാണെന്നുവച്ചാൽ പറഞ്ഞോളൂ. ഈ സീസൺ കഴിയുമ്പോ ഴേയ്ക്കും നമുക്കങ്ങ് നടത്താം. മുതലാളി ചിരിയോടെ കൂട്ടിച്ചേർത്തു. 'പച്ചക്കരിമ്പ് കയ്യകലത്തിൽവെച്ച് എത്രനാളാണ് മിടയിറക്കുക.'

രഘുവും ചിരിച്ചുപോയി.

'മാണിയോട് പറഞ്ഞ് ഏർപ്പാട് ചെയ്തേക്കാം.' മുതലാളി പറഞ്ഞു.

'വേണ്ട, വേണ്ട മുതലാളീ. ഉടനെ വേണ്ട.' രഘു പൊടുന്നനെ പറ ഞ്ഞു.

"ഉം. എന്താ?"

"അയാൾക്ക് എന്നെ അത്ര ഇഷ്ടല്ല."

"അതെന്താ?"

"ഞാൻ വരത്തനാത്രെ. മുതലാളിക്ക് അറിയാല്ലോ കാര്യങ്ങൾ. ഞാൻ എത്ര ക്ഷമിച്ച് സഹകരിച്ചിട്ടും അയാൾക്ക് ഞാൻ വന്ന അന്നുമുതൽ വഴക്കുതന്നെയാണ്. ഞാൻ വരത്തനാണെന്ന്." പരാതിപോലെ രഘു പറഞ്ഞു.

'ഓ.. മനസ്സിലായി. അതൊക്കെ തൊഴിൽപരമല്ലേ? സാരമില്ല. ഞാൻ പറഞ്ഞ് ശരിയാക്കിക്കൊള്ളാം. തന്നെയുമല്ലാ ഈ ബന്ധത്തിലൂടെ അയാ ളുടെ സ്പർധ ഒഴിവാക്കുകയും ചെയ്യാം.

"എന്നാലും ഉടനെ വേണ്ട മുതലാളീ. വീട്ടിൽ ഇത്തിരിക്കാര്യം കൂടെ നടക്കാനൊണ്ട്. അതിനുശേഷം മതി. എനിക്ക് ധൃതിയൊന്നുമില്ല." രഘു പറഞ്ഞു.

"ചുമ്മാതിരിയെടാ." മുതലാളി ഉച്ചത്തിൽ ചിരിച്ചുപോയി. "ധൃതിയി ല്ലാത്തൊരു ശിന്നപ്പയ്യൻ. ഉം. തനിക്കില്ലാത്ത ധൃതിയെന്തിനാ എനിക്ക്. മതി. സാവകാശം മതി."

കട്ടപെറുക്കുകയായിരുന്നു സീത ആ ചിരികേട്ടു. അവൾ തല ഉയർത്തി നോക്കി.

കളത്തിന്റെ അങ്ങേ അറ്റത്തുനിന്ന് പണിയുന്നവർക്ക് നിർദേശവും ശാസനയും കൊടുക്കുന്ന ശിവൻപിള്ളയും മറ്റുള്ളവരും ആ ചിരി കേട്ടു. അവരും ശ്രദ്ധിച്ചു.

ശിവൻപിള്ള അടുത്തെത്തി. "ഇവിടെന്താ മുതലാളീ ഇത്ര രസകര മായ കാര്യം?"

"ഞാനീ രഘുവിന്റെ കാര്യം പറയുകയായിരുന്നു. അയാൾക്ക് ഒരു പെങ്കൊച്ചുമായി വല്യ ഇഷ്ടമാണെന്ന്. പക്ഷെ, ഉടനെ കെട്ടണമെന്നില്ല

പോലും. ഏതോ സിനിമയിൽ പാടിയതുപോലെ അക്കരെയിക്കരെ നിന്നാ ലെങ്ങനാ ആശ തീരുക?"

"ആശ തീർക്കാനിപ്പോ കെട്ടണോന്നില്ലല്ലോ മുതലാളി. അക്കരേന്ന് ഇക്കരേലോട്ട് ഒന്നിറങ്ങി വന്നാപ്പോരെ." ശിവൻപിള്ളയുടെ ചിരി.

മുതലാളി സീതയുടെ പേര് ബോധപൂർവം മറച്ചതിൽ നന്ദി മനസ്സാ പറഞ്ഞുകൊണ്ടിരുന്ന രഘുവിന് ശിവൻപിള്ളയുടെ സംസാരം കേട്ടപ്പോൾ മുഖമടച്ച് ഒരടി കൊടുക്കാനാണ് തോന്നിയത്.

അയാളുടെ കഴുകൻ കണ്ണുകൾ തറഞ്ഞുനിൽക്കുന്നത് തെല്ലകലെ നിൽക്കുന്ന സീതയിലാണെന്ന് അവൻ കണ്ടു.

അയാളുടെ ആ നോട്ടം സീതയും കണ്ടു. അവൾ പൊടുന്നനെ മിഴി കൾ പിൻവലിച്ചു.

ശിവൻപിള്ളയുടെ ചിരി മങ്ങി! സീതയുടെ നെഞ്ചിൽ ഒരു തീക്കട്ട വന്നുവീണു.

പത്ത്

നാലു മക്കളുള്ള ചീരന്റെ മൂത്തമകളാണ് പൊന്നു. പൊന്നുവിന്റെ അമ്മ അവളുടെ പന്ത്രണ്ടാമത്തെ വയസ്സിൽ മരിച്ചു. അന്നും ഇന്നും ചീരൻ ജോലിക്ക് പോകില്ല. മെയ്യനങ്ങി പണിയും ചെയ്യില്ല. കവലയിൽ ഒരു വില്ലേജോഫീസുണ്ട്. എന്തെങ്കിലും സാധനങ്ങൾ വാങ്ങാനോ എവിടെ യെങ്കിലും പോകാനോ ഒക്കെ വില്ലേജോഫീസർ പറഞ്ഞാൽ ചീരൻ പോകും.

ഏതുവിധേനയെങ്കിലും വൈകിട്ട് ഷാപ്പിൽ പോകാനുള്ള പൈസാ സമ്പാദിക്കും. അങ്ങനെ കിട്ടിയില്ലെങ്കിൽ പൊന്നു കൊടുക്കണം. അവ ളുടെ കൈയിൽനിന്ന് കിട്ടിയില്ലെങ്കിൽ വാവിട്ട് ആരോടു ചോദിക്കുന്ന തിനും ചീരന് മടിയില്ല.

വൈകിട്ടത്തെ കാര്യം നടക്കണം, അത്രമാത്രം.

അതുകൊണ്ടുതന്നെ വളരെ ചെറുപ്പം മുതലേ തൊട്ടടുത്ത വീട്ടിൽ താമസിക്കുന്ന കുഞ്ഞമ്മയായിരുന്നു എല്ലാത്തരത്തിലും പൊന്നുവിനാ ശ്രയം. കുഞ്ഞമ്മയുടെയൊപ്പം പതിനാറാമത്തെ വയസ്സിൽ പൊന്നു കട്ട ക്കളത്തിലിറങ്ങിയതാണ്. അവളുടെ ഇളയ രണ്ട് പെൺകുട്ടികളും പത്താ മത്തെ വയസ്സുമുതൽ അടുത്ത വലിയ വീടുകളിലായി അടുക്കളജോലി ചെയ്യുന്നു. ശമ്പളമൊന്നും അവർ കൊടുക്കുന്നില്ല. രണ്ടുപേരും പ്രായ മാകുമ്പോൾ അവർ തന്നെ പറ്റിയ ചെറുക്കനെ അന്വേഷിച്ച് കല്യാണം

ചെയ്തുവിട്ടോളാമെന്നാണ് കരാർ. പെൺകുട്ടികൾ രണ്ടും അതനുസരി
ച്ചവിടെ ജീവിക്കുന്നു. ശമ്പളം കൊടുത്താൽ അതെടുത്തു ചീരൻ കള്ളു
കുടിക്കുമെന്ന് പെൺകുട്ടികൾക്കും അവർ നിൽക്കുന്ന വീട്ടുകാർക്കും
അറിയാം. ഇളയ പെൺകുട്ടി വീട്ടിലുണ്ട്. പണികളൊക്കെ അവളാണ്
ചെയ്യുന്നത്. പെൺമക്കൾ പ്രായമാകുന്നു എന്നോ അവരെ അന്യന്റെ
കൂടെ കൈപിടിച്ചിറക്കി വിടണമെന്നോ ഉള്ളകാര്യം ചീരൻ ഇതുവരെ
ചിന്തിച്ചിട്ടുപോലുമില്ല.

നല്ല അച്ചടക്കവും വിനയവും മുഖശ്രീയുമുണ്ട് പൊന്നുവിന്. ഈ
പ്രത്യേകതയാണ് തങ്കയെ ആകർഷിച്ചത്. കളത്തിൽ ഒരുമിച്ച് പണിചെ
യ്യുമ്പോൾ തങ്ക ആഗ്രഹിച്ചിട്ടുണ്ട്.

"എന്റെ മാണിക്ക് ഇതുപോലൊരു പെങ്കൊച്ച് വരുമായിരുന്നെങ്കിൽ."
അതേക്കുറിച്ച് തങ്ക കുഞ്ഞമ്മയോടും പറഞ്ഞിട്ടുണ്ട്.

"എന്റെ തള്ളേ, കെട്ടിയോൻ ചത്തു, എനിക്കാണെങ്കിൽ ആരോഗ്യം
നശിച്ചു. രോഗമായി. ചൊവ്വുള്ള ഒരു പെൺകുട്ടിയാണ് എന്റെ വീട്ടിൽ
കേറിവരുന്നതെങ്കിൽ കൊള്ളാം. അല്ലെങ്കിൽ മൂന്നാംപക്കം അവളെന്നെ
അടിച്ചെറക്കത്തില്ലേ?"

"എടീ, എന്നാപ്പിന്നെ നിനക്ക് പൊന്നുനത്തന്നെ അങ്ങോട്ടു വിളിച്ചോ
ളാൻ മേലേ?"

കുഞ്ഞമ്മ ചോദിച്ചു.

തങ്ക നിശ്ശബ്ദയായി. കാരണം, ചീരനെപ്പോലെ ഉത്തരവാദിത്തബോ
ധമില്ലാത്ത ഒരുത്തന്റെ കുടുംബത്തിൽത്തന്നെ വേണോ തന്റെ ഒരേ
യൊരു മകൻ പെണ്ണന്വേഷിക്കാൻ?

"എന്താടീ, നിന്റെ നാക്കെറങ്ങിപ്പോയോ?" കുഞ്ഞമ്മ ചോദിച്ചു. "ഉത്ത
രത്തേലിരിക്കുന്നത് എടുക്കുവേം വേണം, കക്ഷത്തിലിരിക്കുന്നത്
പോകുകേം ചെയ്യരുത്. നീ നോക്കിയിരുന്നോ? മഹാലക്ഷ്മീടെ മൂത്ത
മോള് വരും നിന്റെ വീട്ടിലോട്ട്." കുഞ്ഞമ്മയ്ക്ക് ദേഷ്യമായി. അമ്മയും
കുഞ്ഞമ്മയും തമ്മിലുള്ള സംസാരം അറിഞ്ഞില്ലെങ്കിലും മാണിക്ക്
പൊന്നുവിനെ ഇഷ്ടമായി. രഘു വരുന്നതുവരെ വയലിലെ കളത്തിൽ
അവർ ഒരുമിച്ചായിരുന്നു പണി.

അവർ തമ്മിലുള്ള ബന്ധം ചീരനും അറിയാം. അയാൾക്ക് എതിർപ്പി
ല്ല.

തനിക്ക് ബാധ്യതയൊന്നുമില്ലെന്നുള്ള ആശ്വാസമേയുള്ളൂ. മാത്രമല്ല,
ഇത്തരി കള്ളുമോന്താനുള്ളവക മാണി ചിലപ്പോഴൊക്കെ കൊടുക്കാറു
മുണ്ട്.

പൊന്നുവിന് അക്കാര്യം ഇഷ്ടമല്ല. അവൾ തട്ടിക്കയറും.

"വേണ്ടിപ്പം. അച്ഛന് കുടിച്ച് നശിപ്പിക്കാൻ മാണിച്ചേട്ടന്റെ കാശങ്ങനെ കൊടുക്കണ്ട."

"നിന്റെ തന്തയായിപ്പോയില്ലേ?" അവൻ ചിരിച്ചുതള്ളും.

ദിവസത്തിൽ ഒരിക്കലെങ്കിലും തമ്മിൽ കാണാതിരിക്കാൻ അവർക്കാ വില്ല.

പക്ഷെ, ഇപ്പോൾ ദിവസം രണ്ടായിരിക്കുന്നു. കുഞ്ഞമ്മയുമൊത്ത് പൊന്നു കല്യാണത്തിനു പോയതാണ്.

'പെണ്ണേ നീയെന്തിനാ പോകുന്നത്' എന്നവൻ ചോദിച്ചതാണ്. പക്ഷെ, കുഞ്ഞമ്മ പറഞ്ഞാൽ അനുസരിക്കാതിരിക്കാൻ പൊന്നുവിനാവില്ല. അവ രവൾക്ക് പെറ്റതള്ളയെപ്പോലെയാണ്.

മാണിയെ കാണാനുള്ള ആവേശത്തോടെയാണ് പിറ്റേന്ന് പൊന്നു കുഞ്ഞമ്മയുമൊത്ത് ഇറങ്ങിയത്. എങ്കിലും സീതയുടെ വീടിനടുത്ത് എത്തിയപ്പോൾ പൊന്നു നിന്നു.

"തങ്കച്ചേച്ചീ, സീത ഒരുങ്ങിയോ?" കുടിലിനു മുൻപിൽ വഴിയിൽനിന്ന് പൊന്നുവിന്റെ ചോദ്യമുയർന്നു. രണ്ടുമൂന്നു ദിവസങ്ങൾക്കുശേഷം പൊന്നു കളത്തിലേയ്ക്ക് പോകുകയാണ്.

"അവളൊരുങ്ങുവാ." തങ്ക വിളിച്ചുപറഞ്ഞു.

"നീ ഇങ്ങോട്ടു കേറിവാ പെണ്ണേ..."

"അങ്ങോട്ടു കേറിച്ചെല്ലെടീ. നിന്റെ അമ്മായിയമ്മയല്യോ വിളിക്കു ന്നേ." പൊന്നുവിന്റെയൊപ്പം ഉണ്ടായിരുന്ന കുഞ്ഞമ്മ തങ്കയെ പരിഹ സിച്ചു. "അയ്യോടീ, മരുമകളുടെ നേർക്ക് അവളുടെ ഒരു സ്നേഹമേ – അങ്ങനെ ഒഴുകുവല്ലിയോ?"

"ആഹാ, തള്ളേ, നിങ്ങളും ഒണ്ടാരുന്നോ, ഞാനോർത്തല്ലോ നിങ്ങളു തൊലഞ്ഞെന്ന്."

തങ്ക ചിരിയോടെ മുറ്റത്തേയ്ക്കിറങ്ങി.

"പായസോംകൂട്ടി എന്റെ പതിനാറടിയന്തിരം ഉണ്ണാൻവേണ്ടി ഒരുങ്ങി എറങ്ങുവാരുന്നിരിക്കും കെട്ടിലമ്മ." കുഞ്ഞമ്മ വിട്ടില്ല. "എടീ കാലനു പോലും തലവേദനയാ ഈ കുഞ്ഞമ്മ. ഒരിക്കലതിയാൻ പോത്തിന്റെ പൊറത്ത് കയറും ചുഴറ്റി വന്നതാ എന്നെ കെട്ടിയെടുക്കാൻ. ഞാനല്ലേ കക്ഷി. പോകുവോ? തുള്ളപ്പനിയാരുന്നെനിക്ക്. ഞാനങ്ങ് തുള്ളിയെല കീല്ലേ?"

"ഓ, കാലൻമാത്രമല്ല പോത്തും കൂടെ വെറച്ചുകാണും.' തങ്ക പൊട്ടി ച്ചിരിച്ചു.

"വെറയ്ക്കുമെടീ, എന്റെ കെട്ടിയോനെ അതിയാൻ കൊണ്ടുപോയി. കാര്യം ശരി. അതിയാൻ പോക്രിയാരുന്നു. കത്തിമൊനേൽ പോകേണ്ട വനാ. പോയി. അതുപോലാണോ ഞാൻ. ഇമ്മിണി പുളിക്കും. ഞാൻ നിന്റെ മകന്റേം മകടേം കല്യാണസദ്യം ഉണ്ട് നിന്റെ പതിനാറടിയന്തിരം ഉണ്ടിട്ടേ തൊലയത്തൊള്ളു."

"അതിന് നിങ്ങളെ ഞാൻ ക്ഷണിച്ചിട്ടുവേണ്ടേ തള്ളേ?" തങ്ക ചിരിച്ചു.

"മക്കടെ കല്യാണത്തിന് നീ ക്ഷണിച്ചില്ലേലും ഞാൻ വരും. അങ്ങനാ ഞങ്ങളുതമ്മിലുള്ള ഇരിപ്പ്. പിന്നെ ന്റെ പതിനാറടിയന്തിരത്തിന് നിന്റെ തല ഒണ്ടായിട്ടുവേണ്ടേ ക്ഷണിക്കാൻ?"

തങ്ക പൊട്ടിച്ചിരിച്ചുപോയി. അമ്പമ്പോ!

"എടീ സീതേ, വാടീ." പൊന്നു മുറ്റത്തേയ്ക്കു കയറി.

"ആ കണ്ണാടീടെ മുമ്പിലുനിന്ന് നീയങ്ങു തപസ്സുചെയ്യുവാണോടീ,"

'നീയൊന്നു പോടീ' എന്നു പറഞ്ഞുകൊണ്ട് സീത ഇറങ്ങിവന്നു. മുഖത്തു പൂശിയ പൗഡർ ഒന്നുകൂടി അമർത്തിത്തുടച്ചുകൊണ്ടാണ് വരവ്.

അവളെ അടിമുടി ഒന്നുനോക്കിയിട്ട് പൊന്നു കമന്റടിച്ചു.

"ഉം. ഇന്ന് നിന്നെ ഏതു കാമദേവൻ കണ്ടാലും ഒന്നു കൊത്താണ്ടിരിക്കില്ല. പിന്നാ നമ്മുടെയാ..." പൊന്നു പെട്ടെന്ന് നിർത്തി. തങ്ക നിൽക്കുന്നതുകണ്ട് അവൾ സീതയെ കണ്ണിറുക്കിക്കാട്ടി ചിരിച്ചു.

'നിങ്ങൾ ഇന്നലെ വന്നോ?' സീത ചോദിച്ചു.

"അതെ. ഇന്നലെ രാത്രിയായി.' പൊന്നു കൈയിലിരുന്ന പൊതി നീട്ടിയിട്ട് പറഞ്ഞു. "നിന്റെ വീതം ദേണ്ടേ."

"ഇതെന്തോന്നാടീ പൊന്നൂ." കൈനീട്ടി ആ പൊതി വാങ്ങിയത് തങ്ക യാണ്.

കല്യാണവീട്ടീന്നാ. ചേച്ചി തന്നു വിട്ടതാ. ഒത്തിരി സാധനങ്ങള് മിച്ചം വന്നു തങ്കച്ചേച്ചീ. ഇത് കൊറേ ഉപ്പേരീം പഴോം ആണ്. കൊറച്ചിവിടെ എടുത്തോ. ബാക്കി കളത്തിൽ കൊണ്ടുപോകാം.' പൊന്നു പറഞ്ഞു.

"അതുശരിയാ. അവടെ മാണിച്ചേട്ടനുള്ളത് ഇവിടെവച്ചേക്ക്." കുഞ്ഞമ്മ കളിയാക്കി.

"ഈ ചിറ്റമ്മയ്ക്കെന്നാ?" പൊന്നുവിന് തങ്കയുടെ സാന്നിധ്യത്തിൽ ജാല്യത. കുഞ്ഞമ്മയ്ക്ക് നാക്കിനു രണ്ടിഞ്ച് നീളംകുടുതലാണ്. എങ്കിലും തങ്കയ്ക്ക് എന്തുതോന്നും?

ചട്ടമ്പിപ്പരമുന്റെ പതിനാലു വർഷത്തെ ശിക്ഷണം. അല്ല, കുഞ്ഞമ്മ

യുടെ നാക്കും തന്റേടവും ഏറെ ഇഷ്ടപ്പെട്ടതുകൊണ്ടുതന്നെയാണ് പരമു അവരെ വിവാഹം ചെയ്തതുതന്നെ. മരിക്കുന്നതുവരെ നാടിനെ വിറപ്പി ച്ചുവെങ്കിലും കുഞ്ഞമ്മയെ അയാൾക്കും അല്പം ഭയമായിരുന്നു എന്ന താണ് സത്യം.

മൂവരും ഒരുമിച്ച് നടന്നുനീങ്ങി. കുഞ്ഞമ്മ തെല്ല് മുൻപോട്ടു നടന്നു നീങ്ങിയപ്പോൾ പൊന്നു അടക്കത്തിൽ ചോദിച്ചു.

"എന്നാ ഒണ്ടെടീ കളത്തിൽ രണ്ടുദിവസത്തെ വിശേഷങ്ങള്? നിന്റെ രഘു എന്നാ പറയുന്നു?"

"ഒരു വല്യ വിശേഷം ഉണ്ടായെടീ പൊന്നൂ."

സ്വരം നന്നേ താഴ്ത്തി സീത പറഞ്ഞു. അവളുടെ ആ സ്വരത്തിൽ അടങ്ങിയിരുന്ന ഉത്കണ്ഠയും പരിഭ്രമവും വേദനയും ഒക്കെ പൊന്നു വിന് മനസ്സിലായി. ആകാംക്ഷയോടെ അവൾ പറഞ്ഞു.

"പറയെടീ, എന്താ ഉണ്ടായെ?" പൊന്നു ചോദിച്ചു.

ഇഞ്ചപ്പടർപ്പ് മണവറയാക്കിയ ആ രഹസ്യം ഒഴിച്ച് ബാക്കി എല്ലാം സീത പറഞ്ഞു.

രണ്ടു ദിവസത്തിനുള്ളിൽ നാട്ടിലും വീട്ടിലും കട്ടക്കളങ്ങളിലുമുണ്ടായ എല്ലാ പ്രത്യേകതകളും എല്ലാ വിശേഷങ്ങളും.

അവസാനമായി രഘുവിനെ മാണി തല്ലിയതും അവൻ പിണങ്ങിയതും പിന്നെ പിണക്കം തീർന്നതും. ചന്ദ്രൻ വീട്ടിൽ വന്നതും കല്യാണം ആലോ ചിച്ചതും എല്ലാമെല്ലാം.

അവസാനം ഇടർച്ചയോടെ സീത പറഞ്ഞു.

"ചേട്ടനെ ആ ചന്ദ്രൻ വല്ലാതെ വശപ്പെടുത്തീരിക്ക്യാ. അയാളെ വല്യ ഇഷ്ടാ ചേട്ടന്."

"തങ്കച്ചേച്ചി എന്നാ പറഞ്ഞു?"

"രണ്ടുപേർക്കും ഇഷ്ടായാ പിന്നെ ഒന്നും ആലോചിക്കാനില്ല. കെട്ട് നടന്നോട്ടെ. നീയങ്ങ് സമ്മതിച്ചേര്. അലോഹ്യമില്ലല്ലോ." പൊന്നു കളി യാക്കിച്ചിരിച്ചു, ഒന്നുമറിയാത്ത നാട്യത്തിൽ.

സീത ദേഷ്യത്തിൽ ഒറ്റയടികൊടുത്തു അവളുടെ തോളിനിട്ട്. അവ ളുടെ മുഖം ചുവന്നിരുന്നു. വല്ലാത്ത ദേഷ്യവും. ആ ഭാവം കണ്ടപ്പോൾ പൊന്നു വീണ്ടും പൊട്ടിച്ചിരിച്ചു.

തെല്ലു മുൻപിൽ നടന്നിരുന്ന കുഞ്ഞമ്മ പൊടുന്നനെ തിരിഞ്ഞുനി ന്നു.

"എന്നാടീ അവളുമാരെ, വഴീല് വെച്ച് തൊള്ളതൊറക്കുന്നെ. അട ങ്ങിയൊതുങ്ങി വരാമ്മേലേടീ." കുഞ്ഞമ്മയെ ആകെ ദേഷ്യം കടന്നാ

ക്രമിച്ചു.

പൊന്നു ചിരിനിർത്തി.

വഴിയാണ്. എതിരെ ആളുകൾ വരുന്നു. അതൊന്നും കുഞ്ഞമ്മ യ്ക്കൊരു പ്രശ്നമാവില്ല. എന്തെങ്കിലും വിളിച്ചുപറയും. നാണക്കേടല്ലേ? അതുകൊണ്ടുതന്നെ പെൺകുട്ടികൾ ഇരുവരും വായടച്ച് കൈപൊത്തി.

"എവടെയൊക്കെ പ്രായം കഴിഞ്ഞാ ഞാനും ഇത്രേമായത്. എന്തോ ന്നിന്റെയാണീ ചിരീം കോലാഹലോം ചിരീം എന്ന് എനിക്കറിയാമെടീ. മര്യാദയ്ക്ക് ജീവിച്ചാല് കൊള്ളാം. അല്ലേല്, ഞാ... തന്തേല്ലാത്ത കൊച്ചു ങ്ങളുമായി വഴിയേ നടക്കാം."

സീത നടുങ്ങിപ്പോയി. അവൾ നെഞ്ചിൽ കൈവച്ചു. തന്തേല്ലാത്ത കൊച്ചുങ്ങൾ.

ങ്ങേ? തന്നെ രഘുവേട്ടൻ ചതിക്കുമോ? തനിക്കെന്തെങ്കിലും സംഭവി ക്കുമോ?

അവളുടെ വിളറിയ മുഖം നോക്കീട്ട് കാര്യമറിയാതെ പൊന്നു സാന്ത്വ നിപ്പിച്ചു.

"സാരമില്ല സീതേ, കുഞ്ഞമ്മ അങ്ങനൊക്കെ പറേം. ഞാ, ഞാൻ ഇന്ന് മാണിച്ചേട്ടനെ കാണുമ്പോ പറയാം. എല്ലാക്കാര്യോം?"

"എല്ലാം എന്നുവച്ചാല്?" സീത പൊന്നുവിന്റെ കൈയിൽ മുറുകെ പിടിച്ചു.

"രഘുവിന്റെ കാര്യം സൂചിപ്പിക്കാം."

"മാണിച്ചേട്ടൻ എന്നെ കൊല്ലും."

"ഇല്ലന്നേ. ഞാൻ മയത്തിൽ പറയാം."

പൊന്നു ഉറപ്പുകൊടുത്തു.

വയലിലെ കളത്തിൽ ചെന്നിട്ട് പൊന്നു ഉപ്പേരിയും പഴവും രണ്ടായി പകുത്തു. ഒരു പൊതി വയലിൽ വിതരണം ചെയ്തു. മറ്റേപ്പൊതി മാണി യുടെ കളത്തിൽ കൊടുക്കാൻ എന്ന വ്യാജേനയാണ് അവൾ പോയത്. എങ്കിലും കുഞ്ഞമ്മ ഉൾപ്പെടെ എല്ലാവർക്കും അറിയാം. സത്യാവസ്ഥ എന്തെന്ന്.

കൈതക്കാട്ടിലെ കളത്തിന്റെ ഇങ്ങേയറ്റത്ത് എത്തിയപ്പോഴേ പൊന്നു കണ്ടു.

കട്ട അട്ടിയിടുകയാണ് മാണിയും കൂട്ടരും.

അപ്പുറത്തുള്ള ചൂള പൊളിച്ചുതുടങ്ങിയിരിക്കുന്നു. അത് ലോഡിംഗുകാർ കൊണ്ടുപോയിക്കഴിയുമ്പോഴേയ്ക്കും അടുത്ത ചൂള തയ്യാറാകേണ്ടതാണ്. ചുറ്റുപാടും കൈത തഴച്ചുവളർന്നുനിൽക്കുകയാ

ണ്. തഴപ്പായ നെയ്യാനായി ധാരാളം തഴ മുറിച്ചെടുക്കാം. ചന്ദ്രന്റെ അമ്മ മുറിച്ചെടുക്കാറുണ്ട്. പണ്ടൊക്കെ തങ്കച്ചേച്ചീം തഴ മുറിക്കുമായിരുന്നു. ഇപ്പോൾ പലരും കൊണ്ടുപോകും. തോന്നിയാൽ കഞ്ഞമ്മയും മുറിക്കും. ശിവൻപിള്ളയുമായി ലോഹ്യം കൂടി ചിന്നമ്മയും കൂട്ടരും വരും. ഇത്തരം കാര്യങ്ങളൊന്നും ബേബിച്ചൻ മുതലാളി ശ്രദ്ധിക്കാറില്ല.

കൈതക്കാടിനപ്പുറം കടന്നപ്പോഴേ ദാമോദരൻ പൊന്നുവിനെ കണ്ടു.

"ദേയ് മാണിച്ചേട്ടാ, ഒരു പൈങ്കിളി ദാണ്ടിതിലെ പറന്നുവരുന്നുണ്ട്. കക്ഷത്തിലെ ഒരു പൊതീമുണ്ട്. നോക്ക്, മാണിച്ചേട്ടൻ അറീന്ന പാർട്ടി യാണോ?"

മാണി നോക്കി.

അവൻ കണ്ടു. റോഡിൽനിന്നു താഴെ കളത്തിലേയ്ക്കിറങ്ങുന്ന പൊന്നു.

അവന്റെ സ്വപ്നറാണി.

പച്ചപ്പനന്തത്ത.

അവന്റെ മനം തുടിച്ചു.

"ഓ, മാണിച്ചേട്ടാ, ആളിന് വല്യ കമ്പസായിപ്പോയില്ല്യോം, എത്രനേ രായി ഞാനീ വഴീല് നിൽക്കുന്നു. ഒന്നു നോക്കണ്ടോല്ലോ."

പരാതി പറഞ്ഞുകൊണ്ടാണ് പൊന്നു കടന്നുവന്നതുതന്നെ.

"എന്റെ പൊന്നുചേച്ചീ, അങ്ങനെ പറയല്ലേ." ചെല്ലപ്പൻ ചിരിയോടെ മാണിക്കുവേണ്ടി വാദിച്ചു.

"ഇവിടൊരാൾ രാവിലെവന്നപ്പോ മൊതല് സൂചിമൊനേല് തപസ്സാ, ഒരേ മന്ത്രം മാത്രം. പൊന്നുവേ, പൊന്നുവേന്ന്. ഞങ്ങളൊക്കെ എത്ര പാടുപെട്ടിട്ടാന്നോ സൂചിമൊനേന്ന് താഴെപ്പിടിച്ചിറക്കിയെ? എന്നുവച്ചാല് അത്ര പാടാ ഒന്നു പ്രത്യക്ഷപ്പെടാൻ."

ചെല്ലപ്പൻ ചിരിയോടെ ചോദിച്ചു.

"ആരാ?"

ചെല്ലപ്പൻ തന്നെ ഉത്തരം പറഞ്ഞു.

"ഹൃദയദേവത."

പൊന്നു നാണിച്ചു. അവളെ കളിയാക്കുക എന്നത് മാണിയുടെ കൂട്ടു കാർക്ക് രസമാണ്.

"നീ പോടാ പുളുവടിക്കാതെ." മാണി അവനെ പിടിച്ചുതള്ളി.

അവളുടെ കൈയിലിരുന്ന പൊതി കാര്യമായി ശ്രദ്ധിച്ചത് ദാമോദരൻത ന്നെയാണ്. പരുന്ത് കോഴിക്കുഞ്ഞിനെ റാഞ്ചുന്നതുപോലെ ഒരു കുതി പ്പിന് ദാമോദരൻ ആ പൊതി കൈക്കലാക്കി. ചേന്നനും ചെല്ലപ്പനും

കുഞ്ഞൂഞ്ഞും ഒക്കെ ആ പൊതിക്ക് പിന്നാലെ പാഞ്ഞു. ചെല്ലപ്പന്റെ ഭാര്യ ഓമനയും പൊതിയിൽ കണ്ണുവെച്ചു.

"പൊന്നുവേ, ഇതെന്തോന്നാടീ പൊതിഞ്ഞുകെട്ടിക്കൊണ്ടുവന്നത്?" ഓമന വിളിച്ചുചോദിച്ചു.

ദാമോദരൻ പൊതിയഴിച്ചു.

"ആഹാ, അമ്പടാ. പഴോം ഉപ്പേരീം. എന്റെ ചേച്ചീ, എത്രനാളായിട്ടാ പഴോം ഉപ്പേരീം കാണുന്നതെന്നോ?" ചെല്ലപ്പൻ രണ്ടുപ്പേരി വായിലിട്ട് കറുമുറാ കടിച്ചുതിന്നു.

"ഓ, ഇതുമുഴുവൻ തിന്നാല് മാണീടെ വയറു വീർത്താലോ?" ചേന്നനും ഉപ്പേരിപ്പൊതിയിൽ കൈയിട്ടു.

ഒരു പഴവും രണ്ടു കഷ്ണം ഉപ്പേരിയും എടുത്ത് മാണിയുടെ കൈയിൽ ബലമായി വച്ചുകൊടുത്തിട്ട് ആ പൊതിയുമായി ചേന്നനും ദാമോദരനും മണ്ണ് കൊത്തിയിളക്കുന്നിടത്തേയ്ക്ക് പാഞ്ഞു.

മാണി നഷ്ടബോധത്തോടെ വിളിച്ചുപറഞ്ഞു.

"എടാ ദ്രോഹികളേ, പരമദരിദ്രവാസികളേ, നിന്റെയൊക്കെ വയറിന്ന് വീർത്ത് പൊട്ടുമെടാ... തീർച്ചയാ..."

"ഓ... ഓ... പൊട്ടിക്കോട്ടേ..." ഓടുന്ന വഴിക്കുതന്നെ ചേന്നൻ വിളിച്ചു പറഞ്ഞു.

"എന്നെങ്കിലും ഒരു പൈങ്കിളി കൊണ്ടുവന്ന് എനിക്കും തരുമോടാ. അന്ന് നീയ് പിടിച്ചുപറിച്ചെടുത്തോടാ..."

ചേന്നൻ വീണ്ടും വിളിച്ചുപറഞ്ഞു.

അവരുടെ ഓട്ടം. ബഹളം, ചിരി ഒക്കെക്കണ്ട് പൊന്നു പൊട്ടിച്ചിരിച്ചു പോയി.

"ഓ... വയറമ്മാര്." മാണി പിറുപിറുത്തു. അവന്റെ നിരാശയും നില്പും പിറുപിറുപ്പും കണ്ടപ്പോൾ വന്ന ഉദ്ദേശ്യം എല്ലാം മറന്ന് പൊന്നു പൊട്ടി ച്ചിരിച്ചുപോയി.

പതിനൊന്ന്

"പൊന്നു.' താഴ്ന്ന സ്വരം,

സ്നേഹലോലമായ ആ സ്വരം.

പൊന്നു മുഖമുയർത്തി. കാതരമായ നോട്ടം.

"രണ്ടുദിവസം ഞാനെങ്ങനെയാ കഴിച്ചുകൂട്ടിയതെന്നറിയാമോ?" പരി ഭവത്തോടെ പൊന്നു ചോദിച്ചു.

"ദാണ്ട് കെടുക്കുന്ന്." മാണി ചിരിച്ചുപോയി.

"കല്യാണസദ്യയുണ്ണാൻ വേണ്ടി രണ്ടുദിവസം വിരുന്നുപോയത് നീയല്ലേ? നിന്റെ പറച്ചില് കേട്ടാൽ തോന്നുമല്ലോ ഞാനാ പോയെന്ന്. കൊള്ളാം. ഞാനെങ്ങനെയാ രണ്ടുദിവസം കഴിച്ചുകൂട്ടിയതെന്ന് നിനക്കറിയാമോ?"

പൊന്നുവും ചിരിച്ചു. അവൾ പറഞ്ഞു.

"അതറിയാവുന്നതുകൊണ്ടല്ലേ ഞാനോടിവന്നത്. പോകാൻ എനിക്കിഷ്ടോണ്ടായിട്ടാണോ പോയത്?" പൊന്നുതുടർന്നു. "പോയില്ലേല് ചിറ്റമ്മ പെണങ്ങും. അവർക്ക് കൂടെ കൊണ്ടുപോകാൻ മക്കൾ പോലും ഇല്ലാത്ത സ്ഥിതിക്ക് എന്നെ ഒന്നുവിളിച്ചാല് പോകണ്ടായോ?"

"അതിനിപ്പം ഞാനൊന്നും പറഞ്ഞില്ലല്ലോ. പറഞ്ഞതുപോലെ നീയാ കുഞ്ഞമ്മേടെ മകളായിട്ടാണല്ലോ ഇപ്പോഴത്തെ നിലപാട്. അല്ലേ? ഉം. അമ്മേം മോളുംകൂടി പോയി സദ്യ ഉണ്ടിട്ട് വന്നു. ഞാ, നീയിത്തിരി തടിച്ചിട്ടുണ്ടല്ലോടീ പെണ്ണേ." മാണി അവളെ ആപാദചൂഡം ഒന്നു നോക്കിച്ചിരിച്ചുകളിയാക്കി.

"പോ മാണിച്ചേട്ടാ." ആ നോട്ടത്തിൽ അടിമുടി പൂത്തുലഞ്ഞ ചെണ്ടുമുല്ലയായി നഖം കടിച്ച് അവൾ ഒളികണ്ണിട്ട് ഒന്നു നോക്കി.

താഴെ അടുക്കിവച്ചിരിക്കുന്ന കട്ടമേൽ കടന്നിരുന്നുകൊണ്ട് പൊന്നു പതിയെ വിഷയത്തിലേക്ക് കടന്നു. നാടകീയമായിത്തന്നെ.

"ആട്ടെ, ഞാനിവിടെ ഇല്ലാതിരുന്നപ്പം ഇവിടെക്കിടന്ന് വല്യ വെലസലാരുന്നെന്ന് കേട്ടല്ലോ?"

"ഉം, എന്നാ കാര്യം?" മാണിക്കവേളുടെ ചോദ്യം മനസ്സിലായില്ല. ഞാനൊന്നും ചെയ്തില്ലാ എന്ന നിഷ്കളങ്കഭാവത്തിൽ അവൻ നിന്നു.

"സീത കുളിക്കാൻ പോയെന്നോ, ആരോ എത്തിനോക്കിയെന്നോ, ഇവിടൊരാളുടെ കൈത്തരിപ്പ് തീർത്തെന്നോ ഒക്കെക്കേട്ടു.

പൊന്നു എങ്ങും തൊടാതെ ചോദിച്ചു.

"ഊം." മാണി ഗൗരവത്തിൽ മൂളി. നിമിഷംകൊണ്ടവന്റെ ഭാവം മാറി.

"എന്താ മാണിച്ചേട്ടാ കാര്യം, ഇത്രയെക്കെന്തുണ്ടായി? പൊന്നു അവന്റെ മുഖഭാവം ശ്രദ്ധിച്ചിട്ട് സൂക്ഷിച്ചാണ് ചോദിച്ചത്.

"പെണ്ണുങ്ങൾ കുളിക്കുന്നിടത്ത് എത്തിനോക്കേണ്ട കാര്യം ഒരു തെണ്ടിക്കുമില്ല. സീത കുളിക്കുന്നിടത്ത് ഏതു പട്ടിയെക്കണ്ടാലും അടിച്ച് ഞാനവന്റെയൊക്കെ കാലൊടിക്കും.

പറഞ്ഞത് അക്ഷരംപ്രതി ശരിയാണെന്നവന്റെ മുഖഭാവം ശ്രദ്ധിച്ചിട്ട് സൂക്ഷിച്ചാണ് ചോദിച്ചത്.

പൊന്നു ഒന്നു നടുങ്ങി. കാര്യം കുഴയുകയാണല്ലോ എന്നോർത്തു. രഘുവിനെയും സീതയെയും അവൾ മനസ്സാ ശകാരിച്ചു. ഒറ്റയ്ക്ക് കിട്ടിയ സന്ദർഭം. രണ്ടുപേരും ദുഷ്യം ചെയ്തിരിക്കുന്നു. താനുള്ളപ്പോൾ കിട്ടുന്ന സുരക്ഷിതത്വം താനില്ലാത്തപ്പോൾ കിട്ടില്ലെന്ന് കരുതേണ്ടിയിരുന്നു. എന്നി ട്ടിപ്പോ മോങ്ങുന്നതെന്തിന്?

എങ്കിലും അവൾ സ്വരം താഴ്ത്തിയിട്ട് ഒന്നു പരിശ്രമിച്ചുനോക്കാനുറ ച്ചു.

"അയാൾ ഒരു പാവമാ ചേട്ടാ. ഒരു നിരുപദ്രവി. നല്ല സ്വഭാവോം. അയാൾ അത്തരക്കാരനല്ല. യാതൊരു ദുർച്ചെലവും ദുർനടത്തയുമില്ലാത്ത നല്ല മനുഷ്യൻ. അയാൾ യാദൃച്ഛികമായി അതുവഴി പോയതാവും. കള്ളു കുടിപോലും അയാൾക്ക് വല്ലപ്പോഴുമേയുള്ളൂ."

"ഓഹോ. ഇതൊക്കെ ഇത്ര കൃത്യമായി നീയെങ്ങനെ അറിഞ്ഞു?" മാണിയുടെ ചോദ്യം. അല്പം പരിഹാസമില്ലേ? അവൾക്കതു മനസ്സിലാ യി.

പൊന്നു കുഴങ്ങി.

"അതിപ്പം ആരേലും പറയണോ? എന്നും കണ്ടോണ്ടിരിക്കുന്ന മനു ഷ്യനല്ലേ?" അവൾ തടിതപ്പാൻ നോക്കി. "ഞങ്ങളൊന്നിച്ചു പണിയുന്ന തല്ലേ?"

"കള്ളുകുടിക്കുന്നവനൊക്കെ ചീത്തയാണോ?" പൊന്നുവിനുത്തരം മുട്ടി. അയാൾ വല്ലപ്പോഴുമേ കുടിക്കൂ എന്ന് താൻ പറഞ്ഞു. മാണിച്ചേ ട്ടൻ ഈയിടെയായി കുടി ഇത്തിരി അധികമാ. അത് പരാമർശിച്ചാവും താൻ പറഞ്ഞതെന്ന് ധരിക്കുമോ? അവളുടെ ഹൃദയമിടിച്ചു.

"ഉം." മാണി ഇരുത്തിമൂളി. നീയെന്തിനാണിപ്പോ ഈ വക്കാലത്തും കൊണ്ടുവന്നത്? നീ വന്നപ്പോഴേ എല്ലാം ധരിപ്പിച്ച് അവൻ പറഞ്ഞുവിട്ട താണോ?" ഗൗരവസ്വരം.

പൊന്നു പരുങ്ങി. അവൾക്ക് രക്ഷപ്പെട്ടാൽ കൊള്ളാമെന്നായി. പിന്നെ പെട്ടെന്നവൾ ഒരുപായം കണ്ടു. രക്ഷപ്പെടാനുള്ള വഴി.

"ഇതാ ഇപ്പോ കുത്ത്." അവൾ ശുണ്ഠി ഭാവിച്ചു. "ഇതെന്താ മാണി ചേട്ടാ ഇങ്ങനെ ചോദിക്കുന്നേ? വക്കാലത്ത് പിടുത്തമല്ല്യോം എന്റെ തൊഴി ല്. ഞാൻ അറിഞ്ഞതിന്റെശേഷം പറഞ്ഞുന്നുമാത്രം." പരിഭവത്തോടെ പൊന്നു കൂട്ടിച്ചേർത്തു.

"അല്ലെങ്കിലും ഞാനിതൊന്നും അറിയണ്ടാന്നാണല്ലോ – സീതയുടെ കാര്യം നിശ്ചയിച്ചുകഴിഞ്ഞിട്ടും ഇത്രേം നാളായിട്ടും മാണിച്ചേട്ടൻ ഒന്നു സൂചിപ്പിക്കേലും ചെയ്തോ? ഓ, ഞാനൊരു പൊട്ടപിടിച്ചവള്. ഞാനറി

ഞ്ഞില്ലേലെന്നാ?" കൺകോണിൽ നനവും ഉണ്ടായി.

അതു കുറിക്കുകൊണ്ടു. അമ്പരപ്പോടെ അവളുടെ താടിക്ക് കൈനീട്ടി മാണി ഒരു തട്ടുകൊടുത്തിട്ട് പറഞ്ഞു.

"പോക്രിത്തരം പറഞ്ഞാലുണ്ടല്ലോ, കെട്ടിക്കഴിഞ്ഞില്ലാന്നൊന്നും കരുതണ്ട. ഞാൻ നല്ല വീക്കങ്ങ് തരും." അവനും ശുണ്ഠി വന്നു.

പൊന്നു ഉള്ളിൽ ചിരിച്ചു. എങ്കിലും പരിഭവംതന്നെ പുറത്തുകാട്ടി. അവനെ പ്രകോപിപ്പിക്കുക എന്നതായിരുന്നു അവളുടെ ലക്ഷ്യവും.

"പറഞ്ഞതിപ്പോ പിടിച്ചില്ലാരിക്കും. പിന്നെന്തിനാണാ ചന്ദ്രൻ വീട്ടിൽവന്നതും നിങ്ങൾ അമ്മയും മകനും ആലോചിച്ചതും ഒക്കെ." അവൾ തുറുപ്പിശീട്ടിറക്കി.

"അയാളൊന്നു വന്നൂന്നു വെച്ചിട്ടെന്താടീ, കല്യാണം നടന്നുപോയോ?"

"കല്യാണം നടന്നില്ലെങ്കിലും നിശ്ചയം നടന്നില്ലേ?"

"നിശ്ചയം നടന്നാല് നിന്നോട് പറയാണ്ടിരിക്കോടീ പൊട്ടീ?" മാണി മയപ്പെട്ടു.

"എന്നാലും ആലോചന മുറുകിയില്ലേ?"

"ഒന്നൂല്ലെടീ. അവൻ എന്നോടഭിപ്രായം പറഞ്ഞു. ഞാനത് അമ്മച്ചിയെ അറിയിച്ചു. യാദൃച്ഛികമായി അവൻ വീട്ടിൽ ഒന്നു വന്നു. ഇത്രയൊക്കെയേ ഇവിടെ നടന്നുള്ളൂ." മാണി പറഞ്ഞു. "സീതയുടെ കാര്യം നിന്നോടാലോചിക്കാതിരിക്കുമോ പൊന്നൂ. കാരണം, അക്കാര്യം കഴിയാൻവേണ്ടി മാത്രമല്ലേ നമ്മള് നോക്കിനോക്കി ഇരിക്കണെ?" മാണി ചിരിച്ചു.

പൊന്നുവിന്റെ മിഴികളിൽ നാണപ്പൂക്കൾ.

"അമ്മച്ചിക്ക് ചന്ദ്രനെ ഇഷ്ടമായി. എന്റെ പെങ്ങളെ പോറ്റാനുള്ള കഴിവ് അവനുണ്ടെന്ന് എനിക്കും ബോധ്യമാണ്."

അറിയേണ്ടതൊക്കെ അറിഞ്ഞുവെങ്കിലും പൊന്നു ചിരിച്ചു.

"ആകട്ടെ, നിന്റെ അഭിപ്രായമെന്താ?"

"എന്റെ അഭിപ്രായം എന്തുമാകട്ടെ. അത് പ്രശ്നമാക്കണ്ട. പക്ഷെ, സീതയുടെ അഭിപ്രായം ചോദിച്ചോ? അവൾക്കിഷ്ടമാണോ?" പൊന്നു ചോദിച്ചു.

"എന്താ ഇഷ്ടപ്പെടാതെ വരാൻ? അയാൾക്ക് എന്താണൊരു കുറവ്?" മാണി ചോദിച്ചു. "പൊന്നുപോലെ അവൻ നോക്കും. കല്യാണം നടന്നാൽപ്പിന്നെ അവൾക്കീ കട്ടക്കളത്തിൽ അലയേണ്ടതായി വരത്തില്ല." മാണിയുടെ മുഖത്ത് പ്രത്യാശ.

"അയാൾക്ക് രണ്ടുവർഷം മുമ്പൊരു പെണ്ണുമായി വല്യ ഇഷ്ടാരുന്ന ല്ലോ." പൊന്നു നിർദോഷമായ ഒരു കള്ളം പറഞ്ഞു.

"ഒരു പ്രേമം എന്നു പറയുന്നതെന്നാ വല്യ ആനക്കാര്യമാണോ? ഇപ്പോ അയാൾക്ക് മറ്റു ബന്ധങ്ങളൊന്നുമില്ലല്ലോ? ഒരുത്തിയെ പ്രേമിക്കുക ഒരു പുരുഷന്റെ ജന്മാവകാശമാണ്. ചെറുപ്പക്കാരുടെ ചേരയ്ക്ക് അല്ലെങ്കിലെന്താ ഒരു ഉശിര്?" ഏതോ മഹാകാര്യം പറയുന്ന മട്ടിൽ മാണി തുടർന്നു. "എന്നിട്ടെന്നാ അവളെ ചതിച്ചോ? പോകാൻ പറയ്. അവൻ ആണുങ്ങളെപ്പോലെ വേറെ കെട്ടും. ഒരുത്തി ഒരിക്കൽ ചതിച്ചെന്നുവച്ച് വേറെ വിവാഹം പാടില്ല എന്നെവിടെ എഴുതിവച്ചിരിക്കുന്നു?"

പൊന്നു ചിരിച്ചുപോയി. അവൾ ചോദിച്ചു.

"ഇക്കണക്കിന് ഞാൻ ചതിച്ചാലോ?"

"സംശയമില്ല." മാണി ദൃഢസ്വരത്തിൽ പറഞ്ഞു. "ആ നിമിഷം നിന്നെ ഞാൻ കൊന്നുകളയും."

പൊന്നു മുഖം പൊത്തിച്ചിരിച്ചു, അതുകേട്ടപ്പോൾ.

"കൊല്ലും കൊലയും കാലൊടിക്കലും ഒക്കെത്തന്നെ. ഇക്കണക്കിന് പേടിച്ചിട്ട് എങ്ങനെ ഒപ്പം കഴിയും?" പൊന്നു ചോദിച്ചു.

'നല്ല ധൈര്യവും പൊന്നുമനസ്സും ഉണ്ടെങ്കിലുമാത്രം വന്നാമതി. കേട്ടോടീ." മാണി ഗൗരവത്തിൽ നിന്ന് മീശ പിരിച്ചുകാട്ടി.

അപ്പോൾ പൊന്നു ആലോചിക്കുകയായിരുന്നു. പറഞ്ഞാലോ? എന്താവും പ്രതികരണം? നോക്കട്ടെ, ആ ദൗത്യനിർവഹണത്തിനായി ഹംസവേഷം കെട്ടിയല്ലേ തന്റെ വരവുതന്നെ.

അവൾ പതിയെ പറഞ്ഞു.

"എനിക്കാ രഘുനെ വല്യ ഇഷ്ടാ."

"ആണോ? കൂടെപ്പോകാൻ വല്ല പ്ലാനുമുണ്ടോ?" മാണി പരിഹസിച്ചു.

"ദേ, ഞാൻ വല്ലതും പറയുമേ, കേൾക്കണോ?" പൊന്നു ചൊടിച്ചു.

"ഉം. ഉം. പറയ്. രഘുനെ ഇഷ്ടാണ്. പിന്നെ ബാക്കി കേൾക്കട്ടെ." മാണി ചിരിച്ചു.

"സീതയ്ക്ക് നല്ല ചേർച്ചയാ."

പൊടുന്നനെ മാണി നിശ്ശബ്ദനായി.

"ആ ചന്ദ്രനേക്കാൾ ഭേദം. കണ്ടാൽ യോഗ്യൻ. ജോലീല് വിദഗ്ധൻ. നല്ല സ്വഭാവോം." ഭയം ഉള്ളിലടക്കി അവൾ വിശദീകരിച്ചു.

"വേണ്ട." പെട്ടെന്നായിരുന്നു മാണിയുടെ സ്വരം.

"അതുവേണ്ട."

"ഉം എന്താ?" സീതയുടെ കാര്യത്തിൽ എന്റെ അഭിപ്രായത്തിന് തീരെ വിലയില്ലേ?" പൊന്നു ചോദിച്ചു, വല്ലാത്തൊരു പരിഭവസ്വരത്തിൽ.

"ഒരു വരത്തൻ ഇവിടിങ്ങനെ ആളാകണ്ട."

ദൃഢസ്വരം. മാണിയുടെ കനത്ത സ്വരം.

പൊന്നുവിന്റെ നാവടഞ്ഞു. ഒരുനിമിഷം പൊടുന്നനെ അവൾ ചോദിച്ചു.

"ചന്ദ്രൻ വരത്തനല്ലേ?"

"അവന്റെ അപ്പനാണിവിടെ വന്നത്. അവർക്കിപ്പോ ഒരു വീടു പതിച്ചുകിട്ടിയില്ലേ. ഇവിടെ താമസിക്കുവല്ലേ? പിന്നെങ്ങനെ വരത്തനാകും?"

"അതുപോലെ രഘുവും വാങ്ങി വീടുവച്ചാൽ മതിയല്ലോ?" പൊന്നു ന്യായം പറഞ്ഞു.

"വേണ്ട, അവനിവിടെ ആധിപത്യം സ്ഥാപിക്കേണ്ട. ഞാനത് സമ്മതിക്കത്തില്ല." വീണ്ടും അതേ സ്വരം.

പൊന്നുവിന് വാക്കു മുട്ടി.

"ഉം. അവൻ നിന്നെ ദുതയച്ചതാണെങ്കില് പറഞ്ഞേക്ക് എന്റെ പെങ്ങളെ കെട്ടാൻ ഒരു വരത്തന്റെ ആവശ്യം ഇല്ലെന്ന്." പൊന്നുവിന്റെ മനസ്സില് ഒരിടിത്തീയ് വീണു. ഉള്ളില് ആകെ ഒരു പുകച്ചില്.

അവളുടെ മനസ്സാകെ പിടഞ്ഞു.

പന്ത്രണ്ട്

ആകാംക്ഷയോടെ അതിലേറെ ഉത്ക്കണ്ഠയോടെ കാത്തിരിക്കുകയായിരുന്നു സീത. അകലെനിന്ന് വഴിയിറമ്പിലൂടെ പൊന്നു നടന്നുവരുന്നത് സീത കണ്ടു. കട്ടകളുടെ ഇടയിൽനിന്ന് സീത ചാടിയിറങ്ങിയോടി, വെപ്രാളത്തോടെ.

"എടീ, എടീ. നീയെങ്ങോട്ടാ ഈ പെടച്ചോടുന്നെ?" കുഞ്ഞമ്മ വിളിച്ചുചോദിച്ചു.

സീത മറുപടി പറഞ്ഞില്ല. അവൾ നിൽക്കാതെ ഓടി. പൊന്നുവിന്റെ അടുത്തെത്തിയിട്ടേ നിന്നുള്ളൂ. പൊന്നുവിനെ പിടിച്ചുലച്ചവൾ ചോദിച്ചു.

"ചേട്ടൻ എന്നാ പറഞ്ഞു പൊന്നൂ." ഉൽക്കണ്ഠ കലർന്ന ചോദ്യം. ആ ഹൃദയത്തിന്റെ മിടിപ്പ് ഒക്കെ പൊന്നു അറിഞ്ഞു. എന്താണ് പറയേണ്ടതെന്ന് അവൾക്ക് മനസ്സിലായില്ല. ഒരെത്തും പിടിയും കിട്ടുന്നുമില്ല.

"പറഞ്ഞെടീ, ചേട്ടൻ എന്നാ പറഞ്ഞു?"

"സീതേ, നീയിത്ര ബഹളം വയ്ക്കുന്നതെന്തിനാടീ? പറയാമെന്നേ. സാവകാശം വേണ്ടേ?"

പൊന്നു തടിതപ്പാൻ ശ്രമിക്കയാണ്. പറഞ്ഞുകൊണ്ടവൾ മുൻപോട്ടു

നടന്നുതുടങ്ങി; സീതയിൽനിന്ന് മുഖം മറയ്ക്കാനെന്നോണം.

സീത വിട്ടില്ല.

"നില്ലെടീ. ഇത് പറഞ്ഞിട്ടങ്ങോട്ടു പോയാൽ മതി.' സീത വാശിയോടെ അവളെ പിടിച്ചുനിർത്തി ഇത്തിരി അധികാരത്തിൽത്തന്നെ പറഞ്ഞു.

"സീതേ, അതേയ്. മാണിച്ചേട്ടൻ എതിരൊന്നും പറഞ്ഞില്ലെടീ... പിന്നേ യ്..." പൊന്നു പരുങ്ങി. എങ്ങിനെയാണ് പറഞ്ഞവസാനിപ്പിക്കുക? അവ ളാകെ പുലിവാല് പിടിച്ചതുപോലെ നിന്നു.

"പിന്നെന്താ? നടത്തിത്തരാമെന്നു പറഞ്ഞോ?"

സീതയിൽ ഉത്ക്കണ്ഠയാണ്.

"അതിപ്പം എടുപിടീന്നങ്ങ് പറയുവോ?"

"പിന്നെ പറ്റത്തില്ലാന്നു പറഞ്ഞോ?"

"എന്നൊന്നും പറഞ്ഞില്ല."

"പിന്നെ?" സീതയ്ക്ക് ശുണ്ഠിയായി.

"നീയെന്നടങ്ങ്. വെപ്രാളം പിടിക്കാതെ. എന്തിനുമില്ലേ ഒരു സമയോം സമാധാനോം."

പൊന്നു വഴുതിമാറാൻ ശ്രമിക്കുകയാണ്.

"ഇല്ല. നീയേതാണ്ടൊളിച്ചുപിടിക്കുവാ. എനിക്കറിയാം. ചേട്ടൻ സമ്മ തിച്ചില്ലാ അല്ലേടീ?" സീതയുടെ സ്വരത്തിൽ വിറയൽ.

ഇല്ല എന്ന് പറഞ്ഞില്ലെങ്കിലും പൊന്നുവിന്റെ മുഖഭാവം അതു വിളി ച്ചറിയിച്ചു. അതാണ് സത്യമെന്ന ഭാവത്തിൽ.

"പറ്റില്ലാന്ന് പറഞ്ഞോ?" സീതയ്ക്ക് തേങ്ങൽ.

പൊന്നു മൗനം.

"പറഞ്ഞു അല്ലേ?" സീത തകർന്നുപോയി. അവളുടെ മുഖം വാടി. മിഴികൾ നനഞ്ഞു. മനസ്സ് പിടച്ചു.

തൂങ്ങിയ മനസ്സും കുനിഞ്ഞ ശിരസ്സും ഇടറിയ പാദങ്ങളുമായി സീത തിരിച്ചുനടന്നു. അതിലേറെ വിഷമത്തോടെ പൊന്നു പിൻതുടർന്നു.

അല്ലലറിയാതെ, പൂമ്പാറ്റയെപ്പോലെ പാറിനടന്ന പെൺകുട്ടി. പാവം. അവളുടെ മനസ്സിലേയ്ക്ക് നിറമുള്ള സ്വപ്നങ്ങൾ കലർത്തിയതിൽ തനിക്കും ഒരു പ്രധാന പങ്കുണ്ടെന്നോർത്തപ്പോൾ പൊന്നുവിനാകെ പുക ച്ചിൽ.

അവർ ആത്മാർഥ സ്നേഹിതരാണ്. അതിലേറെ ഭാവിയിൽ ബന്ധു ക്കളാകുന്നവർ, പൊന്നുവിനെ സീതയും, സീതയെ പൊന്നുവും ഇപ്പോഴേ നാത്തൂനായി അംഗീകരിച്ചുകഴിഞ്ഞിരുന്നു. സീതയുടെ മിഴികൾ തുളു മ്പുന്നത് പൊന്നുവിന് സഹിക്കാനാവുന്നില്ല.

വിങ്ങിപ്പൊട്ടിയ ഭാവത്തോടെ അടുത്തെത്തിയ സീതയോട് കുഞ്ഞമ്മ ചോദിച്ചു.

"അയ്യോടീ, നിനക്കെന്നാ പറ്റി? നിന്റെ വെപ്രാളോം ഓട്ടോം കണ്ട പ്പോഴേ ഞാൻ കരുതിയതാ ഇങ്ങനേ വരുന്ന്. പെമ്പിള്ളേരായാല് അട ങ്ങിയൊതുങ്ങി നെലത്ത് നില്ക്കണോടീ... അല്ലേല് ഇതാ അനുഭവം."

എരിതീയിൽ എണ്ണയൊഴിക്കുംപോലുള്ള സംസാരം. പൊന്നുവിനത് ഒട്ടും ഇഷ്ടമായില്ല.

"ഈ ചിറ്റമ്മയ്ക്കെന്നാ മിണ്ടാതിരിക്കാമ്മേലേ?" അവൾ ചോദിച്ചു, നീരസത്തോടെ.

"എന്നാല് കാര്യം പറേടീ. നീ രണ്ടുംകൂടി വായില് വെള്ളോം നിറച്ചി രുന്നാല് ഞാനെങ്ങനറീം. ഞാനെന്നാ ഗണിച്ചെടുക്കോ?"

കുഞ്ഞമ്മയ്ക്കാകെ നീരസം. അവർ രണ്ടു കട്ടപെറുക്കി ദൂരേയ്ക്ക് നീട്ടിയെറിഞ്ഞു.

പൊന്നു സാവകാശം എല്ലാക്കാര്യങ്ങളും വിശദീകരിച്ചു പറഞ്ഞു. എല്ലാം കേട്ടുകഴിഞ്ഞപ്പോൾ അല്പം ആലോചനയോടെ കാര്യം എത്ര നിസ്സാരംഎന്ന മട്ടിൽ അവർ പറഞ്ഞു.

"ആ ചന്ദ്രൻ ചെറുക്കൻ ആളൊരു ഉശിരനാ. നല്ല പണിക്കാരനാ. ഒരു പ്രാരാബ്ധോം ഇല്ല. അവന്റെ കൂടെ കൂടിയാല് പരമാനന്ദമാ."

"ഓ, അതിപ്പൊ ചിറ്റമ്മ ഒന്നു പറയാഞ്ഞിട്ടാ അറിയാഞ്ഞത്.' പൊന്നു വീണ്ടും എതിർത്തു.

"എന്നാപ്പിന്നെ നിനക്കവനെപ്പറഞ്ഞ് സമ്മതിപ്പിക്കാമായിരുന്നില്ലേടീ കഴുതേ? അവള് വല്യ ദൂതാളുചമഞ്ഞ് പോയിട്ട് ഉറിപോലെ തിരിച്ചുവ ന്നിരിക്കുന്നു. എന്നിട്ടെന്നെ ഭരിക്കാൻ നടക്കുന്നു. അവനെ കാണുമ്പോ വായില് നാക്കില്ല.

എലിപോലാ വെറയ്ക്കും. അവന്റെ ഇഷ്ടമേ നടക്കൂ. അവന്റെ പെങ്ങടെ കാര്യം തീരുമാനിക്കാൻ നിനക്കെന്നാടീ ചുലേ കാര്യം?"

പൊന്നു നിശ്ശബ്ദയായി. സീതയുടെ കവിളിൽ കണ്ണീർ ഒലിച്ചിറങ്ങി.

കുഞ്ഞമ്മ ശാന്തയായി. അല്ലെങ്കിലും എതിർപ്പുണ്ടായാലേ കുഞ്ഞമ്മ അതുമിതും പറയൂ. അവരുടെ ശബ്ദത്തിന് അംഗീകാരം കൊടുക്കുകയും എതിരാളി അംഗീകരിക്കുകയും ചെയ്താൽ അവർ പരമസാധുവാണ്.

"ഏതായാലും ധൃതി പിടിക്കാണ്ടിരിക്ക്. കാര്യങ്ങളൊക്കെ എതാണ്ട് കൊഴഞ്ഞ മട്ടാ. എന്നാലും സാവകാശം പറഞ്ഞ് മനസ്സിലാക്കി ശരിയാ ക്കാൻ നോക്കാം. നിനക്കിപ്പോ എന്താ വേണ്ടത്?" കുഞ്ഞമ്മ സീതയുടെ അടുത്തെത്തി. അവളുടെ തോളിൽ കൈവെച്ചു.

"രഘുവിന്റെകൂടെ കല്യാണം കഴിക്കണം. അത്രയല്ലേയുള്ളൂ. അതേ നടക്കൂ. ഒരു ചന്ദ്രനും അതിനെതേൽ വരത്തില്ല. ഞാനാ പറേന്നെ. കുഞ്ഞമ്മ. നീ സമാധാനപ്പെട്."

സീതയ്ക്കാശ്വാസമായി. ഒപ്പം പൊന്നുവിനും. കുഞ്ഞമ്മ പറഞ്ഞാൽ പറഞ്ഞതുപോലെ കാര്യം നടന്നിരിക്കും. അതാണ് സത്യം.

കടുവയെപ്പോലെ അലറും ആദ്യം. പക്ഷെ, കുഞ്ഞമ്മ പൂച്ചയെപ്പാലെ ശാന്തയാണ്. സത്യം വിട്ട് ഒരടി ചലിക്കില്ല. ചതിവും വഞ്ചനയും അവർക്ക് തികച്ചും അജ്ഞാതമാണ്. അവരോട് ചതിവും വഞ്ചനയും കാട്ടിയാൽ അവരത് സഹിക്കുകയുമില്ല. ഭദ്രകാളിയെപ്പോലെ ഉറഞ്ഞുതുള്ളും. അപ്പോൾ തോന്നുന്നതെന്തോ അതുചെയ്യുകയും ചെയ്യും.

നിനക്ക് രഘുനെ തരാമെന്ന് ഉറപ്പായി പറഞ്ഞുപോയി. പക്ഷെ, അതെ ങ്ങനെ സാധിച്ചെടുക്കും എന്നതിനെക്കുറിച്ച് കുഞ്ഞമ്മയ്ക്കുപോലും നിശ്ചയമില്ല. പറഞ്ഞുപോയി. പറയേണ്ടിയിരുന്നില്ലതാനും. ഇനി പറഞ്ഞ വാക്ക് പാലിക്കാതിരിക്കുന്നതെങ്ങനെ?

മാണി പിടിവാശിക്കാരനാണ്. അവന് ഏറെ ഇഷ്ടം ചന്ദ്രനോടാണ്. രഘുവിനോട് കലിപ്പ് ആദ്യം മുതൽതന്നെയുണ്ട്. ഇത്തിരി സാമർഥ്യം കൂടുന്നതും ഒരുവൻ നന്നാകുന്നതും ഒരുത്തനും ഇഷ്ടമാവില്ലല്ലോ.

എങ്ങനെയും അവനെ തറപറ്റിക്കാനാ നോട്ടം. തങ്കയ്ക്കും ആ ചന്ദ്രനെ ഇഷ്ടമാണെന്ന് കേട്ടു. പിന്നെ ഇപ്പോൾ എന്താണൊരു വഴി? ശ്ശെ! പെങ്കൊച്ചിന് വാക്ക് കൊടുക്കേണ്ടതില്ലായിരുന്നു. അവൾ തന്നെ വിശ്വസിച്ചിരിക്കില്ലേ? തനിക്കതു കഴിയാതെ പോയാലോ? കുഞ്ഞമ്മയ്ക്ക് ആകെ അസ്വസ്ഥതയായി.

"എന്താടീ, പെണ്ണുങ്ങളേ, കൊച്ചുവർത്തമാനോം പറഞ്ഞിരുന്നാൽ പണിനീങ്ങണ്ട? എപ്പോ നോക്ക്യാലും നിന്നെയൊക്കെ കൂടെ ഒരു മൂലേല് കാണാമല്ലോ? എന്തോന്നാടീ ഇത്രമാത്രം പറയാനുള്ളത്? മതി. ഒക്കെ നിർത്തിയേച്ച് പോയി പണിയാൻ നോക്ക്. വൈകുമ്പം കൈനീട്ടി കൂലി മേടിക്കുന്നതല്ലേ?" ശിവൻപിള്ളയുടെ ശകാരം. വരുന്ന വഴിയാണ്.

അധികാരത്തിന്റെ സ്വരം. അതിൽ അല്പം ധാർഷ്ട്യത കൂടി കലർന്നു. പൊട്ടിവീണതുപോലെ ശിവൻപിള്ള. വെള്ള ഷർട്ടും വോയിൽ ഡബിളും വേഷം. ഈയിടെയായി ഇഷ്ടൻ ഇത്തിരി ശൃംഗാരഭാവത്തിലാണ്. തൂവെള്ള വസ്ത്രമേ ധരിക്കൂ. എപ്പോഴും ശൃംഗാരച്ചിരി ചുണ്ടിലുണ്ടാ കും. ആരെയാണാവോ ഈ ദ്രോഹി കണ്ടുവച്ചിരിക്കുന്നത്?

സ്വല്പം അസ്വസ്ഥത അല്ലെങ്കിൽത്തന്നെ കുഞ്ഞമ്മയെ വിഷമിപ്പി ച്ചുകൊണ്ടുനിൽക്കുകയായിരുന്നു. അപ്പോഴാണ് ശിവൻപിള്ളയുടെ വരവും

അധികാരസ്വരവും. കുഞ്ഞമ്മ എടുത്തടിച്ചതുപോലെ പറഞ്ഞു.

"പണി തീരുന്നില്ലെങ്കില് തീരുന്ന പണിക്കുള്ള കൂലിയല്ലേ താൻ തരു ന്നുള്ളൂ. ഞങ്ങൾക്ക് കിട്ടാനുള്ളതിൽനിന്നുപോലും ഒന്നും രണ്ടും രൂപാ താൻ വക്രിക്കുകയല്ലേ ഉള്ളൂ. പിന്നെ ഞങ്ങളിവിടെ ഇരുന്നാലെന്താ നിന്നാ ലെന്താ. താനെന്തിനാ ഇതൊക്കെ അന്വേഷിക്കുന്നേ?"

ശിവൻപിള്ളയ്ക്ക് ജാള്യതയായി. ഇത്ര കനത്ത സ്വരത്തിൽ കുഞ്ഞമ്മ തിരിച്ചുപറയുമെന്ന് കരുതിയില്ല. അതും ഈ പെൺകുട്ടികളുടെ മുൻപിൽവെച്ച്!

ശിവൻപിള്ളയെ പിള്ളസാറെന്നേ എല്ലാവരും വിളിക്കൂ. പക്ഷെ, കുഞ്ഞമ്മ ഒരിക്കലും സാറെന്ന് വിളിക്കില്ല. അവരു തമ്മിലുള്ള അടുപ്പ ത്തിൽനിന്നാണാ സ്വാതന്ത്ര്യം എന്നാണെല്ലാവരും പറയുന്നത്.

"ഒന്നുല്ലെങ്കിലും എന്നേക്കാൾ പ്രായെങ്കിലും കൊറവല്ലേ അയാൾക്ക്. പിന്നെ ഞാനെന്തിനാ സാറേന്ന് വിളിക്കുന്ന്" എന്നാണ് കുഞ്ഞമ്മ വാദം ഉന്നയിക്കുന്നത്.

എന്തായാലും ഇടയാൻ നിന്നാൽ കാര്യമില്ലെന്ന് ശിവൻപിള്ളയ്ക്ക് അറിയാം. അയാൾ പറഞ്ഞു.

"എടീ, നിന്റെ കാര്യല്ല ഞാൻ പറഞ്ഞത്. ഇവളുമാരുടെ കാര്യമാ. രണ്ടുപേരും അങ്ങോട്ടും ഇങ്ങോട്ടും കാഴ്ചേം കണ്ട് നടക്കുവല്ലേ സദാ സമയോം." അയാളുടെ കഴുകൻകണ്ണുകൾ സീതയിലും പൊന്നുവിലും പതിഞ്ഞു.

"അവർക്കും തന്റെ സ്പെഷ്യലൊന്നും താൻ കൊടുക്കുന്നില്ലല്ലോ. പിന്നെന്നാ കൊണവതിയാരമാ താനീ പറേന്നത്?"

കുഞ്ഞമ്മയ്ക്കാകെ കലികേറുകയാണ്.

"അവർക്കെന്തെങ്കിലും സ്പെഷ്യലായിട്ടു കൊടുക്കണോന്ന് താല്പര്യം തനിക്കുണ്ടെങ്കില് ആ പൂതിയങ്ങ് മനസ്സിലവച്ചേക്ക്. ആ പരിപ്പ് ഈ കലത്തിൽ വേകത്തില്ല. ഓാ പറഞ്ഞേയ്ക്കാം." കുഞ്ഞമ്മ വിരൽചൂണ്ടി അടുത്തു.

ഇനി നിന്നാൽ രക്ഷയില്ലെന്ന് ശിവൻപിള്ളയ്ക്ക് മനസ്സിലായി. അവരെ മൂന്നുപേരെയും രൂക്ഷമായി ഒന്നുകൂടി നോക്കിയിട്ടയാൾ ഒന്നിരുത്തിമൂ ളി.

"ഉം"

പിന്നെ തിരിഞ്ഞുനടന്നു.

അയാൾ പോയവഴിയേ നോക്കി നീട്ടിത്തുപ്പിയിട്ട് കുഞ്ഞമ്മ പിറുപി റുത്തു.

"പെണ്ണുങ്ങൾ നിൽക്കുന്നിടംനോക്കി കിന്നാരിക്കാൻ വന്നേയ്ക്കുന്നു. നരച്ച് നാറീട്ടും ഇപ്പോഴും പെമ്പിള്ളേളരെ കണ്ടാല് വായില് കഴുക്കുത്തി ല്ല. ഫൂ... പരനാറി..."

സീതയുടെ ശ്രദ്ധ അതിലെങ്ങുമായിരുന്നില്ല. അവൾക്ക് രഘുവിനെ ഒറ്റയ്ക്കൊന്ന് കാണണം. മാണിയുടെ നിലപാട് വിശദീകരിക്കണം. വീട്ടിലെ തീരുമാനങ്ങൾ പറയണം. ചന്ദ്രനെക്കുറിച്ചും പറയണം.

അതിനെന്താ വഴി?

രഘു എവിടെ?

അവൾ നോക്കി. കളത്തിന്റെ അങ്ങേ അറ്റത്തുനിന്ന് മണ്ണിളക്കുകയാ ണ്.

അവൾ അവസരം നോക്കിയിരുന്നു ഒന്നു പറയാൻ.

നെഞ്ചിലെ തീയ് ഒന്നണയ്ക്കാൻ.

ആശ്വാസത്തിന്റെ ഇത്തിരി കുളിർജലം ലഭിക്കാൻ. വെകുന്നതുവരെ അതിനവസരം കിട്ടിയില്ല!

രഘു മനപ്പൂർവം വഴുതിമാറുകയാണോ?

കുഞ്ഞമ്മയുടെ അടുത്തോ പൊന്നുവിന്റെ അടുത്തോ രഘു വന്നില്ല. വന്നിരുന്നുവെങ്കിൽ സൂചിപ്പിക്കാമായിരുന്നു.

വൈകുന്നേരമായി.

കുളിക്കാൻ ആറ്റിലേയ്ക്കു പോകുമ്പോൾ സീത കരുതി, ആറ്റിറമ്പിലെ ആ ഇഞ്ചപ്പടർപ്പിനരികിലേയ്ക്ക് രഘുവിനെ ക്ഷണിക്കണമെന്ന്.

പക്ഷെ, കളത്തിലാകെ തിരഞ്ഞു.

രഘുവിനെ കണ്ടില്ല!

പതിമൂന്ന്

നെഞ്ച് ഉരുകിയുരുകി കത്തുന്ന നൊമ്പരത്തോടെ സീത നടന്നു, ആറ്റു തീരത്തേയ്ക്ക്. ഒപ്പം പൊന്നുവും കുഞ്ഞമ്മയുമുണ്ട്.

അന്നൊരു വൈകുന്നേരം ആറ്റുതീരത്തെ ഇഞ്ചപ്പടർപ്പിനുള്ളിൽ വച്ചു നടന്ന ആ സംഭവം അവൾക്കാരോടും പറയാനാവുന്നില്ല. പൊന്നുപോലും അതറിഞ്ഞാൽ അവളെ വെറുക്കും. കുറ്റപ്പെടുത്തും. സീതയുടെ ഉള്ളിൽത്തന്നെ ആ കുറ്റബോധവും ഭീതിയും അമർന്നുഞെരിയുകയാണ്.

രഘുവുമായുള്ള വിവാഹം ഉടനെ നടന്നേതീരൂ. നടന്നില്ലെങ്കിൽ എ ന്തെങ്കിലും സംഭവിച്ചാൽ...!

ഈശ്വരാ പിന്നെ ജീവിച്ചിരുന്നിട്ടെന്തുഫലം? ഒരു മരപ്പാവ കണക്കെ

വയലിലെ വരമ്പത്തുകൂടെ നടക്കുകയായിരുന്ന സീതയുടെ ഉള്ളം പൊടു
ന്നനെ തുടിപ്പാർന്നു. അകതാരിൽ ആഹ്ലാദത്തിന്റെ തിരത്തല്ലൽ.

അങ്ങകലെ ആറ്റുതീരത്തെ ഇഞ്ചപ്പടർപ്പിനപ്പുറത്ത് ആഞ്ഞിലമരച്ചു
വട്ടിൽ അവൻ!

രഘു!

പറന്നാ സവിധത്തിലെത്താൻ അവൾ കൊതിച്ചു.

അടുത്തു ചെന്നപ്പോൾ കുഞ്ഞമ്മ ചോദിച്ചു.

"നീയെന്നാടാ രഘുവേ ഇവിടെ കാവല് നിൽക്കുന്നത്. എന്നാ ഭാവി
ച്ചാ. ഇനീം തല്ലുമേടിക്കാനാണോ പ്ലാൻ?"

രഘു വെറുതെ ചിരിച്ചു. പിന്നെ പറഞ്ഞു.

"ഒരു ചെറിയ കാര്യം പറയാനാ സീതയോട്."

ആറ്റിലേയ്ക്ക് ചാഞ്ഞുനിൽക്കുന്ന ആ വലിയ മരം. ആ മരച്ചുവട്ടിൽ
രഘു നിന്നു, മുൻപിൽ അവളും.

ഇടനെഞ്ച് പൊട്ടിയടരുംപോലെ സീത അവളുടെ സങ്കടം പറഞ്ഞു.

"നമ്മളെന്നാ ചെയ്യാനാ ചേട്ടാ. എന്നെ വേറാരും കെട്ടണ്ട. ചേട്ടൻ
എന്നെ കൊണ്ടോവ്വോ?"

അവനെ മാത്രം സ്നേഹിക്കുന്ന, ധ്യാനിക്കുന്ന, അവനായി മാത്രം
അവൾക്കുള്ള വിലപ്പെട്ട സ്വത്തെല്ലാം കാഴ്ചവെച്ച അവളാണ് ചോദിക്കു
ന്നത്.

അവന്റെ മാത്രം സീത.

മറുപടി പറഞ്ഞേ ഒക്കൂ. പക്ഷെ, അവനെന്തു പറയാൻ?

അന്യനാട്! ഇവിടെ അവൻ വരത്തനാണ്. അവനെ ഒറ്റപ്പെടുത്താൻ
എല്ലാവരും ശ്രമിക്കുന്നു. മാണിയാണ് മുൻപിൽ. മാണിയുടെ വാക്കുകേട്ട്
മറ്റുപലരും.

അവൻ എത്ര ശക്തിമാനാണെങ്കിലും എത്ര വലിയ കഴിവുകൾ അവൻ
സ്വായത്തമാക്കിയാലും അതൊക്കെ ഈ അന്യനാടിന്റെ പകയ്ക്കുമുമ്പിൽ
നിഷ്പ്രഭമാകുന്നു.

ദുസ്സഹമാണീ പ്രവണത. നാടേത്? വീടേത്? എന്തൊരു ചോദ്യം!

വരത്തൻ!

എന്തൊരു വിവേചനം?

എല്ലാവരും ഒന്ന്. ഒറ്റക്കെട്ട്! നാടും വർഗവും ജാതിയും മതവും ഒക്കെ
വേർതിരിച്ചാലും മനുഷ്യൻ മനുഷ്യനല്ലേ? ചോരയ്ക്ക് ചുവന്ന നിറമല്ലേ?
അതെ. ഒന്നിലും വ്യത്യാസമില്ല!

എന്നിട്ടും

നീ വരത്താനാണെന്ന് ആക്ഷേപിക്കുന്നു.

നിനക്ക് നിലനില്പില്ലെന്ന് ആക്രോശിക്കുന്നു. മടുത്തു. ഇവിടം വിട
ണം.

ബേബിച്ചൻ മുതലാളി എന്തൊക്കെ പറഞ്ഞാലും എത്ര തുക കൂട്ടിത്ത
ന്നാലും ഇനി ഇങ്ങോട്ടില്ല. ഈ സീസൺ അവസാനിക്കുമ്പോൾ താനീ
നാടിനേടു യാത്രപറയും. പിന്നെ ഇങ്ങോട്ടില്ല.

അപ്പോൾ

അപ്പോൾ സീത!

എന്നെ ഒറ്റപ്പെടുത്തുന്നവരോട്, അകറ്റുന്നവരോട് ഒരു വാക്ക്! രഘു
വിന്റെ മനസ്സ് മൂകം കേണു.

എന്നിൽനിന്നും എന്റെ സീതയെമാത്രം അകറ്റരുതേ... ആത്മാവിന്റെ
ആഴങ്ങളിൽ അവൾ ആവാസമുറപ്പിച്ചുകഴിഞ്ഞിരിക്കുന്നു. ഇനിയൊരി
ക്കലും പിടിച്ചടർത്തി ഇറക്കിവിടനാവാത്തവിധം.

"എന്നാ ഒന്നും മിണ്ടാത്തെ?" സീതയുടെ നനുത്ത സ്വരം. സങ്കടഭാ
വവും.

രഘു ചിന്തകളിൽനിന്ന് ഉണർന്ന് അവളുടെ മുഖത്തുനോക്കി നെടു
വീർപ്പിട്ടു.

"ഞാൻ ആലോചിക്കയാണ് സീതേ ഒരു പോംവഴി." അവൻ പറ
ഞ്ഞു. "എന്തായാലും സീത വിഷമിക്കരുത്. രഘു ജീവിച്ചിരുന്നാൽ സീത
ദുഃഖിക്കേണ്ടിവരില്ല. സീത രഘുവിന്റെ ഒപ്പമേ ജീവിക്കത്തൊള്ളു."

"ഇല്ലെങ്കില് ഞാൻ മരിക്കും." ദൃഡസ്വരമായിരുന്നു സീതയ്ക്ക്. നിറ
മിഴിയോടെ അവൾ കൂട്ടിച്ചേർത്തു. "ചേട്ടൻ എന്നെ ഉപേക്ഷിച്ചാല് പിന്നെ
ആർക്കുവേണ്ടിയാ ഞാൻ ജീവിച്ചിരിക്കുന്നെ? എനിക്കാ ചന്ദ്രന്റെ ഭാര്യ
യാകണ്ടാ. ഞാൻ സമ്മതിക്കത്തില്ല."

"നോക്ക് കൊച്ചേ..." സ്നേഹവും വാത്സല്യവും കലർത്തി അവൻ
അവളുടെ തലയിൽ തലോടി. പിന്നെ ദൃഢമായിത്തന്നെ അവൻ പറ
ഞ്ഞു.

"രഘുവിന്റെകൈയിൽനിന്നും നിന്നെ ആരും കൊണ്ടുപോകത്തില്ല,
തീർച്ച. എന്താ പോരേ?"

അവളുടെ മിഴികൾ തുളുമ്പി!

"ഇന്നെന്താ രണ്ടുപേരുംകൂടി ആറ്റിറമ്പിലേയ്ക്ക് പോന്നോ?" പെട്ടെ
ന്നായിരുന്നു ആ ശബ്ദം. ഇരുവരും നടുങ്ങി.

ബേബിച്ചൻ മുതലാളി അവർക്കുമുൻപിൽ! ഇരുവരും പരുങ്ങി. ചുളി
ച്ചുരുങ്ങിനിന്നു. സീത മുഖമുയർത്തിയതേയില്ല.

രഘു പെട്ടെന്ന് സമനില വീണ്ടെടുത്തു. ചിരിച്ചു.

"ഉം. എന്താ ഈ പെങ്കൊച്ച് നിന്ന് കരയുന്നത്?" മുതലാളി സീത
യുടെ നില്പും ഭാവവും ശ്രദ്ധിച്ചു.

"ഓ..." സീത വിക്കി. "ഒന്നൂല്ല മുതലാളീ..."

"അതു ശരിയല്ലാ..." മുതലാളി ചിരിച്ചു. "കാര്യം പറഞ്ഞോളൂ. എന്താ
പ്രശ്നമെന്ന് ഞാനൂടെ അറിയട്ടെ. പരിഹരിക്കാൻ പറ്റുമോന്ന് നോക്കാം."

സീത പരുങ്ങലോടെ നിന്നതേയുള്ളൂ. അവിടെനിന്ന് രക്ഷപ്പെടാനാ
ണവൾ കൊതിച്ചത്.

രഘു എല്ലാക്കാര്യങ്ങളും വിശദീകരിച്ചു പറഞ്ഞു. മുതലാളിയും
രഘുവും എപ്പോഴും കൂട്ടുകാരെപ്പോലെയാണ്. അന്യോന്യം അവർ
ആത്മാർഥത പുലർത്തുന്നു. തുറന്നു പറയുന്നു.

"അപ്പോൾ ശരി. മാണി എതിരാണല്ലേ? ഞാൻ കരുതി മാണിക്ക്
ഇക്കാര്യം ഇഷ്ടമാണെന്ന്." മുതലാളി ഗൗരവക്കാരനായി.

"ഞാൻ വരത്തനാണുപോലും." രഘു തെല്ല് പരിഹാസത്തോടെ പറ
ഞ്ഞു.

"ഓ, ശരി. സ്ഥാനദുർമോഹം അല്ലേ?" രഘു മിണ്ടിയില്ല.

മുതലാളി തുടർന്നു. "ഇതാണ് രഘു ഈ നാട്. ഒരിക്കലും നന്നാകി
ല്ല. മറ്റുനാടുകളെ അപേക്ഷിച്ച് ഈ പ്രവണത കൂടുതൽ ഇവിടെയാണ്.
സഹകരണവും സംഘടനാമനോഭാവവും നമ്മുടെ ആളുകളുടെ ഇടയിൽ
തെല്ലുമില്ല. മനുഷ്യനെ മനുഷ്യനായിക്കാണാൻ കഴിയുന്നില്ലെന്നതാണ്
സത്യം. സമന്മാരായി കാണാൻ ഇഷ്ടപ്പെടുന്നില്ല. ഞാൻ എന്ന ഭാവം.
അഹങ്കാരം. അതാണ് മുൻപിൽ നിൽക്കുക. നിങ്ങൾക്കാണെങ്കിൽ യൂണി
യനും മറ്റും ഉള്ളതല്ലേ? എന്നിട്ടും ഈ വിവേചനം? അകലെനിന്ന് വന്ന
വനും താനും രണ്ടല്ല ഒന്നാണെന്നും പ്രകൃതി ഇരുവർക്കും സമമാ
ണെന്നും ഇരുവരുടെയും ജനനവും മരണവും ഒരേതരത്തിലുള്ള പ്രക്രി
യകൾ ആണെന്നും ഒക്കെ പലരും സൗകര്യപൂർവം മറന്നുകളയുന്നു.
രക്ഷപ്പെടില്ലെടോ. നമ്മുടെ ഈ നാട് ഒരിക്കലും രക്ഷപ്പെടില്ല." മുതലാളി
ഗൗരവത്തിൽ പറഞ്ഞുനിർത്തി. തെല്ല് നിശ്ശബ്ദത പരന്നു.

"കേട്ടോ പെങ്കൊച്ചേ" ബേബിച്ചൻ മുതലാളി കാര്യമായിത്തന്നെ പറ
ഞ്ഞു. "നീ വിഷമിക്കേണ്ട. ഞാൻ മാണിയോട് ഒന്നു പറഞ്ഞുനോക്ക
ട്ടെ. എനിക്ക് രഘുവും മാണിയും ഒക്കെ ഒരുപോലെയല്ലേ? ആരെയും
പിണക്കാനാവില്ലല്ലോ.

എല്ലാവരും എനിക്ക് വേണ്ടപ്പെട്ടവർ. എന്നെ താങ്ങിനിർത്തുന്നവർ.
ഞാൻ പണം മുടക്കുന്നു എന്നേ ഉള്ളൂ. അതിന്റെ വിജയാപജയങ്ങൾ
ആശ്രയിച്ചുനിൽക്കുന്നത് നിങ്ങളുടെ ഒക്കെ കൂട്ടായ പരിശ്രമത്തിലാണ്.
അങ്ങനെ അല്ല എങ്കിൽ നീ പോടാ എന്ന് ഒറ്റവാക്കിൽ പറയാമായിരുന്ന

ല്ലോ." മുതലാളി ചിരിച്ചു. പിന്നെ ഇരുവരോടുമായി പറഞ്ഞു.

"എന്തായാലും എന്റെ കളത്തിൽ മുളച്ചുപൊന്തിയ പ്രണയവിത്തല്ലേ? വളർത്തി വലുതാക്കാൻ വളവും വെള്ളവും ഒഴിക്കേണ്ട ചുമതല എനിക്കും കൂടിയുണ്ടല്ലോ. ഉം...ഉം... നടക്കട്ടെ..." ചിരിയോടെതന്നെ മുത ലാളി നടന്നകന്നു.

തെല്ലാശ്വാസത്തോടെ രഘുവും സീതയും പരസ്പരം നോക്കി. ഒരു വൻശക്തിതന്നെ തങ്ങൾക്ക് കൂട്ടുണ്ടെന്നു തോന്നൽ. കാരണം, മുതലാളി തങ്ങൾക്ക് പിന്തുണ പ്രഖ്യാപിച്ചിരിക്കുന്നു! ഇനി ആരെ പേടിക്കാനാണ്?

"എടീ സീതപ്പെണ്ണേ."

താഴെ കുളിക്കടവിൽനിന്ന് കുഞ്ഞമ്മയുടെ വിളി ഉയർന്നു. സീതയും ഒപ്പം രഘുവും ഒന്നു നടുങ്ങി.

"ഓ, വല്ലാത്ത പൊല്ലാപ്പായി...

"വെക്കം വന്നേക്കണം കേട്ടോ പെണ്ണേ. അവന്റെ മോറുംകണ്ട് നീ അവിടെ തറഞ്ഞുനിന്നാല് ഞാനെന്റെ പാട്ടിന് പോകും. നിന്റാങ്ങള ഇതു വഴിയെങ്ങാനും വന്നാല്, കഴിഞ്ഞദിവസത്തെപ്പോലല്ല, നല്ല വീക്കുകിട്ടി എന്നുവരും..."എന്നൊരു മുന്നറിയിപ്പോടെയാണ് കുഞ്ഞമ്മയും പൊന്നുവും താഴെ കുളിക്കടവിലേയ്ക്കിറങ്ങിയത്.

അവർ കാത്തുനിന്നിരിക്കയാവണം. ക്ഷമ കെട്ടായിരിക്കണം കുഞ്ഞമ്മ വിളിച്ചതും.

ഓ, വൈകി. ചുവന്ന സൂര്യൻ ചക്രവാളത്തിൽ താഴുന്നു. വയലിനക്ക രെയുള്ള വെള്ളം ചെഞ്ചോര പോലെ. പുൽക്കൊടിക്കുപോലും നീളം വെച്ച നിഴലുകൾ. തന്റെ നിഴലിനും വല്ലാത്ത നീളം. ഇന്ന് കുഞ്ഞമ്മ യുടെ നാവിൽനിന്നുതിർന്നുവീഴുന്നത് എന്തൊക്കെയാണാവോ?"

രഘുവിനും സീതയ്ക്കും അല്പം സ്വാതന്ത്ര്യം പൊന്നുവിന്റെ അപേക്ഷപ്രകാരമാണ് കുഞ്ഞമ്മ കൊടുത്തത്. സീതയ്ക്കും ആധിയാ യി.

"ചേട്ടൻ പോക്കോ, കുഞ്ഞമ്മ ഇങ്ങോട്ടു കേറിവന്നാ എല്ലാം കുഴ യും. ആ നാക്ക് അറിയാമല്ലോ."

ധൃതിയിൽ പറഞ്ഞിട്ടവൾ കുളിക്കടവിലേയ്ക്കുള്ള വഴിയേ നടന്നു.

"എന്താരുന്നെടീ അവിടെ?" കുഞ്ഞമ്മ സീതയെ പിടികൂടി ചോദ്യം ചെയ്തു.

അവൾ മൗനം പൂണ്ടു. ഒന്നും മിണ്ടണ്ട. അതാണ് നല്ലത്. എന്നു പൊന്നു കണ്ണിറുക്കിക്കാട്ടി.

"എവളൊക്കെ എളകി നടക്കല്ലേ. ഓ, പഠിച്ചോളും. അധികം കളി

ചാല് അതപകടമാ..." കുഞ്ഞമ്മ അങ്ങനെ ജ്വലിച്ചു.

സീത മിണ്ടിയില്ല. അവരെ പിണക്കിയാല് അതപകടമാണെന്ന് സീത യ്ക്കറിയാം.

അവരിരുവരും കുളികഴിഞ്ഞ് ഡ്രസ്സ് ധരിക്കുകയാണ്.

സീത ധൃതിയില് ഉടുതുണിയഴിച്ചു തോര്ത്തുമുണ്ടുടുത്തു. പിന്നെ വെള്ളത്തിലിറങ്ങി തുടിച്ചുമുങ്ങി. സോപ്പുതേച്ച് കുളിച്ചുകയറി.

"ധൃതിവെയ്ക്കാതെടീ..." കുഞ്ഞമ്മ ശാന്തയായി.

'ദാണ്ട പൊറത്തപ്പടി ചെമ്മണ്ണ്."

സീത വീണ്ടും വെള്ളത്തില് മുങ്ങി. കുളികഴിഞ്ഞ് സീത തോര്ത്തി. ഉടുമുണ്ടൊക്കെ നനച്ചുപിഴിഞ്ഞു എന്ന് പേരുവരുത്തി.

"നോക്കെടീ പെണ്ണേ..." കുഞ്ഞമ്മ ശാന്തമായ സ്വരത്തില് സീത യോടു പറഞ്ഞു.

'നീയിത്തിരികൂടി ശ്രദ്ധിക്കുന്നത് എല്ലാംകൊണ്ടും നല്ലതാണ്. മണ്ണിനും മരത്തിനുംപോലും കണ്ണും ചെവിയും ഉള്ള കാലമാണ്. ഇത്രേംകാലമാ യിട്ടും പൊറത്താരും ഇക്കാര്യോന്നും അറിഞ്ഞിട്ടില്ല. ഇങ്ങനെ തെങ്ങിന്റെ ചോട്ടിലും മാവിന്റെ വേരിന്മേലും ഒക്കെയിരുന്ന് ലോഹ്യം പറഞ്ഞാല് ആരെങ്കിലും കണ്ടെന്നോ കേട്ടെന്നോ ഇരിക്കും. പിന്നത്തെ പുകില് ഞാന് പറഞ്ഞുതരണ്ടാലോ? നിന്റങ്ങളയാണെങ്കില് ഒരു മൊശട് സ്വഭാവക്കാ രന്. ഈ പൊന്നുപ്പെണ്ണിനുംകൂടെ തകരാറാണ്. തല്ലുവാങ്ങുന്നതും ചെലപ്പം അവളാരിക്കും. എന്റെ നേരെ വന്നാല് നോക്കാനെനിക്കറിയാം." കുഞ്ഞമ്മ ഒന്നു നിര്ത്തി.

"ങാ... സൂക്ഷിച്ചിരുന്നാല് എല്ലാം കൊണ്ടും നല്ലതാണ്. ഞാന് പറ ഞ്ഞന്നേയുള്ളൂ..."

കുഞ്ഞമ്മ നനച്ച തോര്ത്തും മുണ്ടും കൈത്തണ്ടയിലിട്ട് കുത്തുകല്ലു വഴി മുകളിലേയ്ക്കു കയറി. നിശ്ശബ്ദരായി പൊന്നുവും സീതയും പിന്തു ടര്ന്നു. "നീ പെണങ്ങാന് പറഞ്ഞതല്ലെടീ സീതേ...' തെല്ല് മുന്പോട്ടു നടന്നിട്ടും പെണ്കുട്ടികള് രണ്ടും നിശ്ശബ്ദരായിരിക്കുന്നതു ശ്രദ്ധിച്ചപ്പോള് കുഞ്ഞമ്മ വീണ്ടും പറഞ്ഞു. "ആ കൊച്ചന് നല്ലോനാന്ന് തോന്നുന്നു. രഘു. എന്നാലും ഇത്തിരി സൂക്ഷിക്കുന്നത് നല്ലതുതന്നാ. അവനീ നാട്ടു കാരനല്ല. വല്ല അബദ്ധോം ഒപ്പിച്ചുവച്ചേച്ച് കടന്നുകളഞ്ഞാല്..."

"കുഞ്ഞമ്മേ..." സീത വിളിച്ചു. അവളുടെ ആ വിളിയില് ദേഷ്യവും സങ്കടവും നിസ്സഹായതയും അലിഞ്ഞുചേര്ന്നിരുന്നു. ഒപ്പം അവിശ്വസ നീയയും എതിര്പ്പും.

കുഞ്ഞമ്മയ്ക്കത് മനസ്സിലായി.

"രഘു അങ്ങനത്തോനാന്ന് ഞാൻ പറഞ്ഞേന് അർഥമില്ല പെണ്ണേ... സൂക്ഷിക്കണോന്ന് പറയുവല്ലായിരുന്നോ? രഘുവാണേലും ആണല്ലേ? ആണുങ്ങളെ അത്ര പെട്ടെന്നങ്ങ് വിശ്വസിക്കുന്നത് അപകടാന്നാ ഞാൻ പറഞ്ഞത്."

സീതയുടെ മനസ്സിൽ ഒരു മുള്ളുതറച്ചു. വല്ലാത്ത നീറ്റൽ.

പൊന്നു, കുഞ്ഞമ്മ കാണാതെ കയ്യാംഗ്യം കാട്ടി, കുഞ്ഞമ്മ പറഞ്ഞ തൊന്നും കാര്യമാക്കരുത് എന്ന്.

എങ്കിലും സീതയ്ക്ക് സമാധാനിക്കാൻ കഴിഞ്ഞില്ല. മൂവരും കവല യിലെത്തിയപ്പോൾ കുഞ്ഞമ്മ പറഞ്ഞു.

"എന്നാല് സന്ധ്യയാകുന്നു. തങ്ക വിഷമിക്കും. സീതപ്പെണ്ണ് നടന്നോ. ഞങ്ങൾക്ക് ഇത്തിരി അരിയും സാമാനങ്ങളും മറ്റും മേടിക്കണം. വല്ലാതെ ഇരുട്ടും."

സീത മുൻപോട്ടു നടന്നു.

പകല് എരിഞ്ഞടങ്ങിക്കഴിഞ്ഞിരുന്നു. സന്ധ്യ, അസ്തമയസൂര്യന്റെ താല്കാലികമരണം നടന്നുകഴിഞ്ഞു. ഇരുളിന്റെ നേരിയ പാട പ്രപ ഞ്ചത്തെ ആവരണം ചെയ്തുകഴിഞ്ഞു.

വളവുതിരിഞ്ഞ് ധൃതിയിൽ സീത മുൻപോട്ടു നടന്നു. ഒറ്റയ്ക്കേയു ള്ളു. സന്ധ്യസമയവും. ഭയപ്പെടണം.

"സീതേ..." പെട്ടെന്നായിരുന്നാ വിളി.

ചന്ദ്രൻ!

സീത നടുങ്ങിനിന്നു. ഉള്ളിൽ കുമിയുന്ന വെറുപ്പ്.

വഴിയിലെ പടർപ്പൻ ആഞ്ഞിലിയുടെ പിന്നിൽനിന്നും ചന്ദ്രൻ അവ ളുടെ അടുത്തേയ്ക്ക് നടന്നടുത്തു!

അപ്പോൾ പ്രപഞ്ചം ഒന്നാകെ ഇരുളിലേക്ക് ആണ്ടുപോകുകയായി രുന്നു അവൾക്ക് മുന്നിൽ.

പതിനാല്

കാത്തുകാത്തുനിന്നതുപോലെ പെട്ടെന്നായിരുന്നു ചന്ദ്രൻ കടന്നുവ ന്നത്. ഇരുട്ടിന് നല്ല കട്ടികൂടിയതുപോലെ. അത്രയ്ക്ക് കറുപ്പാണ് ചന്ദ്ര ന്.

"ഞാൻ നിന്നെ കാത്തുനിൽക്കുകയായിരുന്നു." ചന്ദ്രൻ പറഞ്ഞു.

സീത ആകെ ഭയന്നു. സന്ധ്യ മയങ്ങിയ നേരം. ഇയാൾ എന്തിനു കാത്തുനിന്നു? എന്തധികാരത്തിലാണ് 'നിന്നെ' എന്നു പറഞ്ഞത്.

അവൾക്ക് അവനോടുള്ള വെറുപ്പിന്റെയും വിദ്വേഷത്തിന്റെയും പുറംതോ
ടിന് കട്ടികൂടി.

"എന്നാ സീതേ മിണ്ടാത്തത്?" അവളുടെ മൗനഭാവം അവനിൽ തെല്ല്
നിരാശയാണ് ഉണർത്തിയത്.

അവൾ അവനെ തറച്ചുനോക്കി. കരിവീട്ടിപോലെ കറുത്ത ശരീരം.
കാരിരുമ്പുപോലെ ഉറച്ച മാംസപേശികൾ, ചുവന്ന കണ്ണുകൾ.

ആ കറുപ്പുനിറം ഒഴിച്ചാൽ പറയത്തക്ക കുഴപ്പം അവന്റെ ആകാര
ത്തിൽ ഇല്ലെന്നുതന്നെ പറയാം.

സീത വെറുക്കുന്നത് പ്രധാനമായും രണ്ടു കാരണത്താലാണ്. ഒന്ന്
അവളെ കടന്നുപിടിച്ചത്. പിന്നൊന്ന് പെൺകുട്ടികളെ അവൻ കമന്റടി
ക്കും.

കള്ളുകുടിയിലൂടെ തന്റെ ചേട്ടനെ വശത്താക്കിയതും അവൾക്കിഷ്ട
മല്ല.

സീതയെപ്പോലെ, ലോകത്തിന്റെ വക്രതകളും കപടതകളും അറിയി
ല്ലാത്ത ഒരു പെൺകുട്ടിക്ക് ഒരാണിനെ വെറുക്കാൻ ഇക്കാര്യങ്ങൾ ധാരാ
ളമാണ്.

മാത്രമോ?

അവൾ അവളെത്തന്നെ മറ്റൊരാൾക്ക് തീറാധാരം നടത്തിക്കഴിഞ്ഞു.

"സീതക്കെന്നോട് വെറുപ്പാരിക്കും അല്ലേ?" ചന്ദ്രന്റെ സ്വരം. "എനി
ക്കൊരബദ്ധം പറ്റി. നിന്നെക്കണ്ട് ഇത്തിരി സംസാരിക്കാൻവേണ്ടി മാത്രം
വന്നതാ ഞാനന്ന്. വാതില് തൊറന്നുകെടക്കാരുന്നു. നോക്കിയപ്പോ നീയു
റങ്ങുന്നു. അറിയാതെ നിന്നെ പിടിച്ചുപോയി."

കുറ്റബോധം നിഴലിക്കുന്ന സ്വരം.

"ഇനി ഒരിക്കലും അങ്ങനെ ഒണ്ടാകത്തില്ല തീർച്ച. ആഭാസത്തര
മൊന്നും ഞാനാരോടും കാണിക്കത്തില്ല. നിന്നെ എനിക്കിഷ്ടമാണ് എന്ന്
ഞാൻ മാണിയോടും തങ്കച്ചേച്ചിയോടും സൂചിപ്പിച്ചിട്ടൊണ്ട്." സീത പല്ലു
കടിച്ച് അങ്ങനെ നിന്നു.

"നിനക്കെന്നെ ഇഷ്ടമല്ലാരിക്കും." തെല്ല് നിരാശാബോധത്തോടെ
അവൻ സ്വയം പറഞ്ഞു. "ഞാൻ കറുത്തിട്ടല്ലേ?" അവന്റെ വേദന ശരി
യായി കാണുവാനും ആ ഉൾവിളി കേൾക്കാനും സീതയ്ക്ക് കഴിഞ്ഞി
ല്ല. അതുകൊണ്ടുതന്നെ അവൾ പറഞ്ഞു.

"കറുത്തിട്ടാണെങ്കില് എനിക്കെന്തൊ?"

കറുത്താലും സാരമില്ല എന്നാണവൾ പറഞ്ഞതിന്റെ ധ്വനി എന്നവന്
തോന്നി. അവൻ തുടർന്നു പറഞ്ഞു.

'ദേഹം കറുത്തിട്ടായാലും എന്റെ മനസ്സ് നന്നേ വെളുത്തതാണ് സീതേ പക്ഷേങ്കില് അതാർക്കും അറിയത്തില്ല." ചന്ദ്രൻ നെടുവീർപ്പിട്ടുകൊണ്ടു തുടർന്നു. "അല്ല പുറമെ കാണാനല്ലാതെ നെഞ്ചുതുറന്ന് ഹൃദയം കാണിക്കാൻ ആർക്കെങ്കിലും കഴിയുമോ?" അവനൊരു ലോകതത്ത്വം പറഞ്ഞു.

"ആവോ. ഇതൊക്കെ എന്നോടെന്തിനാണ് പറയുന്നത്?" സീത തെല്ലു ദേഷ്യം കലർത്തിയാണ് പറഞ്ഞത്. നേരം വല്ലാതെ ഇരുട്ടുന്നു. അമ്മച്ചി വഴക്കു പറയും. എനിക്ക് പോകണം."

"സീതയ്ക്ക് എന്നോട് വെറുപ്പാണല്ലേ?" അവളുടെ ആ സംസാരത്തിൽ ഒളിഞ്ഞകിടന്ന ആ വെറുപ്പ് ചന്ദ്രൻ മനസ്സിലാക്കി.

"എനിക്കാരോടും വെറുപ്പുമില്ല സ്നേഹോമില്ല." സീത തറപ്പിച്ചുപറഞ്ഞു.

"എനിക്കറിയാം. എന്നോടു വെറുപ്പാണെന്ന്." ചന്ദ്രൻ തുടർന്നു. "ഞാനിത്തിരി കള്ളുകുടിക്കും അല്ലേ? അതാണ് കാര്യം."

"എന്തിനാ ചേട്ടനെ വിളിച്ചുകൊണ്ടുപോയി ഇങ്ങനെ കുടിപ്പിക്കുന്നത്?" തെല്ല് കുറ്റപ്പെടുത്തുന്ന സ്വരമായിരുന്നു അത്.

"സീതേടെ ചേട്ടനായതുകൊണ്ടല്ലേ? വേറാരെയെങ്കിലും ഞാൻ കുടിപ്പിക്കാറുണ്ടോ?"

"എന്റെ ചേട്ടനായതുകൊണ്ട് നശിപ്പിച്ചേക്കാമെന്നാണോ?" സീതയ്ക്ക് ശുണ്ഠി അധികമായി.

"ഇത്തിരി കള്ളുകുടിക്കുന്നത് നശിക്കാൻവേണ്ടിയല്ല സീതേ. പകല ന്തിയോളം മണ്ണുമായി മല്ലിടുന്നതല്ലേ? ആ ക്ഷീണം തീർക്കുന്ന മരുന്നാണത്."

'ഹും, നല്ല മരുന്ന്. എന്നാൽ പിന്നെ ഡോക്ടർമാർ വേണ്ടാല്ലോ?"

'ശി. ഇനി ഞാൻ കുടിക്കത്തില്ല. നിന്റെ ചേട്ടനെയും കുടിപ്പിക്കത്തില്ല പോരെ. വഴക്കില്ലല്ലോ?" ചന്ദ്രൻ ചിരിച്ചു.

"നന്നായാൽ അവനവന് കൊള്ളാം."

"സീതയ്ക്കൊന്നൂല്ലേ?"

"എനിക്കെന്നാ?"

'സീതേ, ഞാൻ നിന്നെ കാത്തുനിന്ന കാര്യം ഇനിയും പറഞ്ഞില്ല. എനിക്ക് നീയ് എന്റെ ജീവനാ. എന്റെ രക്തത്തിൽ നീ അലിഞ്ഞുചേർന്നിരിക്കുന്നതുപോലെ."

ഹും, അലിഞ്ഞുചേർന്നുപോലും. അതു വെറുതെയായിപ്പോയല്ലോ. സീത ഉള്ളിൽപ്പറഞ്ഞു. ഉള്ളിൽ ചിരിച്ചു.

"നിന്നെ പൊന്നുപോലെ ഞാൻ നോക്കും." ചന്ദ്രൻ ആർദ്രമായ സ്വര

ത്തിൽപറഞ്ഞു. അവന്റെ മുഖം സ്നേഹനിർഭരമായിരുന്നു. ആ മിഴിക ളിൽ അതിരറ്റ ആത്മാർഥത തെളിഞ്ഞുനിന്നിരുന്നു. "ഒരിക്കലും ഞാൻ നിന്നെ കട്ടക്കളത്തില് വിടത്തില്ല. കത്തി ഉരുകുന്ന വെയിലു മുഴുവൻ നീ ഏല്ക്കുന്നതുകാണുമ്പോൾ എന്റെ ചങ്കു പൊടിയുന്നു. നീ ജോലി ചെയ്തിട്ട് കിട്ടുന്ന കൂലി എനിക്കു വേണ്ട."

സീത ചിരിച്ചു. എന്നിട്ടു പറഞ്ഞു.

"കട്ടക്കളത്തിൽ പോകുന്നതു ഒരു ബുദ്ധിമുട്ടായി ഒരിക്കലും ഞാൻ കരുതിയിട്ടില്ല. വെയിലുകൊള്ളുന്നതിലും എനിക്ക് വിഷമമില്ല."

"എന്നാലും ഞാൻ വിടത്തില്ല. നിന്റെ ശരീരം കറുക്കും. നിനക്ക് മൂന്നു നേരവും ഞാൻ ആഹാരം തരും. അധ്വാനിച്ചുതന്നെ..." ചന്ദ്രന്റെ ദൃഢ സ്വരം.

തന്റെ പ്രതീക്ഷകൾ, തന്റെ സ്വപ്നങ്ങൾ, ഒക്കെ കിട്ടിയ തക്കത്തിനി വൻ തന്റെ ഇഷ്ടദേവതയോട് പറയുകയാണ്. ഇങ്ങനൊക്കെ പറയാനേ അവനറിയൂ. വാക്കുകളിലൂടെ ഹൃദയം തുറക്കുകയാണ്.

'താൻ തന്റെ പണി നോക്കെടോ' എന്ന് ഒറ്റവാക്കിൽ വെറുപ്പോടെ മറുപടി പറഞ്ഞ് കടന്നുപോകാനുള്ളതേയുള്ളൂ. സീതയ്ക്കറിയാം. പക്ഷെ, അതപകടമാണ്. ആ അപകടം ചേട്ടൻ മണത്തറിയും. പിന്നെ ചോദ്യമാകും. പ്രശ്നമാകും. ചോദ്യങ്ങൾ അധികമായാൽ മറച്ചുപിടിച്ചി രുന്ന തന്റെ മനസ്സിന്റെ തിരശ്ശീല താനേ ഊർന്നുവീഴും. ഊർന്നുവീഴുന്ന തിരശ്ശീലയ്ക്ക് പിന്നിൽ തന്റെ ഇഷ്ടദേവനുണ്ടായിരിക്കും. ചേട്ടന്റെ വിരോ ധി. ശത്രു. രഘു!

ചേട്ടൻ രഘുവിനെ കണ്ടാൽ..?

വേണ്ട, ഇപ്പോൾ വേണ്ട. സമയമായിട്ടില്ല. അതുകൊണ്ടുതന്നെ ഇയാളെ പിണക്കാൻ പാടില്ല. സീത മൗനംപൂണ്ടുനിന്നു, തെല്ലുനേരം.

"പറഞ്ഞേ സീതേ. നിനക്ക് എന്നെ ഇഷ്ടമായയോ?" ചന്ദ്രന്റെ ഉദ്വേഗ തയാർന്ന ചോദ്യം.

"എനിക്ക് ഇഷ്ടോം ഇഷ്ടക്കേടും ഒന്നുല്ല."

സീത ഗൗരവത്തിൽത്തന്നെ പറഞ്ഞു, എങ്ങുംതൊടാതെ.

പക്ഷെ, തുറന്നുപറയാത്തത് അവളുടെ സങ്കോചം കൊണ്ടാണന്നേ ചന്ദ്രൻ കരുതിയുള്ളൂ.

"അപ്പോൾ ഞാൻ മാണിയോട് ഈ വിവരം പറഞ്ഞോട്ടെ?"

"ഏതു വിവരം?" സീതയ്ക്ക് പരിഭ്രമമായി.

"സീത പറഞ്ഞവിവരം." ചന്ദ്രൻ തറപ്പിച്ചുപറഞ്ഞു.

"ഇതിനൊക്കെ എന്റെ അനുവാദം ചോദിക്കുന്നതെന്തിന്?" ക്ഷോഭം

മറച്ചവൾ ചോദിച്ചു. "ഒക്കെ സ്വന്തം ഇഷ്ടംപോലെ ആകാമല്ലോ? ഞാനി തിലാര്?"

ചന്ദ്രന്റെ മനം പൂത്തുതെളിഞ്ഞു. സീതയുടെ മുഖം മങ്ങിയതും പരി ഹാസം പടർന്നതും ചന്ദ്രൻ കണ്ടില്ല. കാരണം, ഇരുളിന്റെ മൂടുപടം പ്രപ ഞ്ചത്തെ അത്രയേറെ പൊതിഞ്ഞുകഴിഞ്ഞിരുന്നു.

എങ്കിലും ആ ഇരുളിൽ തന്റെ മുൻപിൽ എത്തപ്പെട്ട ആ രൂപത്തെ ചന്ദ്രൻ കണ്ണിമയ്ക്കാതെ നോക്കി. അംഗപ്രത്യംഗം. നാളുകൾക്കുള്ളിൽ അവന്റെ കൈക്കുള്ളിലാകാൻ പോകുന്ന സ്വത്ത്...?

വാരിയെടുത്തുമ്മവയ്ക്കാൻ മോഹം തോന്നുന്നു. ഉള്ളുതുടിക്കുന്നു.

അവൻ നിശ്ശബ്ദനായപ്പോൾ സീത ധൃതികൂട്ടി.

"ഞാൻ പോകുവാ. സന്ധ്യമയങ്ങി."

"വല്ലാതെ ഇരുണ്ടു. ഞാൻ കൊണ്ടാക്കാം." ചന്ദ്രൻ ഒന്നുരണ്ടു ചുവടു മുന്നോട്ടുവച്ചു. അവനവകാശപ്പെട്ട സ്വത്ത് കേടുകൂടാതെ സൂക്ഷിച്ച് വേണ്ട പ്പെട്ട സ്ഥലത്ത് എത്തിക്കാനുള്ള വ്യഗ്രതയായിരുന്നു അത്. പക്ഷേ,...

"വേണ്ട,വേണ്ട..." സീത തിടുക്കത്തിൽ പറഞ്ഞു. അവൻ ഒപ്പം ചെന്നെ ങ്കിലോ എന്ന് ഭയന്നവൾ ഇരുട്ടിലൂടെ മുൻപോട്ട് ഓടി.

ഉള്ളിൽ ഒന്നിനുമേൽ ഒന്നായി ഉയരുന്ന ആഹ്ലാദത്തിരകൾ അടക്കാൻ പാടുപെട്ട് ചന്ദ്രൻ ആ പോക്ക് നോക്കിനിന്നു.

ഇരുളിൽ ഒരു കറുത്ത ബിന്ദുവായി അവൾ മറയുന്നതുവരെ.

ഭയപ്പെടാനില്ല. ഇവിടെനിന്ന് വിളിപ്പാടകലെയാണ് അവളുടെ വീട്.

"എന്താരുന്നെടാ നാട്ടുവഴിയിൽ ഒരു ശൃംഗാരം?" പരിഹാസസ്വരമാ യിരുന്നത്.

പൊട്ടിവീണതുപോലെ ശിവൻപിള്ള! ചന്ദ്രനു വല്ലാത്ത ദേഷ്യവും വെറുപ്പും തോന്നി. ഇയാൾ ഇവിടെയെങ്ങാനും മറഞ്ഞുനിൽക്കുകയാ യിരുന്നോ?

ദരിദ്രവാസി. പരമദ്രോഹി.

ഒരാണും പെണ്ണുംകൂടി എവിടെയെങ്കിലും നില്ക്കുന്നത് കണ്ണിൽപ്പെ ട്ടാൽ മതി മിഴിച്ചുനോക്കിനിൽക്കും. കഴിയുമെങ്കിൽ അവരുടെ സംഭാ ഷണം പോലും ഒളിച്ചുനിന്ന് കേൾക്കും.

ഇയാൾ ഈ സമയത്ത് ഇതിലേ എന്തിന് കെട്ടിയെടുത്തുവന്നു?

ചന്ദ്രന് ആകെ രോഷമായി.

ഒരുപക്ഷേ?

സീത ഒറ്റയ്ക്കുവരുന്നത് കണ്ട് ഇയാൾ പിൻതുടർന്നതായിരുന്നോ?

ഹൃദയത്തിലൂടെ ഒരിടിവാൾ പാഞ്ഞു.

തന്നെ കണ്ടപ്പോൾ ഒതുങ്ങിനിന്നതാവണം.

ഈശ്വരാ

ഇനിയും ഒരിക്കലും ഒറ്റയ്ക്കീവഴിയേ സന്ധ്യയ്ക്ക് വരാൻ പാടില്ലെന്ന് സീതയെ വിലക്കണം.

പെൺകുട്ടികളെ ഒറ്റയ്ക്കു കിട്ടിയാൽ കടിച്ചുകീറിത്തിന്നുന്ന ചെകു ത്താനാണിയാൾ.

മനസ്സിലെ ഈർഷ്യ ഒതുക്കി ചന്ദ്രൻ പതിയെ ശിവൻപിള്ളയോട് പറ ഞ്ഞു.

"ഒന്നുല്ല പിള്ളസാറേ. അവളോടു ചില കാര്യങ്ങൾ ചോദിച്ചൂന്ന് മാത്രം."

ശിവൻപിള്ള ചിരിച്ചു ഉച്ചത്തിൽ. പിന്നെ ചോദിച്ചു.

"അവൾ ആളെങ്ങനെയാടാ. ചൂണ്ടയിൽ കൊത്തുന്ന സൈസാണോ?" ശിവൻപിള്ള ഊറിച്ചിരിച്ചു.

"എന്നുവച്ചാൽ?" ചന്ദ്രനാ ചോദ്യത്തിലെ പൊരുളും ദുഃസൂചനയും പിടികിട്ടിയില്ല.

"അല്ല, ചില മീനുകൾ അറിയാതെ ചൂണ്ടയിലെ ഇരയെ വിഴുങ്ങും. ചിലത് ഇരകൾ തേടിനടക്കും. ഇവൾ ഏതു പാർട്ടിയാണെന്നറിയാൻ ചോദിച്ചുവെന്നുമാത്രം."

"തനിക്കേതോയാലും രക്ഷയാണെന്നു തോന്നുന്നല്ലോ?"

"എന്നാ, ചൂണ്ടയിട്ടുനോക്കാൻ പ്ലാനുണ്ടോ?" രൂക്ഷമായിരുന്നു ചന്ദ്രന്റെ ചോദ്യം.

അവന്റെ കറുത്ത മുഖത്ത് ദേഷ്യം ഇരമ്പിക്കയറിയതും മിഴികൾ ചുവന്ന് കുറുകിയതും മാംസപേശികൾ വലിഞ്ഞുമുറുകിയതും ഇരുട്ടാ യതിനാൽ ശിവൻപിള്ള കണ്ടില്ല. പക്ഷേ, അറിഞ്ഞു. ആ രൂക്ഷമായ സ്വരത്തിൽനിന്ന് അയാൾ ഒഴിഞ്ഞുമാറി.

"ഓ, എനിക്കെന്തു പ്ലാൻ? ഈ വയസ്സുകാലത്ത്. ഞാൻ വെറുതെ ചോദിച്ചതാണ്."

"ഓ, വയസ്സ് ഒരു പ്രശ്നമല്ല. ചിലർക്ക് തലയും താടിയും നരയ്ക്കു മ്പോഴാ വിഷമതകള് ഏറെയാകുന്നത്." ചന്ദ്രൻ എങ്ങുമല്ലാത്ത രീതി യിൽ പറഞ്ഞു.

ചന്ദ്രൻ എന്തും മുഖത്തടിച്ചതുപോലെ പറയുന്നവനാണെന്നും വേണ്ടി വന്നാൽ കൈവയ്ക്കാനും മടിയില്ലാത്തവനാണെന്നും ശിവൻപിള്ളയ്ക്ക റിയാം. അതുകൊണ്ടുതന്നെ പ്രശ്നം വഷളാക്കാതിരിക്കുന്നതാണ് നല്ല തെന്ന് അയാൾക്ക് തോന്നിയിരിക്കണം.

അയാൾ ധൃതിയിൽ മുൻപോട്ടു നടന്നു. കിഴട്ടുശവം!

ചന്ദ്രൻ, അയാൾ പോയ വഴിയേ നോക്കി പിറുപിറുത്തു.

ഫൂ! എന്നൊരാട്ടും കൊടുത്തു.

എന്നിട്ടും രോഷം തീരാതെ അവൻ കൈകൾ കൂട്ടിത്തിരുമ്മി തുറിച്ചു നോക്കിനിന്നു.

പതിനഞ്ച്

ഉണക്കാൻ അട്ടിയിട്ട ഇഷ്ടികകൾ മറിച്ച് അടിവശം മുകളിലാക്കി വയ്ക്കുകയാണ് സീത. ഒപ്പം പൊന്നുവും കുഞ്ഞമ്മയുമുണ്ട്. കളത്തിന്റെ അങ്ങേയറ്റത്ത് മണ്ണ് ഉണക്കുകയാണ് ഒരുകൂട്ടർ.

പൊള്ളുന്ന ചൂട്. മനുഷ്യനെ ഉരുക്കിക്കളയുന്ന ചൂട്. ഭൂമിപോലും ചുട്ടു പഴുത്തതുപോലെ. കാലുകളിലൂടെ ചൂട് മുകളിലേയ്ക്ക് അരിച്ചുകയറു ന്നു. വയ്യാ എന്നു പറയാനാവില്ല. ചൂടായാലും പണി ചെയ്യാതെ കൂലി ചോദിക്കുന്നതെങ്ങനെ?

തോർത്തുകൊണ്ട് തലമുടിക്കെട്ടി പിന്നിലേക്കിട്ടിരിക്കുന്നു. വെയിലിനെ ശപിച്ചുകൊണ്ട് സീതയും നിന്നു.

അപ്പോഴാണാ വിളി.

"സീതേ, ഇങ്ങോട്ടൊന്നുവന്നേ?'

ശബ്ദം കൊണ്ടാലെ മനസ്സിലായി. എങ്കിലും നിവർന്നുനിന്ന് സൂര്യ നെതിരെ കണ്ണിനുമേൽ കൈതടവച്ചുനോക്കി.

രഘുവാണ്.

ഷെഡ്ഡിന് മുൻപിലെ തണലിൽ ഇരിക്കുന്നു. ലുങ്കിയും തലയിൽ വട്ടം കെട്ടിയ തോർത്തും വേഷം!

"ചെല്ലെടീ" പൊന്നു പറഞ്ഞു. ചെന്നപ്പോഴേ പറയുകയും ചെയ്തു, തമാശയായി.

"അര റൗഡിയുടെ മട്ടുണ്ടല്ലോ?"

"അതുതെറ്റി, മുഴുവനും റൗഡിയാ കാണണോ?"

രഘു ചിരിയോടെ പതിയെ എണീൽക്കാൻ ശ്രമിച്ചു.

"വേണ്ട വേണ്ട. മര്യാദയ്ക്കവിടെ ഇരുന്നാൽ മതി. ഇപ്പോ കാണണ്ട. സീത വിലക്കി. ചുറ്റുംനോക്കി. രഘു വീണ്ടും ഇരുന്നു. പിന്നെ അവ ളുടെ മിഴികളിൽ നോക്കി പതിയെ ചോദ്യമിട്ടു.

"പിന്നെപ്പൊഴാ?"

"ആവോ?" അവൾ നഖംകടിച്ചു തുപ്പി. പെരുവിരൽകൊണ്ട് മണ്ണിൽ ചിത്രമെഴുതി.

അവളെ ആകപ്പാടെ നോക്കിയിട്ട് ഊറിച്ചിരിയോടെ രഘു ചോദിച്ചു.

"ഇന്നലെ സന്ധ്യയ്ക്ക് അയാളെന്താ ശൃംഗരിച്ചത്?"

"ങെ?" സീത ഒന്നു വിളറി.

രഘുവേട്ടൻ അതറിഞ്ഞോ? എങ്ങനെ? ആരുപറഞ്ഞു? അവൾ ചോദി ക്കുകയും ചെയ്തു.

"ആരുപറഞ്ഞു?"

"ആരെങ്കിലും പറയണോ? ഞാൻ കണ്ടതല്ലേ?"

സീത അമ്പരന്നു. രഘുവേട്ടൻ കണ്ടെന്നോ?

"എന്നിട്ടെന്താ അങ്ങോട്ടു വരാഞ്ഞെ?"

"ശല്യപ്പെടുത്തേണ്ടെന്നു കരുതി."

സീത തറച്ചുനോക്കി.

"ആകട്ടെ, എന്താ ആ കക്ഷി പറഞ്ഞത്?"

അവൾ മൗനംപൂണ്ടുനിന്നു.

"എന്താ ഞാൻ ചോദിച്ചത് ഇഷ്ടപ്പെട്ടില്ലേ?"

അവൾ രൂക്ഷമായി നോക്കി.

"പേടിപ്പിക്കുവാണോ?" അവൻ വീണ്ടും ചോദിച്ചു.

അവൾ മൗനം തന്നെ.

"പറ പെണ്ണേ. വല്യ വലിമ ഭാവിക്കാതെ. അയാളെന്തുവാ പറഞ്ഞത്?" രഘു ഗൗരവത്തിലായി.

"പ്രായമായ പെണ്ണിനോട് പ്രായമായ പുരുഷൻ എന്തുവാ പറയുന്നെ? അതുതന്നെ." സീതയും ഗൗരവത്തിലായി. അവൾ ചുണ്ടുകൂർപ്പിച്ചു.

"ഓഹോ." രഘു തെല്ലു ചമ്മി. എങ്കിലും അതു പുറത്തുകാട്ടാതെ കടുത്ത സ്വരത്തിൽത്തന്നെ അവൻ പറഞ്ഞു. "പ്രായമായ പെണ്ണുങ്ങൾ പലതരം മറുപടി പറയാറുണ്ട്. അതിലേതെന്നാണ് ചോദ്യം. അതാണെറി യേണ്ടത്."

"ഏതാ പറയേണ്ടത്? അതു പറഞ്ഞു. അത്രതന്നെ." സീത അതേഭാ വത്തിൽത്തന്നെ.

"പലതുണ്ട് പറയാൻ" രഘു വിട്ടില്ല.

സീത അവനെ തുറിച്ചുനോക്കി.

"അതിലേതെന്ന് മനസ്സിലായില്ല. പറഞ്ഞെതീരൂ."

"എന്തിനാ ഇത്ര കിള്ളിക്കിഴിച്ച് ചോദിക്കുന്നെ?"

"ഇഷ്ടപ്പെട്ടില്ലായിരിക്കും."

അവൾ മൗനം.

"കാര്യമുണ്ടായിട്ടാന്നുവച്ചോ?"

"ഇത്ര കാര്യമുള്ള ആള് എന്തിനാ ഒളിച്ചുനിന്നത്? അന്നേരം അങ്ങോട്ടു വരാൻമേലൊരുന്നോ. ഞാനവിടെനിന്നു വിഷമിക്കുന്നതുകണ്ട് രസിച്ചുനി ന്നേച്ചിപ്പം ക്രോസ്സുചെയ്യുന്നു. നാണമില്ലല്ലോ." സീത കുറ്റപ്പെടുത്തി.

"ശ്ശെടാ, ഗ്രഹപ്പിഴേ, ഇപ്പോൾ വാദി പ്രതിയായോ?"

സീതയുടെ മുഖം കറുത്തുതന്നെ ഇരുന്നു.

"കുഞ്ഞമ്മോ..."

തെല്ലകലെ പൊരിയുന്ന വെയിലത്തുനിന്ന് കട്ട അടുക്കിവയ്ക്കുന്ന കുഞ്ഞമ്മയെ രഘു വിളിച്ചു.

ഇരുകൈകളും തുടയിൽ കുത്തി നിവർന്നുനിന്ന് അവർ ചോദിച്ചു.

"നിനക്കെന്നോടാ ചെറുക്കാ?"

"ഇവിടൊരാള് മുഖം വീർത്തുകെട്ടി നിൽക്കുന്നു."

"എന്താ കാര്യം?"

"അതു നിന്നെക്കൊണ്ട് കൊള്ളത്തില്ലാഞ്ഞല്ലേടാ ചൂലേ." കുഞ്ഞമ്മ വിളിച്ചുപറഞ്ഞു.

രഘു അയ്യടാന്നായി. ഇവരോട് പറയേണ്ടിയിരുന്നില്ല. ശ്ശെ, നാണക്കേട്!

ആ മഞ്ഞളിപ്പും ഭാവവും സീതയിൽ ചിരിയുണർത്തി. അവൾ പൊട്ടി ച്ചിരിച്ചു.

"പോയ്ക്കോണം മുമ്പീന്ന്. എന്താ ഇത്ര ഇളിക്കാൻ?" രഘുവിന് ദേഷ്യം വന്നു. ആ ദേഷ്യം സീതയുടെ ചിരി വർധിപ്പിച്ചു.

അവളുടെ ആ നിഷ്ക്കളങ്കഭാവവും പൊട്ടിച്ചിരിയും രഘു കൗതുക ത്തോടെ ശ്രദ്ധിച്ചു.

അവനും ഒപ്പം ചിരിച്ചുപോയി.

കുഞ്ഞമ്മയും ഒപ്പം പൊന്നുവും അവരുടെ അടുത്തേയ്ക്കുവന്നു. ഷെഡ്ഡിന്റെ നിഴൽപ്പാട് നോക്കിയിരുന്നുകൊണ്ട് കുഞ്ഞമ്മ ചോദിച്ചു.

"എടാ ചെറുക്കാ, നിന്റെയീ ഷെഡ്ഡിനകത്ത് കാപ്പിയോ കഞ്ഞിവെ ള്ളമോ മറ്റോ ഉണ്ടോ? നാക്ക് അങ്ങ് താണെറങ്ങുന്നതുപോലെ. മുടിയാ നായിട്ട് ഈ വർഷം മഴയില്ലെന്നാ തോന്നുന്നെ. എന്തൊരു ചൂട്? മനു ഷ്യനെ കൊല്ലാക്കൊല ചെയ്യുന്ന ചൂട്."

അവർ വിയർത്തുകുളിക്കുകയായിരുന്നു. തലയിൽനിന്നും തുവർത്ത് അഴിച്ചവർ വീശി.

"കാപ്പീം കപ്പച്ചെണ്ടേം ഉണ്ട്. ചോറും ഉണ്ട്." രഘു പറഞ്ഞു. ഉച്ചയ്ക്ക് മറുകളത്തിൽ പോയിരിക്കുന്ന കൂട്ടുകാർ കൂടിവരും. ഷെഡ്ഡിൽ താമസ ക്കാരായി ആറുപേരാണുള്ളത്. പല സ്ഥലങ്ങളിൽനിന്നുവന്ന് ഒരുമിച്ച് ചേർന്നവർ. "മീനുണ്ടോടാ കപ്പയ്ക്ക്?" കുഞ്ഞമ്മ താല്പര്യത്തോടെ

ചോദിച്ചു.

"മീനുണ്ടേപ്പിന്നെ കപ്പ അവിടിരിക്കുമോ. ഇതുകൊള്ളാം നല്ലചോദ്യം?" രഘു ചിരിച്ചു.

"എന്നാൽ പറഞ്ഞിരുന്നേല് ഞാൻ കൊണ്ടുവന്ന് തന്നേനെല്ലോടാ. ഉറിയേല് മത്തിപ്പീര എടുത്തുവച്ചിട്ടാ ഞാൻ പോന്നത്. മത്തിപ്പീര ഉണ്ടേല് രണ്ടു റാത്തൽ ചെണ്ടക്കപ്പ ഇരുന്ന ഇരുപ്പിന് തിന്നാം." നാവു നീട്ടിനു ണയുംപോലെ കുഞ്ഞമ്മ പറഞ്ഞു.

തന്റെ വായിലും വെള്ളമൂറുന്നു എന്നു രഘുവിന്തോന്നി.

മീനിന് ഇവിടെ വല്യ വിലയാണ്. എന്നും മീൻ വാങ്ങിയാൽ മുതലാ വില്ല. എന്നുതന്നെയല്ലാ മീൻ വാങ്ങിയാൽ അത് വെട്ടാനും കഴുകാനും കറിവയ്ക്കാനും ഒക്കെയായി ഒരാൾ മെനക്കെടേണ്ടതായിവരും. എന്നും കുഞ്ഞമ്മയോടെങ്ങനെ പറയും? എന്നാലും ഞായറാഴ്ചകളിൽ വാങ്ങാ റുണ്ട്. അതല്ലെങ്കിൽ ആറ്റിറമ്പിൽ പോയി മണിക്കൂറുകളോളം തപസ്സി രിക്കും, ചൂണ്ടയുമായി. ഒന്നു കൂട്ടാൻ വയ്ക്കാൻ കിട്ടാതിരിക്കില്ല.

"എടീ, പൊന്നൂ, നീയാ സാറിന്റെ വീട്ടിച്ചെന്ന് രണ്ടുകാന്താരി പറി ച്ചോണ്ടുവന്നേ. രണ്ടുകഷണം കപ്പതിന്നിട്ടേ ഇന്നിനി പണിയുള്ളൂ."

വഴിക്കപ്പുറത്തെ വീട്ടിലേക്ക് വിരൽ ചൂണ്ടി കുഞ്ഞമ്മ പറഞ്ഞു. വില്ലേ ജോഫീസർ നാരായണൻസാറിന്റെ വീടാണത്.

പൊന്നു അങ്ങോട്ടു നടന്നു. കുഞ്ഞമ്മ പതിയെ എണീറ്റ് ഷെഡ്ഡിനു ള്ളിലേയ്ക്കും.

"ഓ, ഈ കാപ്പി തണുത്തുപോയല്ലോടാ ചെറുക്കാ." ഷെഡ്ഡിനുള്ളി ൽനിന്ന് കുഞ്ഞമ്മയുടെ ശബ്ദം. ഈ കുന്ത്രാണ്ടം എങ്ങിനാടാ കത്തി ക്കുന്നെ?" സ്റ്റൗവിനെക്കുറിച്ചാണവരുടെ പരാതി. രഘു എണീറ്റ് അക ത്തുചെന്ന് സ്റ്റൗ കത്തിച്ചുകൊടുത്തു. അതിന്റെ രീതിയും പറഞ്ഞുകൊ ടുത്തു. തിരിച്ചിറങ്ങിവന്നവൻ വീണ്ടും ഓലമറയിൽ ചാരിയിരുന്ന് ബീഡി കത്തിച്ചു. സീതയോട് മിണ്ടാതെ, അവളെ ശ്രദ്ധിക്കപോലും ചെയ്യാതുള്ള ഇരിപ്പ്. സീത ആ ഇരിപ്പ് ശ്രദ്ധിച്ചു. ഉള്ളിൽ ചിരി ഉണർന്നു.

ഓ, എന്റെ ദേഷ്യക്കാരാ. അവൾ ഉള്ളിൽ വിളിച്ചു. എന്തിനാണീ പാവം സീതയോടിത്ര ഗൗരവം?

അവളുടെ അധരങ്ങളിൽ ചിരിയുടെ മൊട്ടുവിരിഞ്ഞു. പതിയെ പറ ഞ്ഞു.

"പിന്നേയ്, അയാൾ എന്താ എന്നോട് പറഞ്ഞതെന്നോ?"

രഘു ശ്രദ്ധിച്ചില്ല. കേട്ട ഭാവമില്ല. ബീഡി വലിക്കുന്നതിലാണ് മുഴു വൻ ശ്രദ്ധയും എന്നു തോന്നും. ആ ഇരിപ്പ് കള്ളത്തരമാണെന്നു മനസ്സി

ലാക്കി സീത തുടർന്നു.

"അയാളുടെ രക്തത്തിൽ മുഴുവൻ ഞാൻ അലിഞ്ഞുചേർന്നുപോ
യെന്നാ പറഞ്ഞേ..."

"ഓഹോ?" രഘു പരിഹസിച്ചു. കണ്ടമാനം അങ്ങ് കലങ്ങിക്കെടക്കു
വായിരിക്കും.

ആ പരിഹാസം സീതയ്ക്ക് മനസ്സിലായി. അവളുടെ മുഖം വീണ്ടും
വീർത്തുകെട്ടി.

പൊന്നു കാന്താരിയുമായെത്തി. അതുമായി അവൾ ഷെഡ്ഡിനുള്ളിൽ
കടന്നു. ഉള്ളിയും ഉപ്പും വച്ചവൾ കാന്താരി ഉടച്ചു. വെളിച്ചെണ്ണ ഒഴിച്ചു.
കുഞ്ഞമ്മ കാപ്പിച്ചുടാക്കി വാങ്ങി.

"എടാ ചെറുക്കാ നിനക്കു വേണോ?"

കുഞ്ഞമ്മ കപ്പയും കാന്താരിയുടച്ചതും കാപ്പിയും പുറത്തേയ്ക്കു
കൊണ്ടുവന്നു.

"ഇതൊത്തിരി ഒണ്ടല്ലോ. അവരാരും തിന്നില്ലേ?"

ഇല്ല. വൈകുന്നേരം തിന്നാമെന്നാ പറഞ്ഞത്.

രഘു പറഞ്ഞു.

"ഓ, വൈകുന്നേരം. ആ മൂലേലാണ്ടെ ഒരു തുലാം കപ്പയുംകൂടെ
കിടക്കുന്നു. കുറേ പൊളിച്ചു പുഴുങ്ങി നീ വച്ചേക്ക്. ഇപ്പോ നമ്മക്കിതങ്ങ്
തിന്നാം."

കുഞ്ഞമ്മ വിളമ്പി. അവർക്കു ചുറ്റും മൂവരും കൂടിയിരുന്നു. ഒരമ്മ
യുടെ മക്കളെപ്പോലെ. ഒരു വീട്ടിലെ അംഗങ്ങളെപ്പോലെ.

കപ്പ തിന്നതോ തീരുന്നതോ അവരറിഞ്ഞില്ല. അത്രയ്ക്ക് വിശപ്പായി
രുന്നു.

"കുഞ്ഞാപ്പൂ" രഘു അകലെ മണ്ണുകുഴയ്ക്കുന്നവരെ നോക്കി വിളി
ച്ചു, ചെണ്ടക്കപ്പയുണ്ട് തിന്നുന്നോ?"

"അതെന്തൊരു ചോദ്യമാടാ. വരുന്നു. ഒരിത്തിരി താമസമുണ്ട്."
കുഞ്ഞാപ്പുവിന്റെ മറുപടിയണ്ടായി.

"നിന്റെ വീട്ടിലൊന്നു വരണമെന്ന് എനിക്ക് അതിയായ ആശ."
കഞ്ഞമ്മ പറഞ്ഞു.

"അതിനെന്താ?" രഘു പറഞ്ഞു. "പോര്. ഇത്തവണ ഞാൻ
പോകുമ്പോ അറിയിക്കാം."

"ഇപ്പോഴില്ലെടാ..." ചിരിയോടെ കുഞ്ഞമ്മ പറഞ്ഞു. "ഞങ്ങടെ സീത
പ്പെണ്ണ് അങ്ങ് പോന്നിട്ടേ ഒള്ളൂ. അവള് വയറ്റകണ്ണിയാകുമ്പോൾ പല
ഹാരോമായിട്ട് ഞാനും തങ്കേം കുടെ ഒന്നിച്ചൊരു വരവൊണ്ട്."

സീത വല്ലാതെ നാണിച്ചുപോയി. ഈ കുഞ്ഞമ്മയ്ക്ക് തീരെ ബോധ
മില്ല.

ശ്ശെ! അവൾ വിരൽ കടിച്ചു. രഘു അവളെ നോക്കി കണ്ണിറുക്കിക്കാ
ണിച്ചു. അതുകണ്ടപ്പോൾ ചിരിക്കാതിരിക്കാൻ പൊന്നുവിനും കഴിഞ്ഞി
ല്ല.

ആഹ്ലാദകരമായിരുന്നു ആ നിമിഷങ്ങൾ. ശരീരം തളരുവോളമുള്ള
അധ്വാനത്തിന്റെ ഇടയിൽ ചില ദിവസങ്ങളിൽമാത്രം വണുകിട്ടുന്ന
സ്വർഗീയ നിമിഷങ്ങൾ

പക്ഷേ!

ആ സ്വർഗീയ നിമിഷങ്ങളിൽ സ്വയം മറന്നാഹ്ലാദിച്ചവരുടെ നടുവിലേ
ക്കൊരു ഇടിത്തീ വീണു!

മാണി!

"സീതേ"

അഗ്നി ചീറ്റുന്ന മിഴികളോടെ മുൻപിൽ മാണി!

നടുക്കത്തോടെ അവർ നാലുപേരും എണീറ്റു.

"എടീ!" മാണിയുടെ പല്ലുകൾ തകർന്നുപൊടിയുന്നതുപോലെ
സീതയ്ക്ക് തലകറങ്ങി! ഒപ്പം പൊന്നുവിനും.

പതിനാറ്

"എടീ" മാണിയുടെ വലതുകരം സീതയുടെ കവിളിൽ ആഞ്ഞുപതി
ഞ്ഞു.

കണ്ണിൽ ഇരുട്ടുകയറിയതുപോലെ. അവൾ ആകെ വിറച്ചുപോയി. ശരീ
രംതളരുന്ന അനുഭവം.

"ചേട്ടാ" പൊന്നു എന്തോ പറയാനായി നാവെടുത്തു. തടസ്സം നില്ക്കാ
നാണവൾ തുനിഞ്ഞത്.

"മിണ്ടിപ്പോകരുത്." മാണി പൊന്നുവിന്റെ നേരെ വിരൽചൂണ്ടി. "ഞാൻ
പറയുന്നത് എന്റെ പെങ്ങളോട്. നിനക്കെന്തോടീ കാര്യം?" പൊന്നു നടു
ങ്ങിപ്പോയി.

തനിക്ക് കാര്യമില്ലെന്നോ? അവളുടെ മുഖം വിളറി. ചങ്ക് തകരുംപോ
ലെ. ആ മുഖം കുനിഞ്ഞു. ശരീരം തളർന്നു.

അടുത്ത നിമിഷം അവൾ ബോധവതിയായി. അതെ, അതാണ് സത്യ
വും. തനിക്കെന്താ കാര്യം? താൻ ഇവരുടെ ആരാണ്?"

ആരുമല്ല.

എന്നോ ഒരിക്കൽ ഈ മനുഷ്യൻ തന്റെ കഴുത്തിൽ താലി ചാർത്തി കരംഗ്രഹിക്കും എന്ന ഏക പ്രതീക്ഷമാത്രമാണ് തനിക്ക് അവരുടെമേ ലുള്ള ആധിപത്യം!

അത് പ്രതീക്ഷമാത്രമായിരിക്കുമോ?

നീയാര് എന്നു ചോദിച്ചാൽ ഇന്നാരെന്നു പറയുവാൻ ഒരു ബന്ധവുമി ല്ല.

അതെ. അതാണ് ശരി.

താൻ ആരുമല്ല!

അവളുടെ ഇടനെഞ്ച് വിങ്ങി!

"കണ്ടവന്റെയൊക്കെ കൂടെ ഇരുന്ന് നക്കിത്തിന്നുന്നു. ഛീ, നിന ക്കൊക്കെ നാണമില്ലേടീ. വീട്ടീന്ന് ഒന്നും കഴിക്കാതാണോടീ പോന്നത്?"

മാണി ജ്വലിക്കുകയാണ്. വിരൽചൂണ്ടി അവൻ അലറി.

"പോടീ വീട്ടിൽ." അവളുടെ പിടലിക്ക് പിടിച്ചവൻ മുൻപോട്ടു തള്ളി. നന്നേ ബലം പിടിച്ചിട്ടും സീത മൂക്കുകുത്തി വീണു.

രഘുവിന്റെ കരൾ മുറിഞ്ഞു. വേദനയോടെ അവൻ പിടഞ്ഞു. തന്റെ കൺമുന്നിലിട്ട് തന്റെ പ്രിയപ്പെട്ടവളെ.

അവളെ തല്ലിയ ആ കരം പിരിച്ചൊടിക്കാൻ തനിക്കറിയാം. ആങ്ങള യാണെങ്കിൽപ്പോലും.

പക്ഷേ, തനിക്കെന്തവകാശം സീതയുടെമേൽ.

നീയാരാടാ എന്ന് ചോദിച്ചാൽ ആരാണ് എന്ന് പറയും?

പക്ഷേ, കുഞ്ഞമ്മ ഇടപെട്ടു. താൻ ആരായിരുന്നാലുംകൊള്ളാം ഇത്തരം രംഗങ്ങളിൽ അവർക്ക് നോക്കിനിൽക്കാനാവില്ല.

"എടാ കഴുവേറീ, നിനക്ക് നാണോണ്ടോടാ. കെട്ടുപ്രായം തികഞ്ഞ ഈ പെണ്ണിനെ അന്യരുടെ മുമ്പിൽവച്ച് തല്ലാനും പിടിച്ചുവലിക്കാനും.

"ഫൂ! നാണംകെട്ട വർഗം" കുഞ്ഞമ്മ കാറിത്തുപ്പി. കളത്തിലുള്ള എല്ലാവരും അങ്ങോട്ടെയ്ക്ക് ഓടി അടുത്തുവന്നിരുന്നു. എന്താ കാര്യമെ ന്നറിയാൻ.

മാണി കുഞ്ഞമ്മയുടെ നേരെ ജ്വലിച്ചു.

"ദേ, തള്ളേ, എന്നെക്കൊണ്ടൊന്നും പറേപ്പിക്കരുത്." വിരൽ ചൂണ്ടി അവനടുത്തു.

"നീയൊന്നും പറയാനില്ലെടാ. കുഞ്ഞമ്മ ഗൗരവത്തിൽ, എന്നാൽ തികഞ്ഞ പുച്ഛത്തോടെ പറഞ്ഞു.

"നട്ടുച്ചേം പാതിരാത്രീം തിരിച്ചറിയാൻ പാടില്ലാത്ത നിങ്ങളോടെന്നാ പറയാനാ?" മാണി ഒട്ടും മടിക്കാതെ പറഞ്ഞു.

"ബ്ഫ!" കുഞ്ഞമ്മ ഒറ്റ ആട്ട്! അവർ ഉറഞ്ഞുതള്ളി.

"പോടാ, പോടാ പട്ടിക്കഴുവേറീ. നീ എന്നാടാ പറഞ്ഞേ? നട്ടുച്ചയ്ക്കും പാതിരാത്രിക്കും ഞാനെന്നാ വ്യഭിചരിക്കുവാണോടാ നായെ. നീ നിന്റെ പെങ്ങളെ പിടിച്ച് കെട്ടിയിടെടാ നാറീ.

അവള്‍ കണ്ടോന്റെ കൂടെ പോയെങ്കില്‍ ഞാനെന്നാ പെഴച്ചെടാ പോക്രി കഴുവേറീ – തെണ്ടീടെമോനേ. ഞാൻ പെഴയാണെങ്കില്‍ ഞാൻ സഹിച്ചു. പക്ഷെ, ഒരുത്തീം ഞാൻമൂലം പെഴയ്ക്കാറില്ലെടാ." അവർ ആക്രോ ശിക്കുകയാണ്.

അയ്യയ്യോ! സർവരും ചെവിപൊത്തി.

കഷ്ടം! കഷ്ടം! എന്തൊരു നാക്ക്!

ശ്ശെ! സീതയ്ക്ക് തന്റെ തൊലിയുരിഞ്ഞുപോയതുപോലെ തോന്നി. രഘു നിസ്സഹായനായി അവളെ നോക്കി.

പൊന്നുവും!

അവൾക്കാണോറെ വിഷമമായതും.

അവളുടെ പ്രിയപ്പെട്ടവന്റെ നേരെയായിരുന്നു ആ പൂരപ്പാട്ട്. പറ ഞ്ഞതോ അവളെ ജീവനുതുല്യം സ്നേഹിക്കുന്ന അവളുടെ ചിറ്റമ്മയും.

മിണ്ടാൻവയ്യ!

മിണ്ടിപ്പോയാല്‍ കുഞ്ഞമ്മയുടെ ആ മൂർച്ചയുള്ള നിയന്ത്രണമില്ലാത്ത നാവ് തന്റെ നേരെ തിരിയും. വിഷംതുപ്പും!

അമ്പമ്പോ വയ്യ!

അല്ല, ഈ മാണിച്ചേട്ടന് അവരുടെ നാക്കിന്റെ മൂർച്ച നന്നായി അറി യാവുന്ന ആളല്ലേ? എന്തിനാ ചാടിക്കേറി അതുമിതും പറഞ്ഞത്?

ഓ, വല്യ വീരനാണെന്നാ ഭാവം?

ഇപ്പോൾ കേട്ടില്ലേ. കണക്കായിപ്പോയി.

മാണിയും ആകെ വിളറിവിയർത്തിരുന്നു. ദേഷ്യംവന്നപ്പോൾ വന്ന മുച്ചിന് അങ്ങ് പറഞ്ഞുപോയി. ഉള്ളില്‍ ഇത്തിരി കള്ളുചെന്നിരുന്നു. അതാണ് മുച്ച് തോന്നിയതും. എങ്കിലും അവരിത്ര കടത്തി പറയുമെന്ന് കരുതിയില്ല. ടൗൺവരെ ഒന്ന് പോകേണ്ടിവന്നു. സീതയ്ക്ക് ഒരു സാരിയും ബ്ലൗസും അമ്മയ്ക്ക് മുണ്ടും നേര്യതും, തനിക്ക് ഒരു ഷർട്ടും മുണ്ടും ഒക്കെ വാങ്ങി. കുറേ നാളായി ഉള്ളില്‍ തുടിച്ചിരുന്ന മോഹം. ഓണം വരുന്നു. അപ്പഴേയ്ക്കും പണം ഇല്ലാതെവന്നാലും ഖേദിക്കേണ്ടല്ലോ. എല്ലാം കൂടെ പത്തിരുന്നൂറു രൂപയായി. ഒക്കെ കഴിഞ്ഞുവരുമ്പോ ഴേയ്ക്കും ഉച്ചയാകുന്നു. തന്റെ കളത്തിലേയ്ക്കു പോകുമ്പോഴാണ് ഈ രംഗം കണ്ടത്.

അന്യനൊരുവന്റെ കൂടെയിരുന്ന് ആഹാരം കഴിക്കുന്നു.

തന്റെ പെങ്ങളും തന്റെ ഇഷ്ടദേവതയും. പൊന്നുകൂടി ഇരിക്കുന്നത് കണ്ടപ്പോഴാണ് ഏറെദേഷ്യമായത്. അതിലേറെ ദേഷ്യം സീതയോടും.

കുഞ്ഞമ്മ നിർബന്ധിച്ചാകണം ഇരുവരെയും പിടിച്ചിരുത്തിയത്. അവർ വിവരമില്ലാത്ത സ്ത്രീയാണ്. ആരെന്നോ ഏതെന്നോ ചിന്തയില്ല. ആരെന്ത് കൊടുത്താലും തിന്നും.

പക്ഷേ, ഇവളുമാരെന്തിന് അവരുടെ കൂടെക്കൂടി?

പൊന്നുവിനെ തല്ലാൻ തനിക്കിപ്പോ അധികാരമില്ല. ആ ദേഷ്യംകൂടി സീതയുടെമേൽ തീർത്തു. പൊന്നുവിനത് മനസ്സിലായി. അതുകൊണ്ടു തന്നെ അവൾ നിശ്ശബ്ദയായി. പൂച്ചയെപ്പോലെ പതുങ്ങി. ദേഷ്യംവന്നാൽ മാണി ഭയങ്കരനാണെന്ന് അവൾക്കറിയാം. വേണ്ടിവന്നാൽ തല്ലാനും മടി ക്കില്ല.

"എന്നാടാ മിണ്ടാത്തെ? നിന്റെ നാക്കെറങ്ങിപ്പോയോടാ?" കുഞ്ഞമ്മ അടങ്ങാനല്ല ഭാവം.

"കുഞ്ഞമ്മേ" രഘു വിളിച്ചു. അവരുടെ തോളിൽപ്പിടിച്ച് തെല്ല് മാറ്റി നിർത്തിക്കൊണ്ട് പറഞ്ഞു. ഇതെന്താ? മതിയെന്നേ. ഇനിയൊന്നടങ്ങ്."

"ഞങ്ങളുതമ്മിൽ തൊടങ്ങീത് ഞങ്ങള് തമ്മില് തീർത്തോളാം. ഒരു വരത്തനും ഇടനിലക്കാരനാകണ്ടാ" മാണി രഘുവിന്റെ നേരെ നോക്കി ജ്വലിച്ചു.

രഘുവിനോടുള്ള ദേഷ്യം അടക്കാനാവാതെ അങ്ങനെ നിൽക്കുകയയാ യിരുന്നവൻ. അന്യ പെണ്ണുങ്ങളുടെ ഒപ്പം ഇരുന്ന് കപ്പതിന്നത് അക്ഷന്ത വ്യമായ തെറ്റായി മാണി കരുതുന്നു.

"ശരി. നിങ്ങളങ്ങ് തീർത്തോ." രഘു മാണിക്കുനേരെ തിരിഞ്ഞു. പക്ഷേ, ഒരു കാര്യം. ഇതെന്റെ ചുമതലയിൽപ്പെട്ട കളമാണ്. ഇവിടെ അതിക്രമിച്ച് കടന്ന് ബഹളംവയ്ക്കുന്നത് സൂക്ഷിച്ചുവേണം."

"എടാ, നീയെന്തോ ചെയ്യും? അതൊന്നു കണ്ടിട്ടേയുള്ളൂ." മാണി ചീറി.

"വെറുതെ ഒടക്കാതെ ചേട്ടാ." രഘു തെല്ല് പരിഹാസത്തോടെ ചോദി ച്ചു. "ഇവിടെയിരുന്ന് രണ്ടുകഷണം കപ്പ തിന്നാല് ഇടിഞ്ഞുപൊളിഞ്ഞു ഈ ലോകം അവസാനിക്കോ?"

"നീയെന്നെ പഠിപ്പിക്കാൻ വരണ്ട."

"തീരെ അറിയത്തില്ലെങ്കില് പഠിപ്പിക്കാന്ന് വച്ചു." രഘു അക്ഷോഭ്യ നായി.

"ഓ, നീയെന്നാ വാധ്യാരുപണി തുടങ്ങിയേ?"

"അറിഞ്ഞില്ലായിരുന്നോ?"

"നീയാരോടാ കളിക്കുന്നെന്ന് നല്ലോണം ഓർത്തോ. സൂക്ഷിച്ചാല് നല്ല താ." മാണി താക്കീതുപോലെ പറഞ്ഞു.

"എന്നെപ്പോലെ കട്ടപിടിക്കുന്ന ഒരുത്തൻ അല്ലാണ്ടു നിനക്കെന്നൊടാ മാണീ പ്രത്യേകത." രഘു വിട്ടുകൊടുക്കാനല്ല ഭാവം.

"ഞാനേ യൂണിയന്റെ കമ്മറ്റിയംഗമാ. ഞാൻ പറഞ്ഞാല് കമ്മറ്റി കേൾക്കും. നിനക്കെതിരെ നിമിഷംകൊണ്ടുഞാൻ നെയമം കൊണ്ടുവ രാം. കാണണോ?"

ഇഷ്ടികത്തൊഴിലാളി യൂണിയൻ കമ്മറ്റിയംഗമാണ് മാണി. അതിന്റെ ബലത്തിലാണവന്റെ സംസാരം. പലപ്പോഴും അതൊരു തുറുപ്പുചീട്ടായി മാണി പറയാറുമുണ്ട്. പലരോടും പൊങ്ങച്ചം പറയാറുമുണ്ട്. താൻ യൂണി യന്റെ കമ്മറ്റി അംഗമാണ്. താൻ ചെന്നില്ലെങ്കില് അതൊന്നും കമ്മറ്റി തീരുമാനിക്കില്ല എന്നൊക്കെ. പക്ഷെ, രഘു കൂസില്ല.

"ഒന്നു ചുമ്മാതിരി മാണീ. ഈ ഓലപ്പാമ്പൊക്കെ അങ്ങ് ആലുവാ യിലും ഒള്ളതാ. ഇതൊക്കെ വീട്ടില് അമ്മേടെ മുമ്പിലേചെലവാകൂ."

"ഛീ പട്ടീ, അമ്മയ്ക്കു വിളിക്കുന്നെനോ?" മാണി ഒന്നു കുതിച്ചു. കൈവീ ശി.

അതു പ്രതീക്ഷിച്ചാണ് രഘുവും നിന്നത്. ഓങ്ങിയ കൈയിൽ അവൻ കടന്നുപിടിച്ചു തിരിച്ചു. ബലമായിത്തന്നെ. മാണിയുടെ മുഖം ചുവന്നു.

"തല്ലാൻ മിടുക്കനാണെന്നറിയാം. കഴിഞ്ഞദിവസം നീ തല്ലിയപ്പോൾ ഞാൻ തിരിച്ചടിച്ചില്ല. നിന്റെ വൈഭവം കണ്ട് ഞാൻ പേടിച്ചിട്ടാണെന്ന് നീ കരുതിക്കാണും. അതുകൊണ്ടാണ് നിനക്കിത്ര തണ്ട്. ആലുവായിലും തല്ലാൻ അറിയുന്നവരുണ്ടെന്ന് നീ മനസ്സിലാക്കാൻ പോകുന്നേയുള്ളൂ. മര്യാദയെങ്കിൽ മര്യാദ."

"പേടിപ്പിക്കുവാണോ?" മാണി മുരണ്ടു.

"എങ്ങനെ വേണമെങ്കിലും കരുതിക്കോ?"

രഘു അണുവിട വിട്ടുകൊടുക്കാൻ തയ്യാറായിരുന്നില്ല. മാണിയും ഒറ്റ യ്ക്കൊറ്റയ്ക്ക് നിന്നു.

വരത്തന്റെ മുൻപിൽ തോൽക്കാൻ പാടില്ലെന്ന് മാണിക്ക് വാശി. മാണി അത്രയ്ക്ക് വലിയവനാകരുത് എന്ന് രഘുവും ഉറച്ചു.

ഇരുവരുടെയും നടുവിൽനിന്ന് സീതയും പൊന്നുവും കത്തിയുരുകി. രണ്ടുപേരും അവർക്ക് ഒരേപോലെ പ്രാധാന്യമുള്ളവരാണ്. മാണിയെയോ രഘുവിനെയോ പഴിക്കാൻ അവർക്കിരുവർക്കും കഴിയില്ല. നിസ്സഹായ രായി അവർ കുഞ്ഞമ്മയെ നോക്കി. കുഞ്ഞമ്മ രഘുവിനെ കടന്നുപിടി

ച്ചുകൊണ്ട് പറഞ്ഞു.

"അവന് പൊതോം വിവരോം ഇല്ലെടാ ചെറുക്കാ. മൂക്കറ്റം കള്ളാ. നീയെങ്കിലും മിണ്ടാതിരിക്കിന്."

"മൂക്കറ്റം കുടിച്ചത് നിങ്ങളുടെ കെട്ടിയോൻ തന്ന കാശുകൊണ്ടല്ല." മാണി ചീറി.

"എന്റെ കെട്ടിയോൻ ഉണ്ടായിരുന്നെങ്കില് ഇന്നത് പറയാൻ നെനക്ക് നാക്ക് പൊങ്ങത്തില്ലാരുന്നെടാ" അത്രയുമായപ്പോൾ കുഞ്ഞമ്മയുടെ തൊണ്ട ഇടറി. "അതിയാന്റെ ചൂരടിച്ചാല് നീയൊക്കെ മൂത്രമൊഴിക്കുമാ രുന്നല്ലോടാ. ഇപ്പോ എന്നെയിട്ട് നിനക്കൊക്കെ വട്ടുതട്ടാം. എന്തും പറ യാൻ മടീം ഇല്ല. പക്ഷെ, പോക്രിത്തരം പറഞ്ഞാല് ആട്ടി കണ്ണുപൊട്ടി ച്ചുകളേം ഞാൻ." കുഞ്ഞമ്മ ദേഷ്യത്തോടെ മാണിയോടടുത്തു.

"എന്താണിവിടെ? എന്താണെന്ന്?" പെട്ടെന്നായിരുന്നു ബേബിച്ചൻ മുത ലാളി കടന്നുവന്നത്. ഒപ്പം ശിവൻപിള്ളയും. "നിങ്ങൾക്കാർക്കും പണി യൊന്നുല്ലേ?"

എല്ലാവരും നിശ്ശബ്ദത പാലിച്ചു. ചിലർ പിൻവലിഞ്ഞു. മൗനം പൂണ്ടു.

മുതലാളി കാര്യം അന്വേഷിച്ചു. കുഞ്ഞമ്മതന്നെ തന്റെ സ്വതസിദ്ധ മായ ശൈലിയിൽ സംഭവം വിവരിച്ചുകേൾപ്പിച്ചു.

മുതലാളി പൊട്ടിച്ചിരിച്ചു.

"ഇത്രയുള്ളോ? സാരമില്ല. മാണീ, ഇതിലൊക്കെ ഇത്ര കാര്യമെന്തി രിക്കുന്നു. ഒരു കളത്തിലുള്ളവർ ഒരു കുടുംബത്തിലെ അംഗങ്ങളെ പ്പോലെ സഹകരിച്ചാലേ പ്രസ്ഥാനം വിജയിക്കൂ. എന്തിനാണിവിടെ ഒരു വേർതിരിവ്? ഛെ, മോശം. നീ നിന്റെ കളത്തിൽ പോകൂ. ഈ പെണ്ണു ങ്ങൾ ബോധമില്ലാത്ത വർഗം. അവരുടെ കാര്യത്തിൽ ആണുങ്ങൾ എന്തി നിടപെടണം? ശ്ശെ നാണക്കേട്."

മുതലാളി വീണ്ടും ചിരിച്ചു.

എതിർപ്പൊന്നും പറഞ്ഞില്ലെങ്കിലും അത്ര തൃപ്തിയില്ലാത്ത ഭാവമാ യിരുന്നു മാണിക്ക്. എങ്കിലും അവൻ പിൻവലിഞ്ഞു. പതിയെ നടന്ന് വഴിയിലേക്കു കയറി.

"പോയിൻ പെണ്ണുങ്ങളേ, പോയിൻ" ശിവൻപിള്ള തന്റെ അധികാരം പ്രയോഗിച്ചു. പെണ്ണുങ്ങൾ ഷെഡ്ഡിന്റെ മുൻപിൽനിന്ന് പിരിഞ്ഞു. കപ്പപ്പ ത്രങ്ങളും മറ്റും പെറുക്കി എടുത്ത് രഘു ഷെഡ്ഡിനകത്തേയ്ക്ക് കയറി.

അകലെ വഴിയിലൂടെ അങ്ങകലെ എത്തിയിട്ടും മാണിയുടെ മിഴിക ളിൽനിന്ന് തീജ്വാല വമിക്കുന്നത് സീത കണ്ടു. പൊന്നുവും.

അവരുടെ ഉള്ളം കത്തിക്കാളി.

പതിനേഴ്

പൊന്നുവാകെ നീറിപ്പുകഞ്ഞു. രഘു മാണിച്ചേട്ടന്റെ ശത്രുവാണെ ന്നറിയാം. എന്നിട്ടും താൻ രഘുവിനോടടുത്തു. സീതയ്ക്ക് കൂട്ടുനിന്നു. അവരുടെ ഒപ്പം ഇരുന്നാഹാരം കഴിച്ചു.

എന്തൊരു ഗ്രഹപ്പിഴ!

അതുകണ്ടുകൊണ്ട് മാണിച്ചേട്ടൻ! എന്റെ മുല്ലക്കാവിലമ്മേ. ഇനി എന്താ നടക്കുക? എന്തോന്നാ മാണിച്ചേട്ടൻ പറയുക? പൊന്നു വീട്ടിലേയ്ക്ക് പോയില്ല.

വൈകുന്നേരം കുഞ്ഞമ്മയും സീതയും പോയി. പൊന്നു വഴിയരി കിൽ കാത്തുനിന്നു. അകലെനിന്ന് നടന്നടുക്കുന്ന മാണി. അവളുടെ ഹൃദ യത്തിൽ പെരുമ്പറ! തെരുതെരെ വെടിയൊച്ച. പടക്കം മുല്ലക്കാവിലെ ഉൽസവത്തിന്റെ ആരവം.

"മാണിച്ചേട്ടാ" മാണി അടുത്തെത്തിയപ്പോൾ പൊന്നു വിളിച്ചു. മെല്ലെ അടുത്തേയ്ക്ക് ചെന്നു. കുറ്റബോധം സ്വരത്തിലും മുഖത്തും. "ഉം എന്താ?" അവൻ ഗൗരവത്തിൽത്തന്നെ.

"മാണിച്ചേട്ടാ, പിന്നേയ് ഞങ്ങള് അത്രയ്ക്ക് ഓർത്തില്ല ചേട്ടാ. അറി യാതെ..."

അവൾ ക്ഷമ ചോദിക്കയാണ്. കുറ്റം ഏറ്റുചൊല്ലി മാപ്പ് ചോദിക്കുകാ ണ്. പ്രായശ്ചിത്തം ചെയ്യണോ? ഏത്തമിടണോ?

പൊന്നു ചെയ്യും! എത്രതന്നെ വിശദീകരിച്ച് വിശകലനം ചെയ്തിട്ടും അതംഗീകരിക്കുവാൻ മാണി തയ്യാറല്ല. അന്യനൊരുവന്റെ ഒപ്പം, അതും രഘുവിന്റെ ഒപ്പം ഇരുന്നതും ആഹാരം കഴിച്ചതും തെറ്റായിപ്പോയി എന്നുന്നെ അവൻ വാദിച്ചു. കാര്യകാരണങ്ങളും ഉദാഹരണങ്ങളും നിരത്തി തന്റെ ഭാഗമാണ് ശരി എന്നവൻ സമർഥിച്ചു. പൊന്നുവിന് അവസാം അതംഗീരിക്കേണ്ടിവന്നു. പ്രശ്നം ഇനിയും വഷളാക്കണ്ട എന്നു കരുതി അവൾ അംഗീകരിച്ചതാണ്. അല്ലെങ്കിലും താൻ പറയുന്ന തൊക്കെ ശരി എന്ന് മറ്റുള്ളവർ അംഗീകരിക്കുന്നത് മാണിക്കെപ്പോഴും തൃപ്തിയാണുതാനും.

വളരെ പാടുപെട്ടപ്പോൾ അവന്റെ ഗൗരവം സാവധാനം അലിഞ്ഞു. മേലാൽ ആവർത്തിക്കുകയില്ലെന്നും ഇത്തവണത്തേയ്ക്ക് തന്നോടും സീതയോടും ക്ഷമിക്കണമെന്നുംകൂടി അവൾ കൂട്ടിച്ചേർത്തപ്പോൾ മാണി പൂർണമായും സന്തോഷവാനായി.

"എനിക്കതൊന്നും ഇഷ്ടാല്ല. എന്റെ പോക്ക് വേറൊരു രീതി

യാ." മാണി പറഞ്ഞു.

"മാണിച്ചേട്ടൻ പറയുന്നതൊക്കെ അനുസരിക്കേണ്ടവളാണ് ഞാൻ." പൊന്നു പറഞ്ഞു.

"എനിക്ക് ഒരു വിരോധോമില്ലതാനും. തെറ്റു ചെയ്താൽ അത് നേരെ പറഞ്ഞ് തിരുത്താൻ മാണിച്ചേട്ടന് കടമയുണ്ടല്ലോ. അല്ലാതെ പിന്നെ എനിക്ക് വേറെയാരാ ഉള്ളത്?" അവളുടെ സ്വരം ഇടറി.

അതിന് മറുപടി എന്നോണം മാണി അവളെ നോക്കി ഹൃദ്യമായി ചിരിച്ചു. പൊന്നുവിന്റെ മനം കുളിർത്തു. എല്ലാ ദേഷ്യവും അലിഞ്ഞു തീർന്നതിന്റെ ലക്ഷണമാണാ ചിരി!

നടക്കുകയായിരുന്നവർ. കയ്യെത്തിച്ച് അവളുടെ ഉരത്തിൽ ഒന്ന് നുള്ളാനും മാണി മറന്നില്ല.

പെട്ടെന്നാണവരുടെ മുൻപിൽ ചീരൻ പ്രത്യക്ഷപ്പെട്ടത്. "എടാ മാണീ, നിന്നെ ഒന്നു നോക്കിയിരിക്യാരുന്നു ഞാൻ." ചീരൻ പറഞ്ഞു.

മുഷിഞ്ഞുനാറിയ മുണ്ടും അവിടവിടെ കീറിത്തുന്നിയ മുഷിഞ്ഞ ഷർട്ടും. തലയിൽ ഒരു വട്ടക്കെട്ടും.

ആ വേഷം!

പൊന്നുവിന് ആകെ ദുഃഖമായി. വിഡ്ഢിവേഷം കെട്ടി എന്തിനിങ്ങനെ നടക്കുന്നു! എത്ര പറഞ്ഞാലും കേൾക്കില്ല. ഇങ്ങനെയൊരപ്പൻ.

"ഉം. എന്നാ കാര്യം?" മാണി ഗൗരവത്തിൽത്തന്നെ ചോദിച്ചു.

ചീരൻ ചിരിച്ചു. ചിരിയോടെ പറഞ്ഞു.

"ഇന്നത്തെ ദിവസം ഒരു തുള്ളിപോലും ഉള്ളിൽ ചെന്നിട്ടില്ലെടാ ചെറു ക്കാ. തലകറങ്ങുന്നു. ഒരു മൂന്നുരൂപ വേണാരുന്നു. നിന്റേല് ഒണ്ടെങ്കില് താടാ."

"ഇല്ല." പൊന്നുവാണ് പറഞ്ഞത്.

'ബ്ഫ!' ചീരൻ പൊന്നുവിനോട് കയർത്തു. "നിന്നോടാരാടീ ചോദി ച്ചൂക്. ഞാൻ ചോദിച്ചത് എന്റെ ചെറുക്കനോട്. നെനക്കെന്നാടീ കാര്യം പറയാൻ?"

"കാര്യോണ്ടായിട്ട്തന്നാന്ന് വച്ചോ?"

പൊന്നു ചൊടിച്ചു. "അങ്ങനെ ചോദിക്കാൻ അച്ഛനൊന്നും മാണിച്ചേ ട്ടനെ ഏല്പിച്ചിട്ടില്ലല്ലോ. എപ്പഴും എപ്പഴുമിങ്ങനെ തരാൻ' നിറമിഴികളോടെ പൊന്നു തുടർന്നു.

"ബദ്ധപ്പെട്ട് എരന്ന് മേടിക്കുന്നതെന്തിനാ? കള്ള് മോന്താനല്ലേ? മക്കള് വീട്ടിക്കെടന്ന് വെശന്ന് പൊരിയാണ്. അതൊന്നും ഓർമയില്ല."

"നീ പോടീ? വായ് കൊടുത്ത ദൈവം എരയും കൊടുക്കും." ചീരൻ

അവളുടെ പ്രസ്താവനയെ തീരെ പരിഗണിച്ചില്ല.

"എന്നാല് വായ് കൊടുത്തത് ഞാനാരിക്കും." പല്ല് ഞെരുമ്മി അവള് പറഞ്ഞു. "ങും നടക്കുന്നു. അച്ഛനാന്നും പറഞ്ഞ് നടക്കുന്നു."

"മിണ്ടാതിരിക്ക് പൊന്നു..." മാണി പറഞ്ഞു. പൊന്നു അടങ്ങി. മാണി ചീരന്റെ നേരെ തിരിഞ്ഞു. എന്നിട്ട് അനുനയത്തില് പറഞ്ഞു.

"ചീരൻചേട്ടാ, ഇന്ന് കൂലി കിട്ടീല്ല. മൊതലാളി വന്നില്ല. അതുകൊണ്ട് പൈസ ഇല്ല. ഇനി ഒരു ദിവസമായ്ക്കോട്ടെ തരാം."

"ഒന്നും ഗുണം പിടിക്കേലടാ? തൊലയാന് നേരത്തുണ്ടായ വക" പ്രാകിക്കൊണ്ട് വേച്ചുവേച്ച് ചീരന് മുന്പോട്ടു നടന്നു.

അന്ന് കൂലി കിട്ടി എന്ന് പൊന്നുവിനറിയാം. കൊടുക്കണ്ട എന്ന് പറഞ്ഞ് ചൊടിച്ചെങ്കിലും മാണി കള്ളം പറഞ്ഞ് തന്റെ അച്ഛന് പൈസ കൊടുക്കാതിരുന്നപ്പോള് ഉള്ളില് മുള്ളുതറച്ച അനുഭവം.

തിരിച്ചുവിളിച്ച് തന്റെ കൈയില്നിന്ന് രണ്ടുരൂപ കൊടുത്താലോ? എത്ര യായാലും അച്ഛനല്ലേ? പക്ഷെ, മാണിച്ചേട്ടന് ആ പ്രവര്ത്തിക്ക് മറ്റ് വ്യാഖ്യാനങ്ങള് എന്തെങ്കിലും തേടി എന്നു വരും. അതുപിന്നെ വഴക്കാ കും. ഒരു വഴക്ക് അവസാനിച്ചതേയുള്ളൂ.

മാണിച്ചേട്ടന്റെ മുന്പില് താനും തന്റെ അച്ഛനുമൊക്കെ തീരെ വില കെട്ടവരായി പോകുന്നോ?

ഓ, എല്ലാവര്ക്കുമുള്ളതുപോലെ തനിക്കുമുണ്ട് ഒരച്ഛന്!

അവള്ക്ക് ആരോടൊക്കെയോ അമര്ഷം തോന്നി.

"പൊന്നൂ" മാണിയുടെ മൃദുലമായ സ്വരം. അവള് വിളികേട്ടില്ലെങ്കിലും അവന്റെ മുഖത്തേയ്ക്ക് നോക്കി. ഈറനണിഞ്ഞ ആ മിഴികള് കണ്ട പ്പോള് അവനില് തെല്ല് കുറ്റബോധം!

"എന്റെ കൈയില് ഇന്നത്തെ കൂലി ഉണ്ട്. അല്ലാതെ വേറെയും പൈസയുണ്ട്. എന്നിട്ടും ഞാന് കൊടുക്കാതിരുന്നത് എന്താണെന്നോ?" മാണി എന്തോ പറയാനായി തുടങ്ങിവച്ചു.

"ശല്യമായി തോന്നീട്ടാരിക്കും." പരിഭവത്തോടെ അവള് പറഞ്ഞു. ആ സ്വരം മനസ്സിലുടക്കിയപ്പോള് "അതല്ല. ചീരൻചേട്ടന് നശിക്കുന്ന തില് ഞാനെങ്കിലും കൂട്ട് കൂടരുതല്ലോ എന്നു കരുതി."

"എന്റച്ഛന് നശിക്കാവുന്നതിന്റെ പരമാവധി നശിച്ചുകഴിഞ്ഞു. ഇന്നോ നാളെയോ മരിച്ചുവീഴാന് നടക്കുന്ന ഒരാള്ക്ക് ഇനിയെന്ത് നാശമാ?" പൊന്നു കുട്ടിച്ചേര്ത്തു. മാണിച്ചേട്ടനിപ്പം എന്നോം വെറുപ്പാരിക്കും. ഞങ്ങ ളത്രയ്ക്ക് ഗതികെട്ടോരാ." അവന് പൊടുന്നനെ തിരിഞ്ഞുനിന്നു.

"എന്നാടീ പറഞ്ഞത്?"

അവൾ മറുപടി പറഞ്ഞില്ല. പക്ഷെ, അവളുടെ മിഴിക്കോണുകളിൽ വേദനയുടെ നനവൂറിയിരിക്കുന്നത് മാണിയെ വല്ലാതെ സ്പർശിച്ചു. "പത്തുനൂറു രൂപയോ ഒരു പണവിട പൊന്നോ തരാൻ എന്റച്ഛനെക്കൊണ്ട് കഴിയില്ല. അച്ഛൻ മക്കൾക്കുവേണ്ടി സ്ത്രീധനം സമ്പാദിക്കുന്നത് ഷാപ്പിലല്ലേ?" പൊന്നുവിന്റെ സ്വരം ഇടമുറിഞ്ഞു.

"അതിന് ഞാൻ പൊന്നും പണവും ചോദിച്ചില്ലല്ലോ?" മാണി പറ ഞു.

"ചോദിക്കണോ?" അല്ലാണ്ടു പിന്നെ എങ്ങനെയാ? കഴുത്തിലും കാതിലും ഒന്നുമില്ലാണ്ടാണോ പന്തലില് നിൽക്കുന്നെ?"

അക്കാര്യത്തെക്കുറിച്ച് മാണി ചിന്തിച്ചില്ല. ഓ, ഈ പെണ്ണ് എന്തെല്ലാം ആലോചിക്കുന്നു? വിഷമിക്കുന്നു?

"ഉം, മാണിക്ക് ആരോഗ്യമുണ്ടെങ്കില് നിന്റെ കഴുത്തിലും കാതിലും പൊന്നിട്ടേ പന്തലിലിറക്കൂ." അവൻ തറപ്പിച്ചു പറഞ്ഞു.

പൊന്നു മൗനമായി നടന്നു. അവളുടെ ഉള്ളം വല്ലാതെ തേങ്ങി.

അമ്മ ഉണ്ടായിരുന്നെങ്കിൽ! എങ്കിൽ തന്റെ കഴുത്തിലും കാതിലും ഇത്തിരി പൊന്നെങ്കിലും ഇടുവിക്കുമായിരുന്നു. കർമദോഷം!

ഓർമയായ കാലംമുതലുള്ള കഷ്ടപ്പാടാണ്. ഇനി എന്നാണാവോ നല്ല കാലം വരിക?

"നിനക്ക് നല്ലകാലം വരുമെടീ പെണ്ണേ." കുഞ്ഞമ്മ ആശ്വസിപ്പിക്കും. "ആ മാണി നല്ലോനാ. അവനെ പെണക്കാണ്ടിരുന്നാമതി."

താൻ പിണക്കുന്നില്ലല്ലോ. എന്തു പറഞ്ഞാലും അനുസരിക്കുന്നു. കാരുണ്യം കേഴുന്ന ഹൃദയവുമായി ദയമാത്രം പ്രതീക്ഷിക്കുന്നു. തന്റെ സ്ഥിതി അതായിപ്പോയി. പുലർച്ച മുതൽ വൈകുവോളം എന്നും ചെളി യിലും മണ്ണിലും പണിയുന്നു. കളത്തിലെ പണി ഉച്ചയ്ക്ക് തീർന്നാൽ ബേബിച്ചൻ മുതലാളിയുടെ പറമ്പിൽ പണിയാം.

ഒക്കെയായാലും നയാപൈസ മിച്ചമില്ല.

"പൊന്നൂ..." മാണി വിളിച്ചു.

അവൾ വിളികേട്ടു.

"നീയെന്താ മിണ്ടാത്തത്?" അവളുടെ മനസ്സിന്റെ വെഷമം പൂർണ മായും അവൻ മനസ്സിലാക്കി.

"വെറുതെ" അവൾ പറഞ്ഞു.

അസുഖകരമായ ഒരു മൗനം അവർക്കിടയിൽ തങ്ങിനിന്നിരുന്നു.

പൊന്നുവിനെ വീർപ്പുമുട്ടിക്കുന്നത് മറ്റൊരു പ്രശ്നം കൂടിയാണ്.

സീതയുടെ കാര്യം.

രഘുവിന്റെ കാര്യം.

അവളെ അന്നേ തനിക്ക് വിലക്കാമായിരുന്നു. ഉപദേശിക്കാമായിരുന്നു. അതല്ലെങ്കിൽ മാണിച്ചേട്ടനോടു പറയുമെന്നു ഭീഷണിപ്പെടുത്താമായിരുന്നു.

എന്നിട്ടും താനതിന് കൂട്ടുനിന്നു. പ്രോത്സാഹിപ്പിച്ചു. തന്നെമാത്രം ധൈര്യമായിക്കണ്ടാണ് സീതയുടെ നില.

പാവമാണവൾ. കരളുറപ്പില്ലാത്ത ഒരു പാവം പെണ്ണ്. അവളെ കരയിക്കേണ്ടതായി വരുമോ?

ഒരിക്കൽ മാണിച്ചേട്ടനോട് തെല്ല് സൂചിപ്പിച്ചതാണ്. അന്നേ അതിനെ തിരായിരുന്നു. ഇന്നത്തെ സംഭവംകൂടി കഴിഞ്ഞപ്പോൾ തീർത്തും എതിർക്കും.

കഷ്ടം. ഒന്നിനൊന്ന് അടുക്കുന്നതിനുപകരം അകലം ഓരോ ദിവസവും വർധിച്ചുവരികയാണ്.

മാണി മഹാ വാശിക്കാരനാണ്. രഘുവും ഒട്ടും കുറയ്ക്കില്ല. ഒരേ പോലെ ശക്തിയുള്ള രണ്ടുപേർ. അഭിമാനം എല്ലാവർക്കും ഒരുപോലെ യല്ലേ? ഒരാൾ അപമാനിക്കുന്നത് എത്രയെന്ന് വച്ച് ക്ഷമിക്കും. സത്യത്തിൽ ഇക്കാര്യത്തിൽ മാണിയുടെ ഭാഗത്താണ് പൂർണമായും തെറ്റന്ന് പൊന്നുവിന് തീർച്ചയുണ്ട്. പക്ഷെ, അതെങ്ങനെ ഒന്ന് പറഞ്ഞ് ധരിപ്പിക്കുവാനാണ്.

ഞാനെന്ന ഭാവമാണെല്ലാവർക്കും. എല്ലാത്തിനും ഞാൻ മുൻപിൽ. എല്ലാം എന്റെ കൈയിൽ എന്നൊക്കെയാണ് എല്ലാവരുടെയും ഭാവം.

അതിനിടയ്ക്ക് ആരെന്തു പറഞ്ഞാലും പ്രയോജനമില്ല.

എങ്കിലും സീതയ്ക്കിഷ്ടം ഇതാണെന്ന് പറഞ്ഞാൽ മാണിച്ചേട്ടൻ എതിർക്കുമോ? ആവോ, കണ്ടറിയണം.

"പൊന്നുവേ, നീയിങ്ങോട്ടൊന്നു കേറിയേച്ചു പോടീ." തങ്കയുടെ സ്വരം. ഓ, മാണിച്ചേട്ടന്റെ വീടടുക്കാറായത് അറിഞ്ഞില്ല. പൊന്നു ചിന്ത യിൽനിന്നും ഞെട്ടിയുണർന്നു. മാണിയും അവളെ ആംഗ്യം കാട്ടി ക്ഷണിച്ചു.

അവനോടൊപ്പം അവൾ അങ്ങോട്ടു കയറി. കുടിലിന് വെളിയിൽ സീത നിന്നിരുന്നു. അവളുടെ വിളറിയ മുഖവും കരഞ്ഞുകലങ്ങിയ കണ്ണുകളും പൊന്നുവിനെ അമ്പരപ്പിച്ചു. ഇപ്പോൾ കളത്തീന്ന് പോന്നതാണല്ലോ? അതിനിടയിൽ കരയാൻമാത്രം എന്തുണ്ടായി? മാണി അകത്തേയ്ക്കു കയറി. പൊന്നു സീതയുടെ അടുത്തേയ്ക്കും.

സീത നീറിപ്പുകഞ്ഞങ്ങനെ നിന്നു.

തന്റെയുള്ളില്‍ അതിഭീകരമായ ഒരു വിപത്ത് മുളപൊട്ടിയിരിക്കുന്നു എന്ന സത്യം പൊന്നുവിനോടുപോലും പറയാനാവാതെ സീത നിന്നുരുകി.

ഇത്തിരിമുമ്പെ ഇവിടെ വന്നപ്പോഴാണ് ചക്കപ്പുഴുക്ക് മത്തിക്കറിയും കൂട്ടി സീത കഴിച്ചത്. വല്ലാത്ത വിമ്മിട്ടത്തോടെ പിന്നാമ്പുറത്തേയ്ക്കോടി അവള്‍ ഛര്‍ദിച്ചു.

"എന്താമോളേ?" തങ്ക ഓടിവന്ന് പുറം തിരുമ്മി.

"ഓ, ചക്കപ്പുഴുക്ക് തിന്നിട്ടായിരിക്കും. പോയി ഇത്തിരിനേരം കെടന്നോ?" തങ്ക പറഞ്ഞു.

പക്ഷെ, സീത അറിഞ്ഞു ചക്കപ്പുഴുക്ക് തിന്നിട്ടല്ലെന്ന്. അഞ്ചാറുദിവസമായി അവള്‍ സംശയിച്ചുതുടങ്ങിയിരുന്ന ഒരു ഭീകരസത്യത്തിന്റെ മുഖം മൂടി വലിച്ചുമാറ്റപ്പെട്ടിരിക്കുകയാണ് ആ ഛര്‍ദിയിലൂടെ എന്ന്!

പതിനെട്ട്

പക്ഷെ,

സീത ആ ഭീകരസത്യം പൊന്നുവിനോട് പറഞ്ഞില്ല. പറഞ്ഞാല്‍ അവള്‍ കാര്‍ക്കിച്ചുതുപ്പും!

കാരണം മാണിയും പൊന്നുവുമായി സ്നേഹമായിട്ട് വര്‍ഷം രണ്ടായി. എല്ലാവര്‍ക്കും അറിയാവുന്ന ബന്ധം!

എന്നിട്ടും ഒരു പരിധിക്കപ്പുറത്തേയ്ക്ക് കടക്കാന്‍ പൊന്നു ഒരിക്കലും തയ്യാറായിട്ടില്ല.

പക്ഷെ, സീതയോ?

ഒരി സീസണ്‍ പോലും അവസാനിക്കുന്നതിനുമുമ്പ്?

തറയില്‍ വിരിച്ച തഴപ്പായയില്‍ മാണിയും തങ്കയും ഇരുന്നു. എതിരെ പൊന്നുവും. സീത നോക്കിനിന്നതേയുള്ളൂ. ചക്കപ്പുഴുക്കും മത്തിക്കറിയും.

"സീതയ്ക്കൊരു കല്യാണാലോചന. നിന്നോടുംകൂടെ പറയാമെന്ന് കരുതീട്ടാ വിളിച്ചത്." തങ്ക വിഷയം അവതരിപ്പിച്ചു.

പൊന്നുവിന്റെ തൊണ്ടയില്‍, പുഴുക്ക് തടഞ്ഞു. സീതയുടെ മിഴികളിലേയ്ക്കവള്‍ നോക്കി. പേടിച്ചരണ്ട ഭാവം. മിഴികളില്‍ പരിഭ്രമം. യാചന ഒക്കെ.

മാണിയും തങ്കയും സംതൃപ്തഭാവത്തില്‍തന്നെ. പൊന്നുവിന്റെ മനസ്സില്‍ പോറലേറ്റു.

"ഞാ, എവിടുന്നാ ആലോചന." പൊന്നു ഒന്നുമറിയാത്ത ഭാവം നടിച്ചു.

"ഇവിടടുത്തുന്നുതന്നാ!" തങ്ക കാര്യമായിത്തന്നെ തുടർന്നു. കാര്യ ങ്ങളൊക്കെ എന്നായാലും നീയൂടെ അറിയണല്ലോന്ന് കരുതിയാ. താലി കെട്ട് നടന്നില്ലെങ്കിലും നിന്നെ എന്റെ മരുമോളായിട്ടുതന്നെയാ ഞാൻ കാണുന്നത്."

പൊന്നു ലജ്ജയോടെ ചൂളിച്ചുരുങ്ങി മാണിയിൽ നോട്ടമെറിഞ്ഞു. കണ്ണുകൊണ്ട് ആംഗ്യം കാട്ടിയിട്ടവൻ ഒന്നുമറിയാത്ത ഭാവത്തിൽ കാന്ത രിയുടച്ചത് വിരലിൽത്തൊട്ട് നാക്കിൽവെച്ച് എരിവ് വലിച്ചു. ഉള്ളിൽ ഊറിയ ചിരിയടക്കി പൊന്നു മെല്ലെ ചോദിച്ചു.

"ആരാ?" വീണ്ടും ചോദ്യം.

"നീയറീം. ആ ചന്ദ്രനെ. ആ കല്യാണീടെ മോനാ. കണ്ടാല് ലേശം ചെമ്മാന്ത്രം കൊറയും. എന്നാലും സാരമില്ല. നല്ല പണിക്കാരനാന്നാ മാണി പറഞ്ഞെ. തങ്കപ്പെട്ട സ്വഭാവോം. വീട്ടിച്ചെന്നാലും സുഖമാ. കല്യാ ണിക്ക് പുറംപോക്കിലെ ആ വീടനുവദിച്ചുകിട്ടിയല്ലോ. നല്ല വീടാ. കല്യാ ണിക്കിപ്പോ എന്നാ കുറ്റം? കളത്തീന്ന് കേറിയെങ്കിലും വട്ടിനെയ്ത്താ അവൾക്ക്. ദിവസം അഞ്ചെട്ടു രൂപായ്ക്ക് പണിയുന്നുണ്ട്."

പൊന്നു ആലോചന നടിച്ചു. മറുപടി വൈകി. തങ്ക അതു ശ്രദ്ധിച്ചു.

"നമ്മക്കത് എത്രേം വേഗന്നങ്ങ് നടത്തണം. അതാ നല്ലതും. പെണ്ണല്ലേ? ഒരബദ്ധം പറ്റാൻ എന്നാ നേരം വേണം?" തങ്കയുടെ ആവലാതി. അവർ വീണ്ടും ചോദിച്ചു. "നീയെന്നാ മിണ്ടാത്തെ?"

"ഞാനെന്നാ പറയാനാ? എല്ലാർക്കും ഇഷ്ടായാ അതങ്ങ് നടത്തണം." അവൾ പറഞ്ഞു. ഒന്നുമറിയാത്ത രീതിയിൽ. തീക്കൊള്ളിക്ക് കുത്തേ റ്റതുപോലെ സീത നടുങ്ങി! അവൾ പൊന്നുവിനെ തുറിച്ചുനോക്കി. പൊന്നു അവളെ ശ്രദ്ധിച്ചതായി ഭാവിച്ചില്ല.

"അതാ ഞാനും പറേന്നെ. അടയ്ക്കാ, മരമായാല് മടീല് കൊള്ളോ?" തങ്ക ചിരിച്ചു.

"സീതയ്ക്കിഷ്ടാണോ?" പൊന്നു ചോദിച്ചു.

"ഇഷ്ടപ്പെടാണ്ട് വരാനെന്നാ കാര്യം? ഇപ്പൊ കല്യാണം വേണ്ടാന്ന് പറഞ്ഞു. അതൊക്കെ എല്ലാരും പറേന്നതല്ല്യോ?" തങ്ക ചിരിയോടെ പറ ഞ്ഞു. "വരുന്നേന്റെ പിന്നത്തെ മാസം ചിങ്ങമല്ല്യോ? അന്നേരം അങ്ങു നടത്തണം. ഞാ, പിന്നെ, അന്നുതന്നെ നിന്നെ ഇങ്ങോട്ടും കൊണ്ടുപോര ണമെന്നാ എന്റെ പ്ലാൻ. ചീരൻചേട്ടനെ ഒന്നു കാണണമെന്ന് വിചാരി ക്കുവാ."

പൊന്നുവിന്റെ മുഖത്ത് മഴവില്ലു വിരിഞ്ഞുതെളിഞ്ഞ മുഖം. ആ മുഖത്ത് ഏഴഴകുണ്ടെന്ന് മാണിക്ക് തോന്നി. അവൻ ചിരിച്ചു.

പൊന്നു യാത്ര പറഞ്ഞിറങ്ങുമ്പോൾ ശ്രദ്ധിച്ചു. ചെറ്റയ്ക്കപ്പുറത്ത് സീത. വീഷാദഗീതംപോലെ. കൊന്നമരത്തിൽ പിടിച്ചവൾ നിൽക്കുന്നു. ഇപ്പോൾ വിങ്ങിപ്പൊട്ടും എന്ന ഭാവം. അവളുടെ മനസ്സിനെ തണുപ്പിക്കാൻ ഇത്തിരി വാക്കുകൾക്കായി അവൾ പരതി.

അവസാനം ഒന്നും മിണ്ടാനാകാതെ തിരികെ നടന്നകന്നു.

പൊന്നുവിന് സമാധാനിക്കാൻ കഴിയുന്നില്ല. തന്റെ നില ഭദ്രമാകാൻ പോകുന്നു. തന്റെ ഇഷ്ടദേവനെ തനിക്ക് കിട്ടുന്നു.

പക്ഷെ, സീതയ്ക്കോ?

പിറ്റേന്നവൾ മാണിയെ സമീപിച്ചു. രണ്ടും കല്പിച്ച്.

"ചേട്ടാ, നമ്മള് അന്യോന്യം ഇഷ്ടപ്പെട്ടു. എത്രനാള് കാത്തിരുന്നിട്ടാ നമ്മള് ഒന്നാകാൻ പോകുന്നേ." അവളുടെ തുടക്കം എന്തിന്റെയാണെന്ന് മാണിക്ക് മനസ്സിലായില്ല.

"നീയെന്താ പെണ്ണേ, നോവലുപോലെ പറഞ്ഞുവരുന്നെ?" അവൻ കളിയാക്കിച്ചിരിച്ചു.

"പരസ്പരം സ്നേഹിച്ച് ഒന്നാകാൻ കാത്തിരിക്കുന്നവരെ ബലമായി പിരിച്ചയക്കുന്നത് കൊടുംപാതകമല്ലേ ചേട്ടാ?" പൊന്നു വീണ്ടും ചോദിച്ചു.

"അതെ." ഉത്ക്കണ്ഠയോടെ അവൻ പറഞ്ഞു.

"പിന്നെന്തിനൊരുമ്പെടുന്നു?" പൊന്നു ആവേശത്തോടെ ചോദിച്ചു.

"അതിന് നമ്മളെ ആരു പിരിക്കുന്നു. നിന്നോടിതാരു പറഞ്ഞു?" മാണി അമ്പരന്നുപോയി.

"നമ്മളല്ല. എന്നാൽ ഞാൻ സഹിച്ചേനെ."

"പിന്നെയാര്?" മാണിക്ക് മനസ്സിലായില്ല.

"സീതയും രഘുവും." പൊന്നു പറഞ്ഞു.

"അവരുടെ വിവാഹം നമ്മളോടൊപ്പം നടത്താം ചേട്ടാ?" യാചനയുടെ സ്വരമായിരുന്നു അത്.

"സാധ്യമല്ല." ഇടിമുഴക്കംപോലെ മാണിയുടെ സ്വരം. "ആ തെണ്ടിക്ക് ഞാനെന്റെ പെങ്ങളെ കൊടുക്കത്തില്ല."

പൊന്നു ഞെട്ടിത്തെറിച്ചു.

ഈശ്വരാ! സപ്തനാഡികളും തളർന്ന് ആ വാർത്തകേട്ട് സീത നിന്നു! അവൾ തേങ്ങിക്കരഞ്ഞു.

"ഇനി എന്തെങ്കിലും തീരുമാനിക്കേണ്ടത് രഘുവാണ്. ഒന്നുകിൽ

അവളെ സ്വീകരിക്കാൻ ധൈര്യം കാണിക്കണം. അല്ലെങ്കിൽ ഉപേക്ഷി ക്കണം." പൊന്നു രഘുവിനോടു പറഞ്ഞു.

രഘുവിന്റെ മുഖം ഭാവഗംഭീരമായി. ഉള്ളം ഉത്കടമായ വീർപ്പുമുട്ട ലിൽ ഞെരുങ്ങി. പുരികക്കൊടികൾ വില്ലുപോലെ വളഞ്ഞു. കരങ്ങൾ കൂട്ടിത്തിരുമ്മി. പ്രതിജ്ഞ എടുക്കുന്നതുപോലെ അവൻ പറഞ്ഞു.

"ഇല്ല. ഒരുത്തനും ഞാൻ സീതയെ കൊടുക്കത്തില്ല. അവൾ എന്റേ യാണ്."

ആ പ്രതിജ്ഞ കേട്ടപ്പോൾ പൊന്നുവിന്റെ ഉള്ള് കത്തുകയാണ് ചെയ്തത്.

കാരണം അത്രേവും കൂടുതൽ ആപത്താകുന്നത് അവൾക്കാണ്.

ആ പ്രതിജ്ഞകൊണ്ട് ഏറ്റവും കൂടുതൽ അപമാനിക്കപ്പെടുന്നത് മാണിയാണ്. അവളുടെ പ്രിയപ്പെട്ടവൻ! ആ ചതിവിന് അവളും കൂട്ടു നിൽക്കുന്നു.

പക്ഷെ,

നിറമിഴികളോടെ, വിതുമ്പലോടെ, കട്ടകൾക്കിടയിൽ നടന്നിരുന്ന സീത യുടെ മനസ്സ് തുള്ളിച്ചാടി. അവൾ ആഹ്ലാദഭരിതയായി പൊന്നുവിനെ കെട്ടിപ്പിടിച്ചു.

"നോക്കെടീ, കൂട്ടുനിൽക്കുന്ന എന്റെ തലപോകുന്ന ഏർപ്പാടാണിത്. അറിയാമോ?" പൊന്നുവിന്റെ സ്വരം തെല്ല് പതറിയിരുന്നു. "ഒരുപക്ഷെ... ഒരുപക്ഷെ, മാണിച്ചേട്ടൻ എന്നെ തൊഴിച്ചെറിയാനും..." പൊന്നുവിന്റെ കണ്ണുകൾ നിറഞ്ഞുപോയി.

"അപ്പോൾ... അപ്പോൾ..." സീതയ്ക്കും ഉള്ളിൽ അതൊരു നടുക്കമാ യി. തന്റെ നല്ലഭാവിക്കുവേണ്ടി ഇവളുടെ ഭാവി തകരുകയയോ?

"സാരമില്ല സീതേ. അല്ലെങ്കിലും എന്റെ ഭാവി അത്ര നല്ലതാകുമെന്ന് എനിക്ക് പ്രതീക്ഷിക്കാൻ കഴിയത്തില്ലല്ലോ. എന്റെ സ്ഥിതി അതല്ലേ? സാരമില്ല. എനിക്ക് തന്റേടമുണ്ട്. നിന്നെപ്പോലെ   യല്ല. മാണിച്ചേട്ടൻ എന്നെ വേണ്ടെന്ന് പറഞ്ഞാലും എനിക്ക് സങ്കടമില്ല."

പക്ഷെ, അവളുടെ മിഴികൾ അവളറിയാതെതന്നെ നിറഞ്ഞൊഴുകി യിരുന്നു. അവളുടെയുള്ളിൽ അമർന്നു കിടക്കുന്ന ദുഃഖങ്ങളുടെ കഥ പറയാൻ ആ കണ്ണീർ മാത്രം മതിയായിരുന്നു. സീതയ്ക്കത് മനസ്സിലാ യി. പക്ഷെ, അവൾ ഇനി എത്ര ശ്രമിച്ചാലും പിന്നോട്ടുമാറാൻ അവൾക്കാ വില്ലല്ലോ.

രഘുവിനെ സൗകര്യത്തിനൊന്ന് കിട്ടാൻ സീത കാത്തുകാത്തുനി ന്നു. ഒടുവിൽ കട്ട അടുക്കുന്ന ചുളയ്ക്കരികിൽവച്ച് ഇത്തിരി നിമിഷങ്ങൾ

വീണുകിട്ടി!

തളർച്ചയോടെ അവളാ സത്യത്തിന്റെ മൂടി തുറന്നു!

അവൻ നടുങ്ങിപ്പോയി! വല്ലാത്ത വിളർച്ചയോടെ അവൻ മുഖം തിരി ച്ചു. പാദങ്ങളിൽ വിറയൽ.

തലയ്ക്കടികിട്ടിയതുപോലെ തരിച്ചുനിൽക്കുന്ന അവന്റെ മുൻപിൽ പകപ്പോടെ അവളും നിന്നു.

നിമിഷങ്ങൾ... വല്ലാത്ത നിശ്ശബ്ദത!

പിന്നെ തിരിഞ്ഞ് ദൃഢനിശ്ചയത്തോടെ അവൻ ചോദിച്ചു.

"ഞാൻ വിളിച്ചാല് എന്റൊപ്പം വരാൻ തയ്യാറാണോ?"

അവളുടെ കണ്ണുകൾ വിടർന്നു. മുഖം അരുണാഭമായി. ഹൃദയം തുടി കൊട്ടിപ്പാടി.

"അതെ. ഞാൻ വരാം." സീത പുഞ്ചിരിച്ചുപോയി. അവൾ ആവേശഭ രിതയായി. തുള്ളിച്ചാടണമെന്ന് തോന്നി. അവളുടെ ഭീതിമുഴുവൻ വിട്ടക ന്നു. ആ ആഹ്ലാദം അവനിലും പരന്നു.

"അമ്മച്ചിയും പുന്നാര ആങ്ങളയും ഒക്കെയാ വലുതെന്ന് തോന്ന്വ നാരുന്നു എന്റെ സംശയം." അവൻ പറഞ്ഞു.

"അപ്പോ ഒരിക്കലും നമ്മൾ തിരികെ വരത്തില്ലേ?" സീത ചോദിച്ചു.

"എന്ന് ഞാൻ പറഞ്ഞോ?" ചിരിച്ചു.

"പക്ഷെ, നിന്നോംകൊണ്ട് ഞാൻ പോയീന്നറിയുമ്പം നിന്റാങ്ങളയ്ക്ക് വാലു കിളക്കത്തില്ലേ?" അയാള് പിന്നെ നിന്നെ കേറ്റോ?"

"മാണിച്ചേട്ടന് എന്നേന്ന് വെച്ചാല് ജീവനാ."

"അപ്പോ, എന്നോടേ വിരോധൊള്ളൂ അല്ലേ?"

"അത് ചേട്ടനോട് തോന്ന്യാസം പറഞ്ഞിട്ടല്ലേ?" സീത ചൊടിച്ചു.

"ഓഹോ, ഇപ്പോ കുറ്റക്കാരൻ ഞാനായോ? ഇക്കണക്കിന് കുറേ നാള് കഴീമ്പം നീയെന്നെ തള്ളിപ്പറേമല്ലോ?"

"എന്തിനാ വേണ്ടാത്തതൊക്കെ പറേന്നേ?" അവൾ മുഖം വീർപ്പിച്ചു.

"ഉം, ഉം. നീ എന്റടുത്ത് വരുമല്ലോ. അപ്പോ ഇതിന്റെയൊക്കെ കണ ക്കുതീർത്ത് ഞാൻ പകവീട്ടും." രഘുവിന്റെ മനസ്സ് തുടികൊട്ടിപ്പാടി. അവൻ സ്വയം തീരുമാനങ്ങളെടുത്ത് വിശകലനം ചെയ്തു. കൂട്ടി. പിന്നെ കിഴിച്ചു. മാറ്റുരച്ചുനോക്കി. ഇല്ല, ഇനി പിന്നോട്ടില്ല. ഓരോ അടിയും മുൻപോ ട്ടുതന്നെ. ആഹ്ലാദഭരിതമായ മനസ്സോടെ തലയിൽ വട്ടക്കെട്ടുംകെട്ടി മൂളി പ്പാട്ടോടെ കളത്തിലൂടെ അവൻ ഓടിച്ചാടി നടന്നു.

"ഒരു വൈകുന്നേരം ഉണങ്ങിയ കട്ടകൾ ചൂളയിൽ അടുക്കുകയാണ്. നാല് തൂണുനാട്ടി അതിനുമുകളിൽ ഓലൊകൊണ്ട് പന്തലിട്ടിരിക്കയാണ്.

അതിന്റെ താഴെയായി ചൂള ഒരുക്കുന്നു.

ഒരുവശത്ത് രഘുവും മറുവശത്ത് ജോയിയും കട്ടകൾ അടുക്കുകയാ
ണ്. പൊന്നുവും കുഞ്ഞമ്മയും സീതയും കളത്തിൽനിന്നും ചുമന്ന്
കൊണ്ടുവന്നു കൊടുക്കുന്നു.

തലയിൽ വാഴക്കച്ചികൊണ്ടുള്ള ചുമ്മാട്. അതിനുമുകളിൽ ഒരു പല
ക. പലകമേലാണ് കട്ടകൾ പെറുക്കിക്കൊണ്ടുവരുന്നത്.

ഈ ചൂള തീർത്ത് തീയിടുന്ന ദിവസം താനും സീതയും ഇവിടുന്ന്
സ്ഥലം വിടും. രഘു തീർച്ചപ്പെടുത്തിയിരുന്നു. ആ രഹസ്യം അറിയാവു
ന്നവർ പൊന്നുവും കുഞ്ഞമ്മയും മാത്രമാണ്.

ഏകദേശം നാലുദിവസത്തിനുള്ളിൽ ഈ ചൂളയ്ക്ക് തീയിടാം. നാലാം
ദിവസം! അന്ന് സീത തന്റെ കൈയ്ക്കുള്ളിൽ!

അപ്പോഴാണ് സീത തലയിൽ കട്ടകളുമായി അവന്റെ അടുത്തെത്തി
യത്. പലകയോടെ കട്ടകൾ താഴെവയ്ക്കുകയും അവളെ കടന്നുപിടി
ക്കയും ഒരുമിച്ചു കഴിഞ്ഞു!

സീത സ്തംഭിച്ചുനിന്നുപോയി!

ഈശ്വരാ, ആരെങ്കിലും കണ്ടാൽ? സീതയ്ക്ക് പാദംമുതൽ ഒരു വിറ
യൽ ബാധിച്ചു.

അവൾ ഒന്നു പിടഞ്ഞു. അവൻ വിടില്ല. അവൾ ചുറ്റും നോക്കി. ഭാഗ്യം.
ആരും കാണില്ല. മൂന്നുവശവും കട്ടകൾ തലപ്പൊക്കം കഴിഞ്ഞു.
ജോയിയും പൊന്നുവും കുഞ്ഞമ്മയും അങ്ങേവശത്താണ്. ഈ വശത്ത്
ഇപ്പുറത്തായി കപ്പ ആർത്തുവളർന്നു നിൽക്കുന്നു..!

സീതയ്ക്ക് തെല്ല് സമാധാനമായി.

രഘു അവളെ നെഞ്ചോടു ചേർത്തുനിർത്തി വരിഞ്ഞുമുറുക്കി.

"എന്റെ സീതേ."

"...ന്റെ ചേട്ടാ."

ഒരു ചുംബനം, ഒരു തലോടൽ!

ആ നിർവൃതി! സ്വയം മറന്നുപോയി ഇരുവരും.

പൊടുന്നനെ ഒരു ചുമ!

ഇരുവരും ഞെട്ടി! കുതറി അകന്നു. ബേബിച്ചൻ മുതലാളി!!

"ഉം. ഉം. നടക്കട്ടെ." ചുണ്ടിലൂറിയ ചിരിയുമായി മുതലാളി സീതയെ
അടിമുടി ഉഴിഞ്ഞു.

അവൾ ചൂളിച്ചുരുങ്ങി.

"കട്ട ഉയർന്നത് നല്ല മറയാ, അല്ലേ?'

രഘു പരുങ്ങി.

സീത പിന്നോട്ട് നടന്ന് നടന്ന് ഓടിക്കളഞ്ഞു.

"എന്നേയ്ക്ക് തീയിടാറാകും ചൂളയ്ക്ക്?"

"നാലാം നാൾ."

"ഉം, നടക്കട്ടെ, നടക്കട്ടെ." മുതലാളി നടന്നകന്നു.

ഒന്നാലോചിച്ചപ്പോൾ രഘുവിനും ചിരിവന്നു. ഊറിയ ചിരിയോടെ അവൻ വീണ്ടും കട്ട അടുക്കാൻ തുടങ്ങി.

പത്തൊൻപത്

രഘു വളരെ ദിവസമായി ആലോചിച്ചുറച്ച തീരുമാനമാണ്. മുതലാളിയോടൊന്ന് പറയുക!

അതാവശ്യമാണ്. മാത്രമല്ല, അദ്ദേഹം തങ്ങൾക്കനുകൂലമാണ്. അദ്ദേ ഹത്തിന്റെ സഹായം ഉണ്ടെങ്കിൽ അതൊരു വൻബലംതന്നെയാണ്.

സീതയുമായി പെട്ടെന്നൊരു ദിവസം കടന്നുകളഞ്ഞാൽ അതപകട മാണ്.

മാണി, മുതലാളിയെ ശരണം പ്രാപിക്കും.

മാണി പറഞ്ഞാലും മുതലാളിക്ക് ഉപേക്ഷിക്കാനാവില്ല. ആ സ്ഥിതിക്ക് തനിക്കത് ദോഷമാകും.

പക്ഷെ, പറഞ്ഞാലോ?

എന്തെങ്കിലും സമാധാനം പറഞ്ഞ് മാണിയെ മുതലാളി തിരിച്ചയ ച്ചോളും.

അല്ലെങ്കില് ചെലപ്പൊ പോലീസും പട്ടാളോം ഒക്കെ വന്നെന്നിരിക്കും. വാശിക്കു വിടുന്നോനല്ല മാണി.

പ്രത്യേകിച്ച് താനുമായുള്ള ഉരസല്. അടിക്കടി അത് വർധിക്കുന്ന തേയുള്ളൂ. തമ്മിൽ കണ്ടാൽ കയ്യേറ്റത്തിലേ അവസാനിക്കൂ എന്ന നില യിലായിരിക്കുന്നു.

അതിനതിന് താനും സീതയുമായുള്ള ബന്ധത്തിന് മാണിക്കുള്ള എതിർപ്പും വർധിക്കുന്നു. എന്നാൽ സീതയുടെ ആങ്ങള എന്ന പരിഗണ നയിൽപ്പോലും എതിർക്കാതിരിക്കാൻ തനിക് കഴിയുന്നില്ലല്ലോ?

രഘു മെല്ലെ തോട്ടത്തിലൂടെ നടന്നു.

ആകെ പത്തേക്കർ സ്ഥലമാണ്. മൂന്നു കളങ്ങൾ കഴിഞ്ഞാൽ ബാക്കി സ്ഥലത്ത് റബ്ബർ മരങ്ങൾ. ഒരരികിലായി ബംഗ്ലാവ്.

ബംഗ്ലാവിന്റെ മുറ്റത്ത് രഘു നിന്നു. കുറേ രൂപകൂടി വേണം. ചെലവി നുള്ളത് മാത്രം വാങ്ങിയിട്ട് ബാക്കി മുതലാളിയുടെ കൈയിൽത്തന്നെ

സൂക്ഷിക്കുകയാണ് പതിവ്. ഒന്നുരണ്ടുതവണ വീട്ടിൽപോയപ്പോൾ മാത്രം കുറേ രൂപ വാങ്ങിച്ചിരുന്നു.

ഇപ്പോൾ ബാക്കി രൂപ വാങ്ങിക്കണം. രഘു മുറ്റത്തെ മണലിൽ നിന്നു. ഒന്നു ചുമച്ചു.

മുത്താപ്പു വരാന്തയിലെത്തി.

അടുക്കളക്കാരൻ!

"എന്തോന്നെടാ രഘു, മുതലാളിയെ കാണാനാ?" മുത്താപ്പു മുറു ക്കാൻ കറ പിടിച്ച പല്ലുകൾ കാട്ടിച്ചിരിച്ചു.

"ഞാ, ഉണ്ടോ ഇവിടെ?"

"ഒണ്ടൊണ്ട്. ഞാമ്പരയാമെടാ." മുത്താപ്പു അകത്തേയ്ക്കു കടന്നു.

"ഞാ രഘുവോ, എന്താടാ കാര്യം? രൂപയ്ക്കാവശ്യം വന്നോ?" മുത ലാളിയുടെ വരവും ചോദ്യവും ഒരുപോലെ. മുഖത്ത് പരന്ന ചിരി.

വരാന്തയിലെ കസേരയിൽ മുതലാളി ഇരുന്നു. രഘു മുറ്റത്തുനിന്നു.

"ഞാ, ചെറിയൊരാവശ്യം." രഘു നിർത്തി.

ബേബിച്ചൻ മുതലാളി കുമ്പ കുലുങ്ങുമാറ് ചിരിച്ചു.

"എന്താടാ കല്യാണം തീരുമാനിച്ചു അല്ലേ?"

രഘു ഒന്നമ്പരന്നു.

മുതലാളി എങ്ങനറിഞ്ഞു? അവന്റെ നെഞ്ചു കത്തിപ്പോയി.

"ഞാനെങ്ങനെ അറിഞ്ഞുന്നാകും സംശയം. അല്ലേ? ഒക്കെ എനി ക്കറിയാമെടോ? എന്നോടാരും പറയണ്ടാ. പക്ഷെ, ഞാനറിയും."

മുതലാളി പൊട്ടിച്ചിരിച്ചു.

രഘു മൗനം പൂണ്ടു.

"ആകട്ടെ. എത്ര രൂപയാണ് വേണ്ടത്?"

"പറ്റുകഴിച്ച് ബാക്കി."

"അതുകൊണ്ടെന്താകാനാ? കല്യാണം പൊടിപൊടിക്കണ്ടേ. കുറേ രൂപ അഡ്വാൻസായി തന്നേക്കാം. അടുത്തവർഷവും പണിയുള്ളതല്ലേ?" മുതലാളി വിശാലഹൃദയനായി.

"ഇപ്പോ വേണ്ട മുതലാളീ. രൂപാ ഞാൻ പിന്നീട് വാങ്ങിക്കോളാം." താനിനി ഇക്കരേയ്ക്കില്ലെന്ന് രഘു തുറന്നുപറഞ്ഞില്ല. അഡ്വാൻസ് പറ്റി യാൽ വരണം. വന്നില്ലെങ്കിൽ അതു വാക്കുവ്യത്യാസമാകും. ആരും അങ്ങനെ വാക്കു വ്യത്യാസം ചെയ്ത് മറ്റൊരാൾക്ക് പണിയാറില്ല. താനാ യിട്ട് അതൊട്ടും ചെയ്യില്ല.

"ഉം. ശിവൻപിള്ള വരട്ടെ. കണക്കുനോക്കി പറയാം. പത്തോ ആയി രമോ മിച്ചമുണ്ടല്ലോ അല്ലേ?"

"ഞാ, ആയിരത്തി ഇരുന്നൂറ്റി പതിനെട്ടു രൂപ ഒണ്ട്." രഘു പറഞ്ഞു.

"ഞാ, ശരി. ഏതായാലും ശിവൻപിള്ള വരട്ടെ. എന്നേയ്ക്കാ വേണ്ടത്?"

"നാളെ കഴിഞ്ഞ് കിട്ടിയാൽ കൊള്ളായിരുന്നു."

"ആയ്ക്കോട്ടെ." മുതലാളിതെല്ലു കഴിഞ്ഞ് ചിരിയോടെ ചോദിച്ചു.

"അപ്പോൾ മാണി സമ്മതിച്ചു അല്ലേ?"

സമ്മതിച്ചെന്നോ ഇല്ലെന്നോ പറയേണ്ടത്? രഘു ഒന്നു ചിന്തിച്ചു.

സത്യം തന്നെ പറഞ്ഞു.

"സമ്മതിച്ചില്ല."

"അപ്പോൾപ്പിന്നെ?" മുതലാളിയുടെ നെറ്റിചുളിഞ്ഞു.

"സമ്മതിച്ചിട്ടത് നടക്കില്ല മുതലാളീ."

"ഓ സമ്മതമൊക്കെ എന്തോന്ന് നോക്കാൻ. ഓരോ സീസണും അവ സാനിച്ച് ഓരോ കളത്തിൽനിന്ന് പിരിയുമ്പോ രണ്ടും മൂന്നും കല്യാണ ങ്ങളല്ലേ നടക്കുന്നത്? എല്ലാരും മറ്റും സമ്മതിച്ചിട്ടാണോ? കഴിഞ്ഞവർഷം ആ രങ്കനും മണിയമ്മേം കെട്ടിയത് ആരുടെ ഇഷ്ടം നോക്കീട്ടാ. അതു പോലെതന്നെ മാർക്കോസും രാഗിണീം. കൂടെ കൊണ്ടുപോന്നു, അത്ര തന്നെ. അതുപോലെ തന്നെ ഇതും. ഇതിനുമാത്രമെന്താണിത്ര പ്രത്യേ കത?" മുതലാളി ചോദിച്ചു.

"സീതേ വിവാഹം ചെയ്ത് അയക്കണമെന്നാ തങ്കച്ചേച്ചീടേം മാണീടേം അഭിപ്രായം. അതിനുവേണ്ടി പൊന്നും പണവും സമ്പാദിക്ക യാണവർ."

മുതലാളി പൊട്ടിച്ചിരിച്ചു. "പൊന്നും പണവും സമ്പാദിക്കയോ? എവ നൊക്കെ ഷാപ്പീന്ന് എറങ്ങാൻ നേരൊണ്ടായിട്ടുവേണ്ടെ സമ്പാദിക്കാൻ? ഒരുദിവസം പണിയില്ലെങ്കില് പിറ്റേന്ന് കൊച്ചുബീഡി വാങ്ങാൻ തെണ്ടു ന്നവനൊക്കെയാണ് പൊന്നും പണോം സമ്പാദിക്കുന്നത്. എന്നിട്ടാ കല്യാ ണം. എങ്കില് പെണ്ണ് നിന്ന് നരയ്ക്കുകയേയുള്ളൂ."

പുച്ഛത്തോടെ അദ്ദേഹം തുടർന്നു.

"ഇവനെയൊക്കെ ഉപദേശിച്ചുപദേശിച്ച് ഞാൻ മണ്ടനായത് മിച്ചം. നീമാത്രം തെല്ല് വ്യത്യാസൊണ്ട്. ആ മാണീം കുറേയായി സ്ഥിരം ഷാപ്പി ലാണ്. നീ ഒരു കാര്യം ചെയ്യ്. പെണ്ണിന് ഇഷ്ടമാണല്ലോ, അവളെ കൈയേല് പിടിച്ചോണ്ട് ഇങ്ങുവാ. നിനക്ക് വീടുവച്ച് ഞാൻ തരാം."

ആ പ്രോത്സാഹനം രഘുവിന് ഏറെ ഉത്തേജനമായി. മുതലാളി തന്റെ പിൻബലമായി ഉണ്ടെങ്കിൽ ആരെ പേടിക്കണം?

അവൻ എല്ലാംതുറന്നു പറഞ്ഞു.

"ഇനി വയ്യ മുതലാളീ. എങ്ങനേം ഞങ്ങൾക്ക് ഒരുമിച്ച് കഴിയണം. അതിന് ഇതേ ഉള്ളൂ വഴി. എത്രയും വേഗം അത് നടപ്പാക്കുകയും വേണം."

"അപ്പോൾ ഒളിച്ചോടാൻതന്നെ തീരുമാനിച്ചു." മുതലാളി ചിരിച്ചു.

"അതു പറയാനാ മുതലാളീ ഞാൻ വന്നത്? മുതലാളീടെ സഹായം എപ്പോഴും എനിക്കുണ്ടായിരിക്കണം. പറയാൻ വേറെ ആരുമില്ല മുതലാളീ..."

"നിങ്ങൾക്ക് ഒളിച്ചോടാൻ ഞാൻ കൂട്ടുനിൽക്കണം അല്ലേ? ആ മാണി, ആള് ബോധമില്ലാത്തവനാ? അവനെന്റെ കഥ കഴിക്കുമല്ലോ?"

മുതലാളി ചിരിച്ചു. പിന്നെ ചോദിച്ചു. "ഞാൻ പറഞ്ഞതല്ലേ മാണി യെക്കൊണ്ട് സമ്മതിപ്പിക്കാമെന്ന്."

"അയാള് സമ്മതിക്കില്ല മുതലാളീ. ആ ചന്ദ്രനുമായുള്ള കല്യാണം തീരുമാനിച്ചിരിക്കയാ. ഒന്നര പവനും ആയിരം രൂപയും സ്ത്രീധനമായി കൊടുക്കാമെന്നാണ്. ഇപ്പോൾ ഒരു പവനും അഞ്ഞൂറു രൂപയും കൊടു ക്കാമെന്നാണ്. ബാക്കി പിന്നെ മതിയെന്ന് ചന്ദ്രൻ സമ്മതിച്ചെന്നാ അറി ഞ്ഞത്." രഘു തുറന്നുപറഞ്ഞു.

"ഓഹോ. അതിനായിരിക്കും മാണി എന്നോട് ആയിരം രൂപ കടം ചോദിച്ചിട്ടുണ്ട്."

"അതു നടന്നാല് തൂങ്ങിച്ചത്തുകളയുമെന്നാ സീത പറയുന്നത്."

"ഓ, പെമ്പിള്ളേര് പ്രായത്തിന്റെ വകതിരിവികേടുകൊണ്ട് പലതും പറയുമെടാ. അതുകേട്ട് നീ എടുത്തുചാടുകയാണോ?" ചിരിയോടെ മുത ലാളി തുടർന്നു. "ഇവറ്റകൾക്ക് വിദ്യാഭ്യാസമോ വിവരമോ ഉണ്ടോ?"

"ഞാൻ എട്ടാംക്ലാസുവരെ പഠിച്ചതാ മുതലാളീ. പാസ്സായില്ലെന്നേയു ള്ളൂ." രഘു അഭിമാനപുരസ്സരം പറഞ്ഞു. "അപ്പോഴേയ്ക്കും അച്ഛൻ വഴ ക്കായി. ഇനി പഠിക്കാൻ പോകണ്ടാന്ന് പറഞ്ഞു.

അച്ഛന്റെ കൂടെ കളത്തിലെറങ്ങാൻ നിർബന്ധിച്ചു. കട്ടപ്പണി പഠിപ്പി ച്ചതും അച്ഛൻ തന്നാ.

"ആകട്ടെ. നീയിപ്പോൾ പോയാല് കളത്തിലാരാ?" മുതലാളിക്കതാണ് ആശങ്ക.

"ഇത്തവണത്തേത് ചൂളയിലായിക്കഴിഞ്ഞില്ലേ മുതലാളീ. മുട്ടി പെറു ക്കിവെച്ച് തീയുമിട്ടിട്ടേ പോകൂ. കൂടിയാല് ഒരാഴ്ച. അപ്പോഴേയ്ക്കും മാണിയെ മതലാളി ഒന്നു സമാധാനിപ്പിച്ചാല് ഞാനിങ്ങ് തിരിച്ചുവന്നേ യ്ക്കാം." താൻ ഒരിക്കലും തിരിച്ചുവരില്ലാ എന്ന് രഘു പറഞ്ഞില്ല.

"അതു ഞാനേറ്റു. എന്നാലും..." മുതലാളി ആലോചിക്കയാണ്. "ഉം. എന്തായാലും നീയും ഒരു പെണ്ണും രക്ഷപ്പെടുന്ന കാര്യമല്ലേ? പരാത്ത തിന് എന്റെ കളത്തിലെ ജോലിക്കാരും. ഉം. വേണ്ടതു ചെയ്യാം. നോക്ക ട്ടെ."

രഘുവിനാശ്വാസമായി. അവനാ കാലിൽ തൊട്ടു വന്ദിക്കണമെന്നു

തോന്നി.

"എന്നാണ് നിങ്ങളുടെ യാത്ര?"

"മറ്റന്നാൾ. അന്ന് ചൂളയുടെ പണിതീരും. തീയിടാം." രഘു കണക്കു കൂട്ടി പറഞ്ഞു.

"എപ്പോഴാണ് നിങ്ങളുടെ യാത്ര?" മുതലാളി ആകാംക്ഷയോടെ ചോദി ച്ചു.

"രാത്രീലാകുന്നതാ നല്ലതെന്നാ എന്റെ തോന്നല്." പരുങ്ങലോടെ പറഞ്ഞു. "പത്തുപതിനൊന്നാകുമ്പോ ഇറങ്ങിവരാമെന്നാ അവളു പറ ഞ്ഞത്."

"കളത്തിൽ വരുമോ?"

"അല്ല. ഞാനാ കവലയിലേയ്ക്ക് ചെന്നാമതിയല്ലോ." രഘു പറഞ്ഞു.

'രാത്രിയിൽ വല്ല വണ്ടീം കിട്ടുമോടാ നിങ്ങൾക്ക് പോകാൻ?"

"ഒരു ജീപ്പ് ഏർപ്പാടാക്കണമെന്നുണ്ട് മുതലാളീ. ടൗൺവരെ എത്തി യാല് ആലുവായ്ക്ക് വണ്ടി കിട്ടും."

"നിന്റെ വീട്ടിൽ കേറ്റ്വോ?"

"അതു സാരമില്ല മുതലാളീ. എന്റെ ചേട്ടൻ കെട്ടിയതും ഇങ്ങനാ."

"ഓഹോ, അപ്പോൾ പാരമ്പര്യമുണ്ടല്ലേ?" മുതലാളി കുലുങ്ങിച്ചിരി ച്ചു.

"ആട്ടെ, ആരൊക്കെയുണ്ട് നിങ്ങൾക്ക കൂട്ട്?"

"പൊന്നും കുഞ്ഞമ്മോം."

"അപ്പോൾ ശരി. നാത്തൂൻ പെണ്ണിനെ പൊന്നു നേരത്തെ പറഞ്ഞു വിടുകയാണോ? മാണിക്കു വിരോധമാണെങ്കിലും പൊന്നു ഉണ്ടല്ലോ?" മുതലാളി ഒന്നാലോചിച്ചിട്ടു പറഞ്ഞു.

"ഒരു കാര്യം ചെയ്യ്. താൻ ജീപ്പുകൂലി മുടക്കണ്ട. എന്റെ കാറിൽ ടൗണിലെത്തിച്ചേക്കാം. ഞാൻ ദാമോദരനെ പറഞ്ഞ് ഏർപ്പാട് ചെയ്തേ ക്കാം. എന്താ?"

രഘു നന്ദിപൂർവം തലകുലുക്കി. മുതലാളിയുടെ സന്മനസ്സിന് അവൻ മനസ്സാ നന്ദി പറഞ്ഞു. നല്ല സമയം നോക്കിയാണ് താനിറങ്ങിയതെന്ന് ഓർത്തു. അല്ലെങ്കിലും മുതലാളിക്ക് തന്നോട് പണ്ടേ ഉണ്ട് ഒരു മമത!

"ഇതൊന്നും നീയാരോടും പറയണ്ട." മുതലാളി പറഞ്ഞു. "എന്നാ പിന്നെ എന്റെ കാറിന് എന്നും പണിയുണ്ടാക്കാൻ മെനക്കെടുന്ന പാർട്ടി കളാ നിങ്ങള്." മുതലാളി വീണ്ടും ചിരിച്ചു.

രഘുവും ആ ചിരിയിൽ പങ്കുചേർന്നു.

"അപ്പോൾ ശരി. അങ്ങനെതന്നെ. ശിവൻപിള്ള വരുമ്പോ ഞാനാരെ യെങ്കിലും പറഞ്ഞുവിടാം. കണക്കുനോക്കി ബാക്കി രൂപ തന്നേയ്ക്കാം."

മുതലാളി അവനെ യാത്രയാക്കുംപോലെ പറഞ്ഞു. "ഉം. ഇനി മാണിയെ നേരിടാനുള്ള വഴി നോക്കണമല്ലോ?"

രഘു കൈകുപ്പി തൊഴുതു. യാത്ര പറഞ്ഞു. അദ്ദേഹത്തിന്റെ നല്ല മനസ്സിന് അവൻ ഒരായിരം നന്ദി പറഞ്ഞു.

അല്ലെങ്കിലും പണിക്കാർക്ക് എന്തു പ്രശ്നമുണ്ടെങ്കിലും ബേബിച്ചൻ മുതലാളി മുമ്പിലുണ്ട്.

കഴിഞ്ഞതവണ ചിന്നമ്മുവിന്റെ കല്യാണത്തിന് ഇരുന്നൂറു രൂപ കൊടു ത്തു. കുഞ്ഞാപ്പുവിന്റെ പുര ചന്ദ്രന്റെ കട്ടക്കളത്തിനോടു ചേർന്നാണ്. നാല് തൂണ് നാട്ടി ഓലകെട്ടി മറയാക്കിയ ഒരു ആനവായൻ ഷെഡ്ഡ്. കഴി ഞ്ഞതവണയുണ്ടായ ആ വലിയ കാറ്റ് ആ പുര അപ്പാടെ പൊക്കി മലർത്തിയിട്ടു. കുഞ്ഞാപ്പുവും കെട്ടിയോളും കുട്ടികളും ഭാഗ്യത്തിന് കള ത്തിലായിരുന്നു. അതുകൊണ്ടവർ രക്ഷപ്പെട്ടു.

കാറ്റും മഴയും അവസാനിച്ചപ്പോൾ അവന് ഒരു ഉറപ്പായ തറകെട്ടു വാനുള്ള ഇഷ്ടിക മുതലാളി കൊടുത്തു. പൊട്ടിയതും കീറിയതും ആണെ ങ്കിലെന്താ? അതുകൊടുക്കുവാനുള്ള സന്മനസ്സാണുണ്ടാവേണ്ടത്. സീത യുടെ അമ്മയ്ക്ക് ചികിത്സിക്കാനായി നൂറുരൂപ കൊടുത്തെന്നാ കേട്ടത്. അങ്ങനെ എടുത്തുപറയത്തക്കതായി എന്തെല്ലാം. അതുകൊണ്ടുതന്നെ യാണല്ലോ ബേബിച്ചൻ മുതലാളിയോട് എല്ലാവർക്കും ഏറെ കടപ്പാടും ആത്മാർഥതയും.

തിരികെ രഘു കളത്തിലെത്തിയപ്പോൾ ഷെഡ്ഡിനടുത്ത് കുഞ്ഞമ്മ ഇരിക്കുന്നു.

പണികൾ നാലുമണിക്കുമുമ്പ് തീർന്നിരുന്നു. എല്ലാവരും പോയിക്ക ഴിഞ്ഞിരുന്നു. കുറേ ഓലത്തുഞ്ചാണികൾ എവിടുന്നോ സംഘടിപ്പിച്ച് ഒരു പേനാക്കത്തികൊണ്ട് ഈർക്കിൽ ചീകി ഓല കളയുകയാണവർ! ചുലു കെട്ടാനാവും.

"നീയെവിടെ പോയതാടാ ചെറുക്കാ?" ഈർക്കിൽ ചീകുന്നതിനിട യിൽ കുഞ്ഞമ്മ ചോദിച്ചു.

"ഞാന് ബേബിച്ചൻ മുതലാളിയെ ഒന്നു കാണാൻ പോയി." രഘു അവരുടെ ഇപ്പുറത്തിരുന്ന് ഓലയെടുത്ത് ഒരു തത്തമ്മയുടെ രൂപം മെന ഞ്ഞു.

"മ് എന്താ കാര്യം?" കുഞ്ഞമ്മ ചോദിച്ചു.

'ഞാ, ഇത്തിരിക്കാശ് ബാലൻസുണ്ടല്ലോ. അതു വാങ്ങാൻ."

"കിട്ടിയോ?"

"ഇല്ല."

"അത് നൊണ. എടാ എനിക്ക് നീ മുറുക്കാനൊന്നും മേടിച്ച് തരണ്ടാ

ടാ. എന്നാലും നേര് പറയ്."

"കുഞ്ഞമ്മയാണെ കിട്ടിയില്ല. ശിവൻപിള്ള വരുമ്പോ തരും. കണക്ക് നോക്കട്ടേന്ന് പറഞ്ഞു." പിന്നെ ശബ്ദം തഴ്ത്തി രഘു പറഞ്ഞു.

"കേട്ടോ കുഞ്ഞമ്മേ, മുതലാളികാറ് വിട്ടുതരും."

"ഒ്, എന്തിന്?" അവരമ്പരന്നു.

"ഞങ്ങൾക്ക് പോകാൻ. രാത്രിയിൽ ജീപ്പ് പിടിക്കണ്ടാന്ന് പറഞ്ഞു."

"എടാ, കഴുവേറീ, നീയെല്ലാം പറഞ്ഞോ?" കുഞ്ഞമ്മയ്ക്ക് വേവലാതി.

രഘു അമ്പരന്നു. "ഞാ ഞാൻ പറഞ്ഞു."

"ആരു പറഞ്ഞെടാ പറയാൻ?" കുഞ്ഞമ്മ രൗദ്രയായി ചാടിയെണീ റ്റു. "അയാളെന്നാ നിന്റെ തന്തയാണോ അനുവാദം മേടിച്ചുവയ്ക്കാൻ?"

"അല്ല അതിനിപ്പം എന്താ? മുതലാളിക്കത് സന്തോഷമാണല്ലോ." കുഞ്ഞമ്മയുടെ ഭാവമാറ്റത്തിൽ രഘു അമ്പരന്നു.

"ഉവ്വോ. സന്തോഷമാണെടാ. എടാ ആണാന്നും പറഞ്ഞ് ഒരുങ്ങിക്കെട്ടി നടന്നാൽപോര? തലയ്ക്ക് ഇത്തിരി മൂള വേണം.നീയ് അതിയാന്റെ പണി ക്കാരനായിട്ട് ആറുമാസമേ ആയുള്ളൂ. മാണി പതിനാലാമത്തെ വയസ്സു മുതല് അയാൾക്ക് പണിയുന്നതാ. അയാള് ആരുടെ പക്ഷത്ത് നില്ക്കു മെടാ? ആർക്കാടാ അയാള് കൂട്ടുനിൽക്കാൻ കൂടുതൽ ചാൻസ്?"

രഘു നടുങ്ങി.

അവൻ നിന്നനില്പിൽ വിയർത്തു കുളിച്ചു.

ഈശ്വരാ, വെട്ടിൽ വീണോ?

ഈ സ്ത്രീയുടെ അത്രയും പോലും ചിന്തിക്കാൻ തനിക്ക് കഴിഞ്ഞി ല്ലല്ലോ? അവൻ സ്വയം തലയ്ക്കടിച്ചു.

ഇരുപത്

പിറ്റേന്ന് കട്ട അടുക്കിവെച്ച് ചൂള ശരിയാക്കുകയായിരുന്നു രഘുവിന്റെ പ്രധാനജോലി. നാളെ സന്ധ്യയ്ക്ക് തീയിടാനുള്ളതാണ്. താഴെയും മുക ളിലും മുട്ടിവയ്ക്കുവാനുള്ള വിടവിട്ടുകഴിഞ്ഞു. മുകളിൽ കട്ടകളുടെ ഇട യിൽ തെങ്ങിന്റെ മുട്ടി ഒന്നൊന്നായി വച്ച് അതിനുചുറ്റും കട്ടകൾ അടുക്കി താഴെ തീയും ചൂടും വല്ലാതെ ആളുമ്പോൾ മുകളിലെ മുട്ടിയിൽ സ്വയം തീപിടിക്കും. കുഞ്ഞമ്മയും സീതയും കുഞ്ഞാപ്പുവും ഒക്കെ സഹായി ച്ചുകൊണ്ടിരുന്നു.

പതിവിന് വിപരീതമായി കനംതൂങ്ങിയ അന്തരീക്ഷം. ഇടയ്ക്കിടെ

കുഞ്ഞമ്മയോ കുഞ്ഞാപ്പുവോ മാത്രം എന്തെങ്കിലും പറയും. ആ നിശ്ശ ബ്ദതയുടെ കനം കുറയ്ക്കാനായി മാത്രം.

പൊന്നുവും സീതയും രഘുവും നിശ്ശബ്ദരായിരുന്നു. ചകിതരായിരു ന്നു.

അവരുടെ ആ ഭാവം ശരിക്കും അറിവുള്ളതിനാൽ കുഞ്ഞമ്മ ഇട യ്ക്കിടെ പറയും.

"എടീ, പൊന്നുവേ, വെക്കമെടുക്കെടീ. എന്താടീ ഇത്ര അമാന്തം?"

"സീതപ്പെണ്ണേ ഇതിലും വെക്കന്ന് എത്തുമല്ലോടീ ആറാട്ടെഴുന്ന ള്ളിപ്പ്?" അവർ മറുപടി പറയുന്നില്ല.

"എവടെയൊക്കെ നാക്കെറങ്ങിപ്പോയോ? മിണ്ടാന്മേലേ?"

"എന്തോന്നാ കുഞ്ഞമ്മോ?" കുഞ്ഞാപ്പു തലനീട്ടി. "അവരു കൊച്ചു പെമ്പിള്ളാര്. എന്തേലുമൊക്കെ ഓർക്കാനും വിചാരിക്കാനുമൊക്കെ കാണുമെന്നേ..."

"ഓ... ഓ..." കുഞ്ഞമ്മ ചുണ്ടുകോട്ടി.

പിന്നെ രഘുവിനോടായി.

"എടാ ചെറുക്കാ നിന്റെ ഷെഡ്ഡിനകത്ത് വല്ല കാപ്പിയോ കപ്പയോ മറ്റോ ഉണ്ടോടാ?"

ചൂളയുടെ അങ്ങേവശത്തുനിന്ന് എത്തിനോക്കി രഘു പറഞ്ഞു.

"അങ്ങോട്ടുചെന്നു നോക്ക് കുഞ്ഞമ്മേ. വല്ലോം കാണും."

"ഉം. ഉം" എന്ന് തലയാട്ടിക്കൊണ്ടവർ ധൃതിയിൽ ഷെഡ്ഡിനുള്ളിലേക്ക് നടന്നു.

തന്നെ ജീവനേക്കാളേറെ സ്നേഹിക്കുകയും ജീവിതപങ്കാളിയാക്കു വാൻ ദിവസങ്ങളെണ്ണുകയും ചെയ്യുന്ന മാണിയോടു ചെയ്യുന്ന ചതി യോർക്കുമ്പോൾ പൊന്നുവിന് ആകെ വിറയലാണ്. ആകെ വിയർത്തു വിളറുന്നു. അവൾക്ക് ആഹാരം കഴിക്കുവാനോ ഉറങ്ങുവാനോ കഴിയു ന്നില്ല. ആകെ ചകിതയാണവൾ. ഏതോ വലിയ ഒരാപത്തിനെ ഓരോ നിമിഷവും അവൾ പ്രതീക്ഷിക്കുന്നു.

സ്വന്തം അമ്മയെപ്പോലെയാണവൾക്ക് തങ്ക. ആ നല്ല സ്ത്രീയുടെ മകളെ കൊണ്ടുപോകുവാൻ അന്യനൊരുവന് താൻ കൂട്ടുനിൽക്കുന്നു. തങ്കച്ചേച്ചി അതറിഞ്ഞാൽ?

"ഇറങ്ങെടീ..." വിരൽചൂണ്ടി അവരലറും. ചൂലെടുത്തടിക്കും.

"എന്റെ മോളേ കണ്ടോന്റെകൂടെ പറഞ്ഞുവിട്ടില്ലേ തെണ്ടീ. എന്നിട്ട് നിനക്കിവിടെ പൊറുക്കണമല്ലേടീ?" ആ അട്ടഹാസം.

പൊന്നു സ്വയമറിയാതെ സ്വന്തം ചെവികൾ അടച്ച് കൈപൊത്തും.

"ദ്രോഹീ, ഇനി നിന്നെ എനിക്കുവേണ്ട."

അങ്ങനെ മാണിച്ചേട്ടൻ പറഞ്ഞാൽ? പൊന്നുവിന് തലകറങ്ങുന്നു. കുനിഞ്ഞ് കട്ടയെടുക്കുന്നതിനിടയിൽ താനറിയാതെ അവൾ താഴെ കട്ട കൾക്കിടയിൽ ഇരുന്നുപോയി – നെഞ്ചു തിരുമ്മിക്കൊണ്ട്.

കണ്ണിന്റെ കൃഷ്ണമണിപോലെ തന്നെ സ്നേഹിക്കുന്ന ചേട്ടനെയും അമ്മയെയും വിട്ടുപിരിയുന്നതോർത്തപ്പോൾ സീതയുടെ മനസ്സ് പതറി! യാതൊരു മുൻപരിചയവുമില്ലാത്ത നാട്ടിലേക്ക് അന്യ ഒരുവന്റെ കൈപി ടിച്ച് കയറിച്ചെന്നാൽ?

ഈശ്വരാ...

അവരൊക്കെ തന്നെ സ്വീകരിക്കുമോ? അതോ ആട്ടിപ്പായിക്കുമോ? ആട്ടിയിറക്കിയാൽ?

അകം വേവുന്നതുപോലെ സീത പിടഞ്ഞു. ഉമിത്തീയിൽ നില്ക്കുന്ന തുപോലെ. ചുറ്റും തീ ആളിപ്പടരുന്നോ?

നാളെ!

നാളെ സൂര്യൻ അസ്തമിച്ചാൽ?

അതെ നാളെ നേരം ഇരുണ്ടുകഴിഞ്ഞാൽ? രഘുവും അതുതന്നെ യാണ് ചിന്തിച്ചത്.

കണക്കുനോക്കി ശിവൻപിള്ള രൂപ തന്നിട്ടുണ്ട്. അതുകൊണ്ട് ഭയ പ്പെടാനില്ല. രാത്രിയിൽത്തന്നെ പുറപ്പെട്ടാൽ പുലർച്ചയാകുമ്പോൾ നാട്ടി ലെത്താം.

തീരെ പ്രതീക്ഷിക്കാതെ ഒരു പെൺകുട്ടിയുമായി കടന്നുചെന്നാൽ?

ഒരിക്കൽപ്പോലും ഒന്നും സൂചിപ്പിച്ചിട്ടില്ല. കഴിഞ്ഞതവണ പോയപ്പോൾ പറയേണ്ടതായിരുന്നു.

പക്ഷെ, വിവാഹക്കാര്യത്തെക്കുറിച്ച് വീട്ടിൽനിന്ന് ആരുംതന്നെ പറ യുന്നില്ല. ഒരു പെണ്ണുകാണൽ ചടങ്ങുപോലും നടത്താനായി തന്നോടാ വശ്യപ്പെടുന്നില്ല. പിന്നെയെങ്ങനെ താനങ്ങോട്ട് സീതയെക്കുറിച്ച് പറയും?

ഒട്ടും പ്രതീക്ഷിക്കാതിരിക്കെ താൻ സീതയുമായി കടന്നുചെന്നാൽ! പ്രത്യേകിച്ച് ഈ അവസ്ഥയിൽ.

അച്ഛനും അമ്മയും എതിർക്കുമോ?

ഇല്ല.

രഘു സ്വയം പറഞ്ഞു.

വൈകുന്നേരം

അവർ തിരികെ പോകുകയാണ്. ഓരോ നിമിഷം കഴിയുമ്പോഴും സീത യുടെ ഹൃദയത്തിൽ കനൽക്കട്ടകൾ ഇളകിക്കൊണ്ടിരുന്നു. പൊന്നു അവളെ ആശ്വസിപ്പിക്കുന്നു. ഇടയ്ക്കിടെ സീത പൊന്നുവിനെ ആശ്വസി പ്പിക്കുന്നു.

തെല്ല് പിന്നിലാണ് കുഞ്ഞമ്മ. അവരുടെതലയിൽ കുറേ ചുള്ളിലു കൾ കെട്ടിവച്ചിട്ടുണ്ട്. കളത്തിന്റെ അപ്പുറത്തെ റബ്ബർ തോട്ടത്തിൽ കയറി പെറുക്കിയെടുത്തതാണ്.

ഇടയ്ക്ക് തോട്ടത്തിലേക്ക് കടക്കുന്നതുകണ്ടാൽ ശിവൻപിള്ള അല റും.

'പണിയുന്നതിന് എവക്കൊക്കെ പറയുന്ന കൂലി തരുന്നില്ലേടീ. എന്നിട്ട് നീയൊക്കെ കാക്കച്ചുള്ളിലു പെറുക്കിക്കൂട്ടാൻ നടക്കുന്നോ?"

പക്ഷേ,

കുഞ്ഞമ്മ അതു വകവയ്ക്കില്ല. താൻ തന്റെ പാട്ടിനുപോടാ എന്നാണ് അവരുടെ മട്ട്. നാഴി അനത്തിക്കുടിക്കാൻ അവർക്ക് പിന്നെ മറ്റെന്തു വഴി?

വഴിയുടെ അരുകുപറ്റി മൂവരും നടന്നു? വെയിൽചാഞ്ഞു. നേർത്ത ചൂടേയുള്ളൂ വെയിലിന്. അഞ്ചാകുന്നു.

അപ്പോൾ!

പിന്നിൽനിന്നും ചീറിപ്പാഞ്ഞുവന്ന ഒരു ജീപ്പ് പെട്ടെന്ന് ബ്രേക്കിട്ട് നിന്നു.

പെൺകുട്ടികളുടെ അടുത്ത്.

ഏതാനും ചെറുപ്പക്കാർ അതിനുള്ളിൽ കൊമ്പൻമീശയും തലയിൽ വട്ടക്കെട്ടുകളുമുള്ള തെമ്മാടികൾ.

ചോരക്കണ്ണുകൾ തുറിപ്പിച്ച് ഇത്തരി തടിയുള്ള ഒരുവൻ തല പുറ ത്തേയ്ക്കിട്ട് നോക്കിച്ചിരിച്ചു.

"നല്ല ഉരുപ്പടികൾ" ഉച്ചത്തിലുള്ള ചിരി. "പോരുന്നോ?"

കണ്ണിറുക്കിയിട്ട് ആഭാസകരമായ ഒരാംഗ്യം കാട്ടൽ!

പൊന്നുവും സീതയും സ്തംഭിച്ചുപോയി. ഭയത്തോടെ ഇരുവരും ഒരടി പിന്നോട്ടു നീങ്ങി. ഇരുവരും നെഞ്ചിൽ കൈവച്ചു. "വരുന്നോടീ ചക്കര ക്കുട്ടീ..." ഒരുവൻ ജീപ്പിന്റെ പിന്നിൽനിന്ന് സീതയോട് ചോദിച്ചു.

ഇരുവരും നാലുപാടും മിഴികൾ പായിച്ചു. അടുത്തെങ്ങും ആരുമില്ല.

പെട്ടെന്നായിരുന്നു ആ ആക്രോശം. "ഏതവനാടാ കഴുവേറീ. നില്ലെടാ അവിടെ?" ഭദ്രകാളിയെപ്പോലെ കുഞ്ഞമ്മ ഉറഞ്ഞുതുള്ളി ഓടിയെത്തി.

ജീപ്പ് പെട്ടെന്ന് മുമ്പോട്ടെടുത്തു. തലയിൽവെച്ച ചുള്ളിൽക്കെട്ടുമായി

ഓടിവരുന്ന കുഞ്ഞമ്മയെനോക്കി ജീപ്പിനുള്ളിൽ ഇരുന്നവർ പൊട്ടിച്ചിരിച്ചു.

"തള്ള മോശമല്ലല്ലോ. എന്നാൽ തള്ള പോരെ?"

"ഫ്ഭാ. തന്തക്ക് പെറക്കാത്ത ചെറ്റകളേ, നിന്റമ്മേ പിടിച്ചോണ്ടുപോടാ..." കുഞ്ഞമ്മ ആട്ടി. പിന്നെ പച്ചത്തെറി തന്നെ വിളമ്പി.

ജീപ്പിനുള്ളിൽനിന്ന് ഉറക്കെ കൂക്കിവിളിയുയർന്നു. ജീപ്പ് ഇരമ്പിപ്പാ‍ഞ്ഞകന്നപ്പോൾ കുഞ്ഞമ്മ പെൺകുട്ടികളുടെ നേരെ തിരിഞ്ഞു. ദേഷ്യം കൊണ്ടവർ വിറച്ചു.

"എന്തോന്നാടീ അവളുമാരെ? കൊഴഞ്ഞാടി നടക്കുമ്പഴ് ഓർക്കണം. കണ്ട അവന്മാരൊക്കെ വന്നുനിന്ന് വിളിച്ചപ്പം വായില് നാക്കില്ലായിരുന്നോടീ? പോടീ അവളുമാരെ വെക്കം വീട്ടില്?"

അവരിരുവരും ആകെ വിരണ്ടുകഴിഞ്ഞിരുന്നു. ഭയത്തോടെതന്നെ അവർ ധൃതിയിൽ നടന്നു.

കഴിഞ്ഞദിവസം കളത്തിൽവെച്ച് രഘുപറഞ്ഞതോർത്തു. കോളേജിൽ പോയിട്ടുവന്ന് ബസ്സിറങ്ങി വഴിയിറമ്പിലൂടെ നടന്നുപോയ ഒരു പെൺകുട്ടിയെ ഏതാനും കശ്മലന്മാർ ബലമായി പിടിച്ച് കാറിനുള്ളിലിട്ട് കൊണ്ടുപോയ കഥ. പിച്ചിച്ചീന്തപ്പെട്ട ആ പെൺകുട്ടിയുടെ ശവശരീരം മൂന്നാം ദിവസം പുലർച്ചെ അതേ വഴിയിൽനിന്നും കിട്ടി. കൊണ്ടുപോയവർതന്നെ കൊണ്ടുവന്നിട്ടതാകാം.

ആ കഥ ഓർത്തപ്പോൾ സീത നടുങ്ങി. ഒപ്പം പൊന്നുവും.

"ആ ജീപ്പിന്റെ നമ്പർ ഓർക്കുന്നുണ്ടോ?" മാണി ചേദിച്ചു.

വീട്ടിലെത്തിയപ്പോൾ സീത ആ വിവരം മാണിയോടു പറഞ്ഞു, മാണി ചേദിച്ചപ്പോളാണ് അവൾ അക്കാര്യം ഓർക്കുന്നത്.

ശ്ശെ! അന്തംവിട്ടുപോയി! ആ ജീപ്പ് ചീറിഅകന്നപ്പോഴെങ്കിലും നോക്കാമായിരുന്നു.

ഇനി പറഞ്ഞിട്ടെന്താ ഫലം?

പിറ്റേന്ന്!

കളത്തിലെത്തിയപ്പോൾ സീത ആ സംഭവം രഘുവിനോടും പറഞ്ഞു. "സൂക്ഷിക്കണം. അവന്മാർ ഭയങ്കരന്മാരാണ്. ഇന്ന്, ഇന്നലത്തെ സമയത്തിന് മുമ്പോ പിമ്പോ പോയാൽ മതി!" അവൻ നിർദേശിച്ചു.

ഇന്ന്!

ഇന്നത്തെ ദിവസം ഇരുവരും പരസ്പരം നോക്കി. ഈ നാട്ടിലുള്ള അവസാന ദിവസം. അല്ല, അവസാനപകൽ. ഇന്നുരാത്രി!...

ഓർത്തപ്പോൾ സീതയ്ക്കാകെ വീർപ്പുമുട്ടൽ. ഈ സീസണിൽ ആദ്യ മായി രഘു ഈ കളത്തിൽവന്നു. ആദ്യമായി താനും കളത്തിലിറങ്ങി. എത്ര പെട്ടെന്ന് എല്ലാം സംഭവിച്ചു. ദിവസങ്ങൾ എത്രവേഗം കടന്നു. ഇന്നിതാ വിടപറയുന്നു, ഈ ഗ്രാമത്തോടുതന്നെ.

അവൾ ചുറ്റുംനോക്കി. എല്ലാ ജീവജാലങ്ങളോടും സ്നേഹപൂർവം യാത്ര ചോദിക്കുന്നതുപോലെ.

ചൂള തയ്യാറായിക്കഴിഞ്ഞു. താഴെ നെടുനീളത്തിൽ കെട്ടിയിരുന്ന വിട വിലേയ്ക്ക് നേരത്തെതന്നെ എല്ലാവരും കൂടി തെങ്ങിന്റെ മുട്ടികൾ അടു ക്കിവച്ചിരുന്നു. രണ്ടുലോറി മുട്ടി ഇറക്കിയതുമുഴുവൻ കളത്തിലുണ്ട്. ഒന്നൊന്നായി ഇവ മുഴുവൻ ചൂളയ്ക്കുള്ളിൽ കത്തിത്തീരണം.

ചെറിയ കഷണങ്ങളും ചിരട്ടയും മറ്റുമിട്ട് കുഞ്ഞാപ്പുവും ജോയിയും രഘുവുംകൂടി ചൂളയ്ക്കുള്ളിൽ തീ പിടിപ്പിച്ചു. എല്ലാ വിടവുകളിലും പതിയെ തീ പിടിച്ചുകൊണ്ടിരുന്നു. മുട്ടികളും കത്താൻ തുടങ്ങുന്നു. തീരു ന്നതിനൊപ്പം മുട്ടികൾ വീണ്ടും വീണ്ടും ചൂളക്കുള്ളിലേക്ക് തള്ളിവച്ചു. വീണ്ടും വീണ്ടും. നാളെ വൈകുന്നതുവരെ ഈ പണി തുടർന്നാലേ മുട്ടി തീരൂ! മുട്ടി ഉന്തിവയ്ക്കുന്നതിന് പ്രത്യേകം കൂലി കിട്ടും.

വഴിയരികിൽ ചൂളയ്ക്കപ്പുറത്തുനിന്ന് സീത എല്ലാം കാണുകയാണ്. അവൾ ആ കട്ടകളോടും ചൂളയോടും മണ്ണിനോടുപോലും യാത്ര പറയു കയാണ്.

അപ്പോഴാണാ വിളി!
"സീതേ..."
തൊട്ടടുത്ത് ചന്ദ്രൻ!
ഈശ്വരാ ഇയാൾ!
ഇയാൾ ഇപ്പോഴെന്തിനുവന്നു?
സീതയുടെ ഉള്ളിൽ ഒരു നടുക്കം!

ഇരുപത്തിയൊന്ന്

ഈ മനുഷ്യൻ എന്തെങ്കിലും അറിഞ്ഞോ? സീതയുടെ നെഞ്ചിടിപ്പ് വർധിച്ചു.

എങ്കിൽ എല്ലാം തുലഞ്ഞു!

ചേട്ടനറിഞ്ഞിരിക്കും! ഈശ്വരാ രക്തയോട്ടം നിലച്ചതുപോലെ സീത മരവിച്ചുനിന്നു. ഒരുനിമിഷത്തേക്ക്.

പൊന്നുവും കുഞ്ഞമ്മയും ഒരിക്കലും പറയില്ല. തീർച്ചയാണ്.

പിന്നെ?

മുതലാളിയാണോ?

അയാൾ ചതിച്ചോ?

തുലഞ്ഞു! എല്ലാം എല്ലാ മനക്കോട്ടകളും ഇടിഞ്ഞുപൊളിയുന്നു. പൊട്ടിക്കരയാനാണവൾക്ക് തോന്നിയത്.

"സീതേ." ചന്ദ്രൻ വീണ്ടും വിളിച്ചു.

"അവളുടെ തൊട്ടടുത്തവൻ നിന്നു. അവളുടെ മുഖത്തേക്ക് നിർന്നി മേഷം നോക്കി.

"എനിക്കൊരു കാര്യം പറയാനുണ്ടായിരുന്നു."

ചന്ദ്രന്റെ സ്വരം. ആ സ്വരത്തിൽ ആഹ്ലാദത്തുടിപ്പുകൾ! പ്രതീക്ഷക ളുടെ വെളിച്ചം!

സീത മുഖമുയർത്തി.

'പറയൂ' എന്നർഥത്തിൽ അവനെ നോക്കി. കൈകൾക്കുള്ളിൽ ഇതു വരെ ഒതുക്കിപ്പിടിച്ചിരുന്ന ഒരു ചെറിയ പൊതി നിവർത്തി. അതവൻ അവൾക്കുനേരെ നീട്ടി. ചിരിയോടെ, തെല്ലാഹ്ലാദത്തോടെ പറഞ്ഞു.

"ഇതാ, ഇത് തരാനാരുന്നു."

സീത ആ പൊതിയിലേക്കും അവന്റെ മുഖത്തേക്കും മാറിമാറി നോക്കി.

"ഇതെന്നതാ?"

വാങ്ങിച്ച് അഴിച്ചുനോക്ക്." ചന്ദ്രൻ പറഞ്ഞു. അല്ലാതെ താൻ പറ യില്ല എന്നവാശിപോലെ."

"പറഞ്ഞാൽ മതി." സീത പറഞ്ഞു.

"പറയാണ്ട് മേടിക്കത്തില്ലേ?" അവന് തെല്ല് നിരാശ.

"അല്ലാണ്ടെങ്ങനാ? ആരെങ്കിലും എന്തെങ്കിലുമൊക്കെ വച്ചുനീട്ടിയാല് അതൊക്കെ വാങ്ങിക്കാൻ പറ്റ്വോ?" സീത പൊടുന്നനെ ചോദിച്ചു.

ചന്ദ്രന്റെ മുഖം വാടി. ആഹ്ലാദം മങ്ങി.

ഞാനപ്പോൾ സീതേടെ ആരുമല്ലേ?"

അവൾ മൗനം പൂണ്ടു.

"എനിക്കങ്ങനല്ലാ തോന്നിയത്. സീത എന്റെ സ്വന്താണെന്നാ. എനി ക്കൊത്തിരി അവകാശം ഉള്ളതുപോലൊക്കെ തോന്നി. സീതേടെ ദേഹത്ത് ഉറുമ്പ് കടിക്കുന്നതുപോലും എനിക്കിഷ്ടല്ല. ഞാനത് സഹിക്കൂല്ല." അവൻ പറഞ്ഞുനിർത്തി. തന്റെ മുഖത്തിന് അത്ര സൗന്ദര്യമില്ലെന്ന് പലരും പറയുന്നു. അതാണോ സീതയുടെ അകൽച്ചയ്ക്ക് കാരണം?

"ഉറുമ്പു കടിക്കുന്നതൊന്നും എനിക്കും ഇഷ്ടമല്ല. പക്ഷെങ്കില് ഇത് എന്താന്ന് പറയാണ്ട് ഞാന് വാങ്ങിക്കൂല." സീത തുറന്നുപറഞ്ഞു. തോറ്റു എന്ന ഭാവത്തില് ചന്ദ്രന്തന്നെ ആ പൊതി തുറന്നു.

തിളങ്ങുന്ന, ഭംഗിയുള്ള ഒരു കഷ്ണം തുണി!

ബ്ലൗസ്പീസ് പോലെ!

അവള് അമ്പരന്നു. എന്താണിത്? ഇതെന്തിന് തനിക്ക് വച്ചുനീട്ടുന്നു?

"ഇന്ന് എന്റെ പിറന്നാളാ." ചന്ദ്രന് തുടര്ന്നു. "എന്റെ ഈ പിറന്നാളിന് സീതയ്ക്ക് എന്തേലും തരണോന്ന് വല്യ ആശയായിരുന്നു. അടുത്ത പിറന്നാള് നമ്മളൊന്നിച്ചാണ് ആഘോഷിക്കുന്നെ."

സീതയുടെ മുഖമിരുണ്ടു. ഒന്നിച്ചാഘോഷിക്കാന് നോക്കിയിരുന്നോ? അവള് മനസ്സില് പറഞ്ഞു.

"പായസം വയ്ക്കണോന്ന് അമ്മയ്ക്ക് വല്യ ആശ. വൈകിട്ട് പായസമൊണ്ട്. തങ്കച്ചേച്ചിയേംകൂട്ടി വരാമെന്ന് മാണി സമ്മതിച്ചു. സീതെ പ്രത്യേകം വിളിക്കാനാ, ഞാന് വന്നത്. വരണം. വരത്തില്ലേ?"

"ഇല്ല." പെട്ടെന്നവള് അങ്ങനെയാണ് പറഞ്ഞത്.

ചന്ദ്രന്റെ മുഖം വല്ലാതെ വാടിക്കരിഞ്ഞു. എടുത്തടിച്ചതുപോലുള്ള ആ മറുപടിയില് അവന്റെ മനസ്സ് വല്ലാതെ നൊന്തു.

"ഓ, നാണായിട്ടാണോ? നാട്ടുകാരു വല്ലോം പറയുമെന്നും പേടി കാണും അല്ലേ?" അവന് തുടര്ന്നു. "വരുന്നതാണ് എനിക്കിഷ്ടം. വന്നില്ലേലും സാരമില്ല. പായസം തങ്കച്ചേച്ചീടെ കൈയില് കൊടുത്തയക്കാം.

അവള് മറുപടി പറഞ്ഞില്ല. അവളുടെയുള്ളില് വിദ്വേഷം നിറയുകയായിരുന്നു.

നാശം വന്നിരിക്കുന്നു! സമാധാനം കെടുത്താനായിട്ട്. ഇപ്പോ കണ്ടില്ലേ? പച്ചപ്പാവംപോലെ.

അവളുടെ മനോഭാവം അപ്പോഴും പിടികിട്ടാതിരുന്ന ചന്ദ്രന് പൊതി നീട്ടിക്കൊണ്ട് വീണ്ടും പറഞ്ഞു.

"ഇത് മേടിച്ചോ."

"വേണ്ട." അപ്പോഴും അവള് സ്വരം ദൃഢമാക്കി. "പേടിക്കേണ്ട?" അവന് പറഞ്ഞു. "രഹസ്യായിട്ടൊന്നുമല്ല. ഞാന് മാണിയോട് പറഞ്ഞിട്ടാ കൊണ്ടുവന്നത്. ആരും വഴക്ക് പറേത്തില്ല." ചന്ദ്രന് പറഞ്ഞു. "എന്തിനാ പറയുന്നേ. നമ്മുടെ കല്യാണം ഉടനെതീരുമാനിക്കുവല്ലേ? ഇന്ന് ഒരു തീരുമാനം എടുക്കാമെന്നാ മാണി പറഞ്ഞെ?"

"വേണ്ട." സീതയ്ക്കാകെ ഭയവും പരിഭ്രമവുമായി. അവള് പൊടുന്നനെ പറഞ്ഞുപോയി.

"എനിക്കിഷ്ടാല്ല. എന്റെ കാര്യം തീരുമാനിക്കേം വേണ്ട."

'ങെ!' സർപ്പദംശം ഏറ്റതുപോലെ ചന്ദ്രൻ ഞെട്ടി കണ്ണുമിഴിച്ചു.

എന്ത്?

എന്താണീ കേട്ടത്?

"എനിക്ക് നിങ്ങളെ ഇഷ്ടാല്ല. ഇഷ്ടാന്ന് ഞാൻ പറഞ്ഞിട്ടില്ലല്ലോ? പിന്നെന്തിനാ കല്യാണം തീരുമാനിക്കുന്നെ? എന്റെ പൊറകെ ഇങ്ങനെ നടക്കുന്നതും എനിക്കിഷ്ടാല്ല."

"സീ...തേ..." ചന്ദ്രന്റെ നാവു കുഴഞ്ഞുപോയി. അവന്റെ കണ്ണുകൾക്കു മുമ്പിൽ പ്രപഞ്ചം പമ്പരംപോലെ കറങ്ങുന്നു. ഇരുളിലാണ്ടുപോകുന്നു.

"സീത തന്നെയാ പറയുന്നെ." തെല്ലാവേശം കയറിയതുപോലെ അവൾ തുടർന്നു.

"ഇനി മേലാല് എന്നെ ഉപദ്രവിക്കരുത്."

എനിക്ക് വേറെയൊരാളെയാണിഷ്ടം. ഞാൻ അയാളുടെകൂടെ പൊറു ത്തോളാം. നിങ്ങടെ ബ്ലൗസും കുന്തോം ഒന്നും എനിക്കുവേണ്ട."

സീതയുടെ സ്വരത്തിൽ കടുത്ത വെറുപ്പ് കലർന്നിരുന്നു. അവജ്ഞ മുഴുങ്ങിനിന്നിരുന്നു.

തലയ്ക്കടിയേറ്റതുപോലെ ചന്ദ്രൻ തരിച്ചുനിന്നു. അവന്റെ കരങ്ങളിൽ നിന്നാ മിന്നുന്ന തുണിക്കഷണം താഴെ മണ്ണിലേക്കു വഴുതിവീണു...

ഹൃദയത്തിൽ ഒരു കൊടുങ്കാറ്റ് വീശിയടിക്കുന്നു. ഹുങ്കാരം മുഴക്കുന്ന കൊടുങ്കാറ്റിൽപ്പെട്ട് നില ഉറയ്ക്കാതെ ചന്ദ്രൻ ആടിയുലഞ്ഞു. അവൻ അവനറിയാതെ ആ കാറ്റിന്റെ ഗതിയിൽപ്പെട്ടമ്മാനമാടുകയാണ്.

കാറ്റത്തുലഞ്ഞാടുന്ന ഇല്ലിക്കമ്പുപോലെ ചന്ദ്രൻ മുൻപോട്ടുനീങ്ങി. നെഞ്ചിൽ ആളിപ്പടരുന്ന ചിതയുമായി.

മുൻപിൽ കിടന്ന ബ്ലൗസ്പീസ് കുനിഞ്ഞെടുത്ത് ചുരുട്ടിക്കൂട്ടി സീത അവന്റെ മുൻപിൽ വീഴത്തക്കവണ്ണം ആഞ്ഞെറിഞ്ഞു.

"ഫാ, എനിക്കുവേണ്ട. കൊണ്ടുപോയ്ക്കോ."

അവളുടെ ആ ധാർഷ്ട്യസ്വരം. അവജ്ഞാസ്വരം.

അതവനിൽ കുത്തിനിറച്ച വികാരം പകയല്ല. വിദ്വേഷമല്ല.

വേദനയാണ്.

ചുളുചുളാന്ന് വിങ്ങുന്ന വേദന.

ആത്മാവ് കുത്തിപ്പറിക്കുന്ന നൊമ്പരം.

ഇന്നീ നിമിഷംവരെ താൻ വച്ചുപുലർത്തിയിരുന്ന തന്റെ ധാരണകൾ! തന്റേതെന്ന് കരുതി താലോലിച്ചോമനിച്ച തങ്കക്കിനാക്കൾ!

"നിങ്ങളെ എനിക്കിഷ്ടാല്ല!"

കൂരമ്പുകൾപോലെ തറഞ്ഞുകയറുന്ന വാക്കുകൾ!

ഹോ!

എനിക്കിഷ്ടാല്ല! എനിക്കിഷ്ടാല്ല!

ആ പ്രതിധ്വനി!

"എന്നെ ഉപദ്രവിക്കരുത്?"

ഓ!

ലോലലോലമെന്ന് താൻ കരുതിയിരുന്ന ആ മനസ്സ് ഇത്ര കഠിനമോ? കാരിരുമ്പോ? എന്തിന് താൻ ആശകൾ വച്ചുപുലർത്തി? എന്തിന് പ്രതീ ക്ഷകളെ താലോലിച്ചു?

'നിങ്ങളെ ഇഷ്ടമാണെന്ന്' അവൾ പറഞ്ഞിട്ടില്ല. ഒരിക്കലും പറഞ്ഞി ട്ടില്ല.

പക്ഷെ!

ഇഷ്ടമില്ലെന്നും പറഞ്ഞിട്ടില്ല!

പറഞ്ഞില്ലല്ലോ എന്ന ആ ഒറ്റ പ്രതീക്ഷയായിരുന്നു. തന്റെ സ്വപ്ന ങ്ങൾപോലും.

എന്നിട്ടും!

"എടാ, നീ എന്റെലിയനാ. എന്റെ പെങ്ങളെ നിനക്കാടാ ഞാൻ തരു ന്നെ." തന്റെ തോളിൽ കൈയിട്ട് മാണി എത്ര തവണ പറഞ്ഞിരിക്കു ന്നു. കള്ളുഷാപ്പിൽനിന്ന് ഇറങ്ങുമ്പോഴാണെങ്കിലും മാണി പറഞ്ഞാൽ വാക്കു പാലിക്കുന്നവനാണെന്ന് തനിക്ക് തീർച്ചയുണ്ട്.

എടാ ഒരു വരത്തനും വിചാരിച്ചാല് മാണീടെ മനസ്സ് മാറത്തില്ലെടാ. അത് പാറപോലെ ഉറച്ച മനസ്സാ. നീ നോക്കിക്കോ. അടുത്ത സീസണിൽ അവനിവിടെ പണിക്ക് വരത്തില്ല. അതിനുള്ള പണികൾ ഈ മാണീടെ കൈയിലുണ്ടെടാ." രഘുവിനെക്കുറിച്ച് ഒരിക്കല് ചോദിച്ചപ്പോൾ പറഞ്ഞ മറുപടിയാണിത്.

"എനിക്കിഷ്ടാ ഈ ബന്ധം. കല്യാണി എന്റെ പഴേ കൂട്ടുകാരിയ ല്യോ. കളത്തില് ഞങ്ങള് ഒരു കാലത്ത് കൊറേ വേർപ്പൊഴുക്കിയതാ. അന്ന് ബേബിച്ചൻമുതലാളീടെ അപ്പനായിരുന്നു, വന്നിരുന്നത്." തങ്കച്ചേ ച്ചീടെ വാക്ക്.

ഇന്ന് വീട്ടിലേക്ക് ക്ഷണിക്കാൻ വന്നപ്പോഴും പറഞ്ഞതാണ്.

"ഞാൻ വരാമെടാ ചെറുക്കാ. ഏതായാലും ഒരു ബന്ധം സ്ഥാപിക്കു വല്ലേ? ഇന്നങ്ങ് തീരുമാനം എടുക്കാം."

മനം വല്ലാതെ ആഹ്ലാദിച്ചുപോയി.

എന്നിട്ടോ?

'ഞാൻ വേറൊരാളെ ഇഷ്ടപ്പെടുന്നു' എന്ന്.

ദ്രോഹീ!

നിനക്കിതെങ്ങനെ പറയാൻ കഴിഞ്ഞു.

'ഞാനയാടെ കൂടെ പൊറുത്തോളാം' എന്ന്.

ആരാണവൻ!

ആ വരത്തനായിരിക്കും. അല്ലാതാര്?

അവൻ ഇവിടങ് വിലസാമെന്ന് കരുതി.

ങും, വരട്ടെ. അവനെ ഒരു പാഠം പഠിപ്പിക്കണം. അവനിവിടെ അധിക നാൾ വാഴില്ല.

പക്ഷെ... പക്ഷെ...

എന്നാലും സീതേ...

ആ വരത്തന്റെ കൂടെ നീ...

ഇത്രയ്ക്കു വേണ്ടിയിരുന്നോ? ഇത്രയ്ക്കു അയോഗ്യനോ താൻ?

ഒരു പെണ്ണിനെ ആകർഷിക്കുവാനുള്ള ഒന്നും തനിക്കില്ലെന്നോ? തന്നെ ഒരു പെണ്ണും ഇഷ്ടപ്പെടില്ലെന്നോ?

"നിങ്ങളെന്നെ ഉപദ്രവിക്കരുത്..."

എത്ര ക്രൂരമാണാ വാക്കുകൾ!

തേങ്ങിപ്പോയി. മിഴികൾ നിറഞ്ഞിരുന്നു.

തന്റെ കളത്തിനടുത്തെത്തിയപ്പോൾ സ്വയമറിയാതെ നിന്നുപോയി!

എല്ലാവരും പോയിക്കഴിഞ്ഞിരിക്കുന്നു.

സ്വയം നിന്നെരിയുന്ന ചൂളമാത്രം കളത്തിൽ! ഇന്നു വെളുപ്പിനെ തീയിട്ടതാണ്. മുട്ടികൾ തീരാറായിരിക്കുന്നു. മറ്റുള്ളവർ എല്ലാവരും പോയി ക്കഴിഞ്ഞിരിക്കുന്നു. ഇനി തനിക്കുമാത്രം ചെയ്യാനുള്ളതേയുള്ളൂ.

ചൂളയ്ക്കടിയിൽ മുട്ടികൾ ആളിക്കത്തിനില്ക്കുന്നു.

കൈയിലിരുന്നു തിളങ്ങുന്ന തുണിയിലേക്കുനോക്കി.

ചന്ദ്രൻ ഒരു നിമിഷം നിന്നു.

പിന്നെ ആ തുണി ചൂളയിലെ തീക്കനലുകളിലേയ്ക്കിട്ടു. ആളിപ്പട രുന്ന തീ ആ തുണി ആവാഹിച്ചെടുത്തു. ആളിക്കത്തി!

ആളിക്കത്തുന്ന ആ തിളങ്ങുന്ന തുണിയിലേക്ക് തുറിച്ചുനോക്കി ചന്ദ്രൻ നിന്നു. അവന്റെ സ്വപ്നങ്ങളും ആളിക്കത്തി അതോടൊപ്പം കരിതുപ്പുക യായിരുന്നു.

എരിഞ്ഞടങ്ങുന്ന സന്ധ്യ! അഗ്നിഗോളംപോലെ സൂര്യൻ പടിഞ്ഞാറ് താഴുന്നു. ആ ഗോളത്തിന് ചൂളയിലെ തീയുടെ അതേ ചുവപ്പ്. കളത്തിൽ അട്ടിയിട്ട കട്ടകളിന്മേൽ ചാരി അവൻ വെറുതെ ഇരുന്നു. മുട്ടികൾ

ഉന്താൻപോലും അവൻ മറന്നുകഴിഞ്ഞിരുന്നു. അവന്റെ മിഴികൾ ആ ചുളയിലും അതിൽ കത്തിപ്പടരുന്ന തീയിലും വെന്തുവെന്തമരുന്ന കട്ട കളിലും തങ്ങിനിന്നു. കട്ടകൾക്കും കനലിന്റെ നിറംവെച്ചു!

അതെ, ഒരു ചൂള മുഴുവനും അവന്റെ നെഞ്ചിലിരുന്നെരിഞ്ഞമരുക യായിരുന്നു!

ഇരുപത്തിരണ്ട്

"നിനക്ക് മറ്റൊരാളെയാ ഇഷ്ടമെന്ന് നീയെന്തിനാ കൊട്ടിഘോഷിച്ചേ? അവന്റെ കൂടെയാ പൊറുക്കാൻ പോകുന്നതെന്ന് നീയെന്തിനാ വീമ്പ ടിച്ചേ? അഹങ്കാരീ, കളി കാണാൻ പോകുന്നതേയുള്ളൂ. അവൻ അതു കേട്ട നിമിഷത്തിൽത്തന്നെ നെന്റാങ്ങളേടെ ചെവീലെത്തിച്ചുകാണും. ഇന്ന് നെനക്ക് പൂരമാണ്. നെന്റെ ഇന്നത്തെ പോക്കും നെലയ്ക്കും."

കുഞ്ഞമ്മ അങ്ങനെ ചീറുകയാണ്, സീതയുടെ നേരെ.

അവൾ നടുങ്ങിപ്പോയി. കുളിക്കടവാണ് രംഗം. അവളെയും കൂട്ടി പൊന്നുവും കുഞ്ഞമ്മയും എത്തിയതാണ്. താൻ മകളെപ്പോലെ കരു തുന്ന സീതയുടെ വേർപാട് കുഞ്ഞമ്മയ്ക്കും സഹിക്കാനാവുന്നില്ല. എങ്കിലും അവർ സ്വയം പിടിച്ചുനിൽക്കുന്നു. നീന്തിത്തുടിക്കുന്നതിനിട യിലാണ് ചന്ദ്രനെക്കുറിച്ച് പരാമർശം വന്നത്. സീത എല്ലാം തുറന്നു പറ ഞ്ഞുപോയി.

ഇനി എന്തു ചെയ്യും? പറഞ്ഞുപോയില്ലേ? സീതയ്ക്ക് കരച്ചിലായി. മുട്ടറ്റം വെള്ളമേയുള്ളൂ തോട്ടിൽ. അവിടെ കുത്തിയിരുന്നവൾ കരഞ്ഞു. കണ്ണീരും വെള്ളവും ഇടകലർന്നൊഴുകി.

"അയാളിനിയും ശല്യപ്പെടുത്താണ്ടിരിക്കാൻ ഞാനങ്ങനെ പറഞ്ഞു പോയി." സീത ഗദ്ഗദമടക്കി സത്യാവസ്ഥ ബോധ്യപ്പെടുത്തി.

"ഇന്ന് നീ പോയിക്കഴിയത്തില്ലേ? പിന്നെ അയാൾക്കെന്നാ ചെയ്യാൻ പറ്റും?"

പൊന്നുവും നീരസത്തോടെ ചോദിച്ചു.

സീത നിശ്ശബ്ദയായി.

ശരിയാണ്. ഇന്ന് താൻ പോകും. പിന്നെ ആരെങ്കിലും ശല്യപ്പെടു ത്തുന്നതെങ്ങനെ?

ആലോചനയില്ലാതെ അതുമിതും വിളിച്ചുപറഞ്ഞു. ഇനിയെന്തു ചെയ്യും?

സീത സ്വയംതലയ്ക്കടിച്ചു.

മാണിച്ചേട്ടൻ ഇന്ന് അലറിവിളിക്കും. കുടിൽ പൊളിച്ചുമാറ്റും. സംഹാ
രരുദ്രനെപ്പോലെ കാത്തുനിൽക്കുകയാവും.

രഘുവിനെക്കുറിച്ച് പൊന്നു ഒരുദിവസം സൂചിപ്പിച്ചതാണ്. അന്നത്തെ
ദിവസം.

ഹോ! സീത ആ രംഗമോർത്തു.

"എടീ സീതേ..." അതൊലർച്ചയായിരുന്നു. വന്നപാടെ തന്റെ
കൈയിൽ കടന്നുപിടിച്ചു. എന്നിട്ട് അലറുന്ന സ്വരത്തിലാണ് പറഞ്ഞത്.

"എടീ, നിനക്കവൻവേണോ, ഞാൻ വേണോ? പറയെടീ, സത്യം പറ
യെടീ..."

താൻ ആകെ ഭയന്നു കണ്ണുമിഴിച്ചു.

"പറയെടീ..." പറയാതെ വിടില്ലെന്ന് മനസ്സിലായി.

"ചേട്ടനെ... വേണം..." അറിയാതെ കള്ളം പറഞ്ഞു.

"ഊം..." തീക്ഷ്ണതയേറിയ സ്വരം.

പിടിവിട്ടു. പിന്നെ പറഞ്ഞു.

"മേലാൽ ആ വരത്തന്റെ കാര്യം എന്റടുത്ത് മിണ്ടിപ്പോകരുത്. എന്തു
ചെയ്യണമെന്ന് എനിക്കറിയാം. നീയെന്ന് പഠിപ്പിക്കണ്ട. മര്യാദയ്ക്ക് നിന്നി
ല്ലെങ്കി കൊന്നുകളയും ഞാൻ."

ഉഗ്രശാസനം!

വിറച്ചുപോയി!

ആ ചേട്ടൻ ഇന്നിതറിഞ്ഞാൽ!

ചന്ദ്രൻ പറഞ്ഞാൽ!

വയ്യ ഓർക്കാനാവില്ല!

വീട്ടിലേയ്ക്ക് പോകാൻതന്നെ അവൾ ഭയന്നു. ആപത്ത് ഭീകരമായി
വായുംപൊളിച്ചെടുക്കുന്നതവൾ കണ്ടു. തന്റെ അവസ്ഥ മുഴുവൻ അറി
ഞ്ഞാൽ മാണിച്ചേട്ടൻ കഴുത്തുവെട്ടിനുറുക്കും.

ഇനീപ്പോ?

ആ ചോദ്യം അവൾക്ക് മുൻപിൽ വായും പിളർന്നുനിന്നു. ഭീകരമാ
യി.

"ഇല്ല. ഞാൻ വീട്ടിൽ പോകൂല്ല." സീത ഒരു കൊച്ചുകുട്ടിയെപ്പോലെ
വാശിപിടിച്ചു.

"പെണ്ണേ, കൊഞ്ചാതെ." കുഞ്ഞമ്മ ശാസിച്ചു. "നീ പിന്നെ ഇതുവഴി
വല്ലയിടത്തും പോയതിന് ഞങ്ങള് സമാധാനം പറയണം. നിന്റെയാ മൊശ
കൊടൻ ആങ്ങളയ്ക്ക് വിവരമുണ്ടോ?'

"എന്നതാ ചിറ്റമ്മേ?" പൊന്നു അസഹ്യതയോടെ വിളിച്ചു.

"ഓ, നിനക്ക് പൊള്ളുമെന്നു ഞാനത്ര ഓർത്തില്ല കേട്ടോ." കുഞ്ഞമ്മ നിസ്സാരതയോടെ പറഞ്ഞിട്ട് മുങ്ങിക്കയറി.

കുളികഴിഞ്ഞ് വരുന്നവഴിക്ക് വിഷയം രഘുവിന്റെ മുൻപിലും അവ തരിപ്പിക്കപ്പെട്ടു.

ശ്ശോ!

അവനും തലയ്ക്കടിച്ചു.

"എല്ലാം നാശമാക്കിയല്ലോ പെണ്ണേ, അവസാനനിമിഷത്തിൽ..." അവൻ അവളെനോക്കി ശാസിച്ചു.

സീത ഇപ്പോൾ പൊട്ടിക്കരയുമെന്ന നിലയിലാണ്. അല്ലെങ്കിൽത്തന്നെ അവളുടെ മിഴികൾ നിറഞ്ഞിരുന്നു.

"ഉം. വരുന്നിടത്തുവച്ച് കാണാം. ഇനിപ്പോ അതേയുള്ളൂ വഴി." രഘു പറഞ്ഞു.

"ചെലപ്പോ ഇന്ന് രാത്രീല് തന്നെ മാണി എവളെപ്പിടിച്ച് ചന്ദ്രന് കൊടു ക്കാൻ മടിക്കത്തില്ല. അവന് വെട്ടൊന്ന് മുറിരണ്ട്, എന്നല്ലേയുള്ളൂ പ്രമാ ണം. ഇന്നവര് ഏതാണ്ട് തീരുമാനിക്കാനിരിക്കുവാ. ചെലപ്പം അങ്ങ് നട ത്തിവിടാനും മതി." കുഞ്ഞമ്മ അലസമായി പറഞ്ഞു.

പക്ഷെ, ഇടിത്തീപോലെയാണാ വാക്കുകൾ രഘുവിന്റെ ഹൃദയത്തിൽ പതിച്ചത്. ഒപ്പം സീതയുടെയും...

"എന്നാല് നാളെ പുലരുമ്പോ എന്റെ ശവമേ കാണാൻ കിട്ടൂ." സീത ദൃഢമായി പറഞ്ഞു. ചൂളയിലെ തീജ്വാല തട്ടി അവളുടെ മുഖം ജ്വലിച്ചു. ആ മുഖത്തെ ഭാവം രൗദ്രമായിരുന്നു.

"ഉം. പോട്ടെ, സമാധാനിക്ക്." കുഞ്ഞമ്മ ആശ്വസിപ്പിക്കുകയാണ്. "ഒക്കെ വിധിപോലെ നടക്കുമെടാ. ഉം. കേറിപ്പോയി പോകാനൊരുങ്ങ്." രഘുവിനോട് പറഞ്ഞിട്ട് കുഞ്ഞമ്മ സീതയുടെ കൈയിൽ കടന്നുപിടി ച്ചു.

"മിഴിച്ചുനില്ക്കാതെ വാടീ പെണ്ണേ..."

സീത അവർക്കൊപ്പം പതിയെ നടന്നു. സ്വന്തം ജീവൻ ആ കളത്തിൽ നില്ക്കുന്ന പ്രിയപ്പെട്ടവന്റെ കാല്ക്കൽ ഉഴിഞ്ഞുവയ്ക്കാൻ ആ മനസ്സ് അപ്പോഴും തുടിച്ചു.

അവളുടെ മിഴികളും കവിൾത്തടങ്ങളും നനഞ്ഞിരുന്നു. മുൻപോട്ട് ഓരോ അടി വയ്ക്കുമ്പോഴും ആ സവിധത്തിൽനിന്ന് അകലുന്നതു പോലെ അജ്ഞാതമായ ഒരു ഭീതി. ശരീരത്തിന് ഭാരം ഏറുന്നതുപോ ലെ. പാദങ്ങൾക്ക് ചങ്ങല വീണതുപോലെ.

അപ്പോൾ?

പെട്ടെന്ന് തലേദിവസത്തെ ജീപ്പ് ഇരമ്പിപ്പാഞ്ഞുവന്നു.

ഇന്നലത്തെ ജീപ്പുതന്നെ. ഇന്നലത്തെ കശ്മലന്മാർതന്നെ.

ഭയം സീതയെ വല്ലാതെ ഭരിച്ചു. പൊന്നുവും ആകെ വിറച്ചു. ആ ചോരക്കണ്ണുകൾ സിരകളെപ്പോലും മരവിപ്പിക്കുന്നു.

കുഞ്ഞമ്മ ഒട്ടും മടിച്ചില്ല. മുൻപിൽ കയറിനിന്ന് പെൺകുട്ടികളെ പിന്നോട്ടു മാറ്റി.

തലേന്നത്തെ സംഭവം ഓർമയുണ്ടായിരുന്നതിനാൽ മുൻകരുതൽ പോലെ അവർ മടിക്കുത്തിൽ ഒളിപ്പിച്ചുവച്ചിരുന്ന കത്തി വലിച്ചൂരി!

റൗഡി പരമുന്റെ കത്തി!

പന്ത്രണ്ടുവർഷമായി കുഞ്ഞമ്മ ആ കത്തി സൂക്ഷിക്കുന്നു! ആ കത്തി വീശിക്കൊണ്ട് അവർ അലറി.

'വരിനെടാ, ചോണയുണ്ടെങ്കില് വരിനെടാ പന്നികളേ...”

"കെളവി ആള് ഉണ്ണിയാർച്ചയാണല്ലോ?” ജീപ്പിനുള്ളിൽനിന്ന് കമന്റു യർന്നു.” കൂട്ടച്ചിരിയും.

"ഉണ്ണിയാർച്ചേടെ അമ്മയാടാ. ഇറങ്ങിവാ, ഒരു കൈ നോക്കാം.” അവർ വെല്ലുവിളിച്ചു.

കവലയോടടുക്കാറായിരുന്നു. അവരുടെ അലർച്ച കേട്ട് ഏതാനും ആൾക്കാർ കവലിയിൽനിന്ന് എത്തിനോക്കി. പിന്നെ അവർ കൂട്ടത്തോടെ ഓടിയെത്തി. ജീപ്പ് വാണംവിട്ടപോലെ ഇരമ്പിപ്പാഞ്ഞകന്നു!

അതിനിടയിൽ അവർ വിളിച്ചുപറഞ്ഞു.

"രണ്ടിനേം തുത്തുവാരുമെടീ, നോക്കിക്കോ.”

"ത്ഫൂ” എന്ന് കുഞ്ഞമ്മ ആട്ടുകയും ചെയ്തു. പൊന്നു ആ നമ്പർ മനസ്സിൽ കുറിച്ചിട്ടു. പാഞ്ഞകന്ന ജീപ്പിന് പിന്നിൽ ആ നമ്പർ തെളി ഞ്ഞുനിന്നിരുന്നു. "എന്താ? എന്താ കാര്യം?” ഓടിക്കൂടിയവർ അന്വേഷി ച്ചു.

"അമ്മേം പെങ്ങളും ഇല്ലാത്ത പോക്രികള്. അവന്മാര് വന്നിരിക്കുന്നു. ഉം, വരട്ടെ. ഈ കത്തി ഞാൻ അവന്മാർക്കായി വച്ചിരിക്കുകയാ.” കുഞ്ഞമ്മ അലസമായി പറഞ്ഞു.

ആ അസാമാന്യ ധൈര്യം കണ്ടപ്പോൾ പൊന്നുവിനും സീതയ്ക്കും ധൈര്യമായി. കവല കടന്ന് അവർ ധൃതിയിൽ പോയി.

ആ വാർത്ത പത്തിരട്ടിയായിട്ടാണ് കവലയിൽ നിറംപിടിച്ച വാർത്ത യായത്.

ജീപ്പുകാർ വന്നെന്നും പൊന്നുവിനെയും സീതയെയും പിടിച്ച് ജീപ്പി നുള്ളിലാക്കിയെന്നും, പൊന്നുവിനെ മാത്രമേ പിടിച്ചുള്ളൂ എന്നും,

സീതയെ മാത്രമേ പിടിച്ചുള്ളൂ എന്നും ഒക്കെയായി വാർത്തകൾ.

നാട്ടുകാർ ജീപ്പ് വളഞ്ഞതുകൊണ്ടവർ ഇറക്കിവിട്ടതാണത്രെ.

അതല്ല, കുഞ്ഞമ്മ കത്തിയും വീശി ഡ്രൈവറുടെ നേരെ ചെന്നിട്ടാണ് വണ്ടി നിർത്തിയതെന്നും സീതയും പൊന്നുവും ചാടി ഇറങ്ങുകയായി രുന്നുവെന്നും ഒക്കെ വാർത്ത പരന്നു.

സന്ധ്യയ്ക്കുശേഷം കവലയിൽ ചായകുടിക്കാനെത്തിയപ്പോഴാണ് രഘു വിവരമറിഞ്ഞത്.

അവൻ നടുങ്ങിപ്പോയി.

ഇന്ന് രാവിലെ തന്റെയടുത്ത് പരാതി പറഞ്ഞതാണ്. ഇന്ന് അവർ പോയ പിന്നാലെ വെറുതെ ചെല്ലാമായിരുന്നു. ഒറ്റയ്ക്ക് പോകുന്ന പെൺകുട്ടികളെ റാഞ്ചിക്കൊണ്ടുപോവാൻ ഇപ്പോൾ കശ്മലന്മാർ ധാരാ ളമാണ്. എവിടെയെങ്കിലും കിടന്ന് പിന്നെ കിട്ടുക പിച്ചിക്കീറിയ ശവശ രീരമായിരിക്കും! ഹോ! രഘു ഇരുകെ കണ്ണടച്ചുപോയി! തന്നെയും പ്രസ വിച്ചതൊരു സ്ത്രീയാണെന്ന ചിന്തപോലുമില്ലാത്ത പാപികൾ. മദ്യപിച്ച് മദോന്മത്തരായ കാമാന്ധന്മാർ! അവർക്ക് വിചാരങ്ങളില്ല! വികാരങ്ങളേ യുള്ളൂ! കാമവികാരം മാത്രം.

അവന്മാരുടെ കൈയിൽ സീതയോ പൊന്നുവോ അകപ്പെട്ടാൽ? പിന്നത്തെ കഥ?

ഈശ്വരാ.

അവർക്കൊരു സംരക്ഷണം നൽകാൻ താൻ ബാധ്യസ്ഥനായിരു ന്നില്ലേ? ഇനി പറഞ്ഞിട്ടെന്തുകാര്യം? അപ്പോൾ അവൻ ഓർമിച്ചില്ല.

കാപ്പികുടികഴിഞ്ഞ് തിരികെ നടക്കുമ്പോഴും അവന്റെയുള്ളിൽ ആ ഖേദം നിലനിന്നിരുന്നു...

ചുളയിൽ തീ പിടിച്ചുകഴിഞ്ഞു.

കുഞ്ഞാപ്പുവും മറ്റും മുട്ടികൾ തള്ളിവച്ചുകൊണ്ടിരിക്കുകയാണ്.

അസഹ്യമായ ചൂട്. തെങ്ങ് ഏകദേശം മൂന്നുനാലടി നീളത്തിൽ വട്ടം മുറിച്ചിട്ട കഷണങ്ങളാണ്. മുട്ടി ലോറിക്കണക്കിന് വാങ്ങിക്കൂട്ടുന്നതാണ്. ചുളക്കരികിലേക്ക് അവയുമായി ചെല്ലുമ്പോൾ ദേഹമാകെ പൊള്ളുക യാണ്. കുഞ്ഞാപ്പു വിയർത്തുകുളിച്ചതുപോലുണ്ട്. രഘുവും അവരുടെ കൂടെക്കൂടി.

ഇന്ന് രാത്രി പതിനൊന്നുമണിവരെ തനിക്കും പങ്കെടുക്കാം. പിന്നെ സൂത്രത്തിൽ പിൻവലിയണം.

ആരുമറിയരുത്.

മുതലാളിയുടെ കാറുമായി ദാമോദരൻ കവലയിൽ കാത്തുനിൽക്കും.

മുതലാളി വാക്കുപറഞ്ഞാൽ തെറ്റിക്കില്ല.

എത്രയുംവേഗം ഈ നാടുകടക്കണം!

അവൾ ഇറങ്ങിവരുമോ?

ആ നാശംപിടിച്ച ചന്ദ്രൻ എന്തെങ്കിലും കുഴപ്പങ്ങൾ ഉണ്ടാക്കിക്ക ഴിഞ്ഞോ? അതോർത്തപ്പോൾ ഉള്ളിലൊരാന്തൽ!

ഒക്കെ തയ്യാറാക്കിവച്ചിട്ട് ഒടുക്കം എല്ലാം നഷ്ടപ്പെടുകയെന്നുവച്ചാൽ!

എല്ലാ പദ്ധതികളും പൊളിഞ്ഞാൽ!

ഇല്ല. സഹിക്കാനാവില്ല.

എന്നിരുന്നാലും ബലമായി കടന്നുപോയി പിടിച്ചിറക്കിക്കൊണ്ടുവരാൻ തനിക്കു പറ്റില്ലല്ലോ?

മാണി ബോധമില്ലാത്തവനാണ്.

അവന്റെ കൂട്ടായി ആ കുറുക്കൻ ചന്ദ്രനും. രണ്ടുപേരും കള്ളുചെ ന്നാൽ നിലതെറ്റുന്നവർ. വിവേകം നഷ്ടപ്പെടുന്നവർ!

അവർക്കുമുന്നിൽ തനിക്കൊന്നും പറയാനാവില്ല. പുളിച്ച തെറിയാ യിരിക്കും മറുപടി കിട്ടുക.

പക്ഷേ,

എന്നാലും സീത!

അവൾക്ക് ഇറങ്ങിവരാനാവാതെ വന്നാൽ?

ഉള്ളിൽ ആരോ കൂർത്ത കത്തിമുനയിറക്കുന്നതുപോലെയുള്ള വേദന! ചുളയ്ക്കുള്ളിലെ തീ തന്റെയുള്ളിലാണോ?

രഘുവിന്റെ മനസ്സ് വല്ലാതെ പിടഞ്ഞു.

ഇരുട്ട് കട്ടിയാവാൻ, നിമിഷങ്ങൾ കുതിരവേഗത്തിൽ പായാൻ, പതി നൊന്നുമണിയാവാൻ രഘു കാത്തിരുന്നു.

ഇരുപത്തിമൂന്ന്

പൊന്നുവും കുഞ്ഞമ്മയും മുന്നോട്ടുനടന്നു. സീത തന്റെ വീട്ടിലേയ്ക്ക് കയറി. തങ്ക, അലക്കിവെളുപ്പിച്ച മുണ്ടും ബ്ലൗസും ധരിച്ച് ഒരു തുവർത്തും തോളിലിട്ട് ഒരുങ്ങിനിൽക്കുന്നു. വായനിറച്ച് മുറുക്കാനും.

"നീ വരാൻ നിൽക്കുവാരുന്നു. ചന്ദ്രന്റെ പിറന്നാളാ. പായസമൊക്കെ ഒണ്ടെന്ന് അവൻ പറഞ്ഞേച്ച് പോയി. വെക്കം തുണിമാറിയിട്ട് വന്നേ?" തങ്ക തിടുക്കം കൂട്ടി.

"ഞാനില്ല." സീത പതുക്കെ പറഞ്ഞു.

"അതെന്നാടീ. അവനും വിളിച്ചു. ആ തള്ളേം വന്നുപറഞ്ഞു. എങ്ങനാ

ചെല്ലാണ്ടിരിക്കുന്നേ." മുറുക്കിയ തുപ്പല്‍ വാതില്‍ക്കലേക്ക് നീട്ടി ത്തുപ്പിക്കൊണ്ടവര്‍ പറഞ്ഞു.

"നീ കൂടെ വാ. നമ്മക്ക് അധികം വൈകിക്കാണ്ടിങ്ങ് പോരാം."

"ഞാന്‍ വരുന്നില്ല." സീത അമ്മയുടെ മുഖത്ത് നോക്കാനാവാതെ വേദനയോടെ മുഖം തിരിച്ച് അകത്തേയ്ക്ക് കടന്നു.

"അപ്പോ നീ ഒറ്റയ്ക്കാ ഇവിടിരിക്കണെ? മാണീം അങ്ങോട്ടുപോകും."

"എനിക്ക് പേടീല്ല. വല്ലാണ്ട് തലവേദനയാ. അമ്മ പോയ്ക്കോ." സീത ഒന്നും കഴിക്കാന്‍പോലും താല്‍പര്യം കാട്ടാതെ തറയില്‍ പായ വിരിച്ച് കിടന്നു.

ഉള്‍ത്തടം വിങ്ങുന്നു! ഈശ്വരാ, സ്നേഹിക്കാന്‍ മാത്രം അറിയാവുന്ന തന്റെ അമ്മയെയും വഞ്ചിക്കണമല്ലോ.

തങ്ക യാത്രയായി.

സീത എണീറ്റിരുന്നു. ആകെ പുകയുന്നതുപോലെ ദേഹം മുഴുവന്‍ നീറിപ്പിടയുന്നു. വിയര്‍ക്കുന്നു.

ഈശ്വരാ മാപ്പുതരണേ. അമ്മയേയും ചേട്ടനെയും വഞ്ചിക്കുന്നു. വിട്ടു പിരിയുന്നു. അവരുടെ നെഞ്ചില്‍ കഠാര കുത്തിയിറക്കുന്നു. രക്ഷിക്കണേ.

"സീതയ്ക്ക് പൊട്ടിക്കരയണമെന്നു തോന്നി.

ആത്മാവിന്റെ ആത്മാവില്‍ സ്വയം കൂടുകെട്ടി ആവാസമുറപ്പിച്ച പ്രിയ പ്പെട്ടവനെ ഉപേക്ഷിക്കാനാവുമോ? ഇല്ല... ഇല്ല...

തെല്ലു കറുത്തിട്ടെങ്കിലും ആ ശരീരം തന്‍ക്ക് യോദ്യമാണ്.

ജീവിക്കുന്നെങ്കില്‍ അത് രഘുവേട്ടനുമായി. അല്ലെങ്കില്‍ മരിക്കാം. അതാണ് നല്ലത്.

മറ്റൊരാള്‍ക്ക് ഇനി ഈ മനസ്സില്‍ ഇടമില്ല. എന്തുകൊണ്ടും തനിക്ക് അനുയോജ്യനാണ് രഘുവേട്ടന്‍.

പിന്നെന്തിന് മാണിച്ചേട്ടന്‍ എതിര്‍ക്കുന്നു? മറ്റൊരാളെ അടിച്ചേല്‍പ്പി ക്കാന്‍ ശ്രമിക്കുന്നു?

അതുകൊണ്ട് മാത്രമാണീ സാഹസം വേണ്ടിവന്നത്! ഇത്ര വേദന തിന്നുന്നത്.

വാശി! വെറും പിടിവാശി!

ഈ കുഞ്ഞുപെങ്ങളുടെ ഉള്ള് നീറിനീറി ദഹിക്കുന്നത് ചേട്ടന്‍ അറി യുന്നില്ല.

സമയം എന്തായി?

ആവോ, എങ്ങനെയറിയാന്‍.

ഒരു വാച്ചുപോലുമില്ല.

വാച്ചുപോലുമില്ലാത്ത സ്ഥിതിക്ക് കൃത്യം പതിനൊന്നുമണിക്ക് എന്ന് പറയേണ്ടിയിരുന്നില്ല. എപ്പോഴെങ്കിലും എന്ന് പറയാമായിരുന്നു.

കഴിഞ്ഞദിവസം മാണി വാങ്ങിയ സാരിയും ബ്ലൗസും എടുത്തു മാറ്റി വച്ചു. അതുവേണം ധരിച്ചുകൊണ്ട് പോകുവാൻ.

വാങ്ങിയിട്ട് ആ സാരി ആദ്യമായി അവൾ ധരിക്കാൻ പോകുന്നു!

ഇല്ല. ഇതിനുമുൻപവൾ സാരി ഉടുത്തിട്ടേ ഇല്ല. പൊന്നു പഠിപ്പിച്ചിട്ടു ണ്ട്, ഉടുക്കുന്ന വിധവും മറ്റും.

*** *** ***

സർവത്ര നിശ്ശബ്ദത. പ്രപഞ്ചം മുഴുവൻ സുഖനിദ്രയിലാണ്ടിരിക്കു ന്നു. കട്ടക്കളം മാത്രം സജീവം.

കളത്തിന് നടുവിൽ ചൂളയ്ക്കിപ്പുറത്തായി റാന്തൽവിളക്കിന്റെ വെളി ച്ചത്തിൽ എല്ലാവരും ചീട്ടുനിരത്തി ആവേശപൂർവം കളിക്കുകയാണ്. ഇട യ്ക്കിടെ ദാഹം തീർക്കാനെന്നതുപോലെ കുടത്തിൽ കരുതിയിരിക്കുന്നു, നല്ല പനങ്കള്ള്!

മുട്ടിയുത്തുന്നതിനിടയിൽ ഉറങ്ങിപ്പോകരുതല്ലോ. നേരം പുലരുംവരെ ചെയ്യേണ്ട പണിയാണ്. രഘുവും ആ കൂട്ടത്തിലിരുന്നു കളിച്ചു. നേരം പാതിരാവാകുന്നു.

രഘു പതിയെ എണീറ്റു. കോട്ടുവായിട്ടു.

"ജോയീ, ഞാനൊന്നു നടുനിവർക്കട്ടെ. വല്ലാത്ത തലവേദന. വെളു പ്പാകുമ്പോഴേ എന്നെ വിളിക്കാവൂ..." അവൻ പറഞ്ഞു.

"ശരി, ശരി. പോയ്ക്കോ ആശാനെ. പോയിക്കെടന്നോ. ബാക്കി കാര്യം ഞാനേറ്റു." കള്ളിന്റെ ലഹരിയിൽ ജോയി പറഞ്ഞു.

കൂട്ടുകാർ ഒത്തുമൂളി. കള്ളിന്റെ ലഹരിയിൽത്തന്നെ "പോയ്ക്കോ, പോയ്ക്കോ ഞങ്ങളേറ്റു." രഘു മനഃപൂർവംതന്നെ കള്ളുകുടിക്കാതിരു ന്നു.

സൂത്രത്തിൽ അവൻ പിൻമാറി ഷെഡ്ഡിലേക്ക് കടന്നു.

പ്രത്യേകിച്ചൊന്നും എടുക്കാനില്ല. മുണ്ടും ഷർട്ടുമിട്ടു. മുതലാളി തന്ന രൂപ പ്രത്യേകം സൂക്ഷിച്ചുവച്ചു. നിക്കറിന്റെ പോക്കറ്റിൽത്തന്നെ നിക്ഷേ പിച്ചു. ഏതാനു രൂപ മാത്രം ഷർട്ടിന്റെ പോക്കറ്റിലിട്ടു. പിന്നെ ഇരുട്ടിന്റെ മറപറ്റി പതിയെ ഇറങ്ങി.

മുൻവശത്തുടെ വന്നാൽ കുഞ്ഞാപ്പുവും മറ്റും കാണും. പിന്നിലൂടെ ഇറങ്ങി. കളത്തിനപ്പുറത്തുകൂടി റബ്ബർ തോട്ടത്തിലേയ്ക്കു കടന്നു. തോട്ട ത്തിലൂടെ റോഡിലിറങ്ങി. കട്ടപിടിച്ച ഇരുട്ടായിരുന്നതിനാൽ ആരു കാണി ല്ല. ധൃതിയിൽ നടന്നു. പിന്നിൽനിന്നും മണ്ണുവേകുന്ന മണം. എത്രയോ

കാലമായി ഇടപഴകുന്ന മണം.

കവലയിലെത്തി!

സ്വന്തം ഹൃദയമിടിപ്പ് അവനുതന്നെ കേൾക്കാമായിരുന്നു. ജീവിത
ത്തിന്റെ ഒരു വഴിത്തിരിവിലേയ്ക്കിറങ്ങിത്തിരിക്കുന്നു.

എന്താവും ഫലം?

ഇതുവരെയുള്ള ഏകാന്തജീവിതത്തിന് ഭംഗം! ഇന്നുമുതൽ തന്നോ
ടൊപ്പം ഒരാൾകൂടി. ഒരു ജീവൻകൂടി തന്റെ ഉടമസ്ഥതയിൽ!

തന്റേതുമാത്രമായി. തന്റെ എല്ലാമെല്ലാമായി ഒരു ജീവൻകൂടി!

സീത!

പൊടുന്നനെ അവന്റെയടുത്ത് ഒരുകാർ ചീറിപ്പാഞ്ഞുവന്ന് ബ്രേയ്ക്
ചെയ്തു.

മുതലാളിയുടെ കാർ! ഡ്രൈവർ ദാമോദരൻ പുറത്തേയ്ക്ക് തലയി
ട്ടു.

"വന്നോ രഘു ആ കക്ഷി?"

പൊടുന്നനെയുണ്ടായ പരിഭ്രമമകന്നപ്പോൾ രഘു പറഞ്ഞു: "ഇല്ല."

"എപ്പോഴാ വരിക?" വാച്ചിൽ നോക്കിയിട്ട് ദാമോദരൻ പറഞ്ഞു. "പതി
നൊന്നാകുന്നല്ലോ."

"ഇപ്പോൾ വരും." രഘു പറഞ്ഞു. "നമുക്കിത്തിരി കൂടി അങ്ങോട്ടു
നീങ്ങിനിൽക്കാം."

"ശരി." ദാമോദരൻ കാർ മുൻപോട്ടു നീക്കി. വില്ലേജാഫീസിന്
മുൻപിൽ കാർ പാർക്കുചെയ്തു. അയാൾ അതിനുള്ളിൽ കാത്തിരുന്നു.
രഘു കാറിന്റെ സൈഡിൽ ചാരിനിന്നു. ഉത്ക്കണ്ഠ പെരുകിപ്പെരുകി
വീർപ്പുമുട്ടുന്ന മനസ്സുമായി അവൻ നിന്നു. അകലേയ്ക്ക് നോക്കി. ഇരു
ട്ടിലൂടെ വരുന്ന അവന്റെ പ്രിയപ്പെട്ടവളെയും കാത്ത്.

"ഇതെന്നാ ഇത്രേം താമസിക്കുന്നേ? എന്റെ പെമ്പ്രന്നോരും പിള്ളേരും
നോക്കിയിരിക്ക്യാ. നിങ്ങളെ ടൗണിലിറക്കിയിട്ട് വണ്ടി മുതലാളിയെ എല്പി
ച്ചിട്ടുവേണം എനിക്ക് പോകാൻ." ദാമോദരൻ അക്ഷമനായി പറഞ്ഞു.

ശരിയാണ് അന്യ ഒരാൾക്കുവേണ്ടി ഇയാളെന്തിന് കാത്തിരിക്കണം?

എന്തേ വരാത്തത്? അങ്ങകലെ ഇരുട്ടിലേയ്ക്കവൻ ഒന്നുകൂടി തുറി
ച്ചുനോക്കി. എവിടെ അവൾ? അങ്ങോട്ടു ചെന്നാലോ? അടുത്ത നിമിഷ
ത്തിൽത്തന്നെ ആ ആലോചന ഉപേക്ഷിച്ചു. ഇല്ല. അതപകടമാണ്. മനസ്സ്
മന്ത്രിച്ചു.

*** *** ***

നിമിഷങ്ങൾ എണ്ണിയെണ്ണി കാത്തിരുന്നു. അവൾക്കാകെ ഭയമാണ്.

141

എപ്പോഴാണ് അമ്മയും ചേട്ടനും വരിക?

ഈശ്വരാ. അതോർത്തപ്പോൾ സ്വയം എരിയുന്ന അനുഭവം?

ഒരുങ്ങാൻ അവൾ നോക്കി, ഒന്നുമില്ല. പ്രത്യേകിച്ചെടുക്കാനും ഒന്നു മില്ല. തന്റേതായി അല്ലെങ്കിൽത്തന്നെ എന്താണുള്ളത്? ദിവസവും കിട്ടുന്ന കൂലിപോലും ചേട്ടനെയാണേൽപ്പിക്കുക.

"നിനക്കൊരു കമ്മല് വാങ്ങിത്തരാം." കഴിഞ്ഞദിവസം പറഞ്ഞിരു ന്നു. ഇതുവരെ വാങ്ങിത്തന്നില്ല. കഴുത്തിലും കാതിലും അലൂമിനിയ ത്തിന്റെ മാലയും കാതിൽപ്പൂവുമാണ്. ഒരു സ്വർണമാലയും കാതിൽപ്പൂവും എന്നണിയാൻ കഴിയും?

തന്റെ കല്യാണത്തിനെങ്കിലും കിട്ടുമെന്ന് പ്രതീക്ഷിച്ചിരുന്നു.

കല്യാണം!

ഓർത്തപ്പോൾ നെഞ്ചിൽ നീറ്റൽ.

തന്റെ വിവാഹം എത്രയേറെ പ്രതീക്ഷയോടെ കാത്തുകാത്തിരുന്ന താണ്.

ഒക്കെ തകരുന്നു. എന്നിട്ടിതാ ഒരുവന്റെ കൈപിടിച്ച് ഓടിയകലാൻ കൊതിക്കുന്നു. തക്കം പാർക്കുന്നു.

"സീതേ, എടീ പെണ്ണേ" പൊടുന്നനെ പുറത്ത് തങ്കയുടെ സ്വരം.

സീത നടുങ്ങിയെണീറ്റു!

ഈശ്വരാ, അവരെത്തിക്കഴിഞ്ഞു!

അവൾ വാതിൽ തുറന്നു.

ഒരു മൊന്തയുമായി തങ്ക അകത്തു കയറി. അവർക്ക് പിന്നിൽ ആടി യാടിനിൽക്കുന്ന മാണിയും. അവന്റെ മുഖത്തുനോക്കാൻ ഭയന്ന് സീത പൊടുന്നനെ പിൻവലിഞ്ഞു.

അവളുടെ ശ്രദ്ധ മുഴുവൻ മാണിയിലായി.

ആ ചന്ദ്രൻ എല്ലാം പറഞ്ഞോ? തന്റെ നേരെ ഇപ്പോൾ ചാടിവീഴു മെന്ന് അവൾ ഓരോ നിമിഷവും ഭയന്നു.

"ആ ചെറുക്കനെ ഇത്ര നേരായിട്ടും കണ്ടില്ല. എന്നും എട്ടുമണിക്ക് മുമ്പെ എത്തണ ചെറുക്കനാ. കണ്ടില്ലെന്നും പറഞ്ഞ് കല്യാണിക്ക് വെഷ മം. പായസൊക്കെ ഏർപ്പാടുചെയ്തിട്ട് പോയതല്ല്യോ. നേരം എട്ടുപത്തു മണിയായി. ഞങ്ങള് പോന്നു." തങ്ക മൊന്ത അവൾക്കുനേരെ നീട്ടിയിട്ട് പറഞ്ഞു.

"പായസമാ. നിനക്കു തരാനായി കല്യാണി തന്നുവിട്ടതാ. കുടിച്ചോ."

അവൾ പറഞ്ഞു. "എനിക്കു വേണ്ട" അവളുടെ ശ്രദ്ധ മുഴുവൻ മാണി യിലായിരുന്നു. എങ്കിലും അവളാശിച്ചു. ചന്ദ്രനെ ചേട്ടൻ കണ്ടിട്ടില്ല.

അപ്പോൾ ചേട്ടൻ അറിഞ്ഞിട്ടില്ല.

ദൈവമേ!

'ഇവളെ രക്ഷിക്കണേ.' സീത മനമുരുകി പ്രാർഥിച്ചു. ചന്ദ്രൻ എവി ടെപ്പോയി? സീത വിശകലനം ചെയ്തു. താനങ്ങനെ പറഞ്ഞത് അയാളെ വല്ലാതെ വിഷമിപ്പിച്ചുകാണും.

കഷ്ടം! എന്തുകൊണ്ടോ അയാളെ ഇഷ്ടപ്പെടാനാവില്ല. ഒരുപക്ഷെ രഘുവിന് നേരത്തെതന്നെ തീറേഴുതിക്കഴിഞ്ഞിരുന്നതിനാലാകാം.

"എന്നാ പെണ്ണേ, നെനക്ക് വേണ്ടാത്ത?' തങ്ക മൊന്ത അടുപ്പിനടു ത്തുവെച്ച് മൂടി.

"ഓ, വേണ്ട" അവൾ പറഞ്ഞു. മാണി വല്ലാതെ പൂസ്സായിക്കഴിഞ്ഞി രുന്നു. എത്തിയപാടെ അയാൾ തറയിൽ വിരിച്ചിരുന്ന പായയിലേയ്ക്ക് കിടന്നു. നിമിഷങ്ങൾക്കുള്ളിൽ കൂർക്കംവലിയുടെ താളാനുസൃതമായ സ്വരമുയർന്നുകേട്ടു.

ഇനി ഉണരണമെങ്കിൽ നേരം പുലർന്ന് ആരെങ്കിലും വിളിക്കണം.

സീത ആശ്വസിച്ചു.

തങ്കയുംകിടക്കുവാനുള്ള ശ്രമത്തിലാണ്. കോട്ടുവായിട്ടാണവർ നിൽക്കുന്നത്.

കുടിലിന്റെ ഇങ്ങേമൂലയിൽ അവർ പായ തട്ടിക്കുടഞ്ഞു വിരിച്ചു.

"നീയ് വല്ലതും കഴിച്ചോടീ?" അവർ ചോദിച്ചു.

"കഴിച്ചു." അവൾ പറഞ്ഞു.

"എന്നാല് കെടക്ക്. വെളക്കൂതിക്കേ" സീത വെളക്ക് ഊതിക്കെടുത്തി. പിന്നെ അമ്മയോടൊപ്പം പായയിൽ കിടന്നു.

നിമിഷങ്ങൾ!

ഘനീഭവിക്കുന്ന നിശ്ശബ്ദത!

സീതയുടെ നെഞ്ചത്തിടിപ്പുമാത്രം മുഴങ്ങിക്കേട്ടുകൊണ്ടിരുന്നു. നിമി ഷങ്ങൾക്ക് യുഗങ്ങളുടെ ദൈർഘ്യംപോലെ.

ക്രമേണ തങ്കയും ഉറക്കമായി. ആ ശ്വാസഗതിയുടെ സ്വരം അതു റക്കെ വിളിച്ചുപറഞ്ഞു.

സീത പതിയെ എഴുന്നേറ്റു.

ഈശ്വരാ, അമ്മ ഉണരല്ലേ?

കാത്തുരക്ഷിക്കണേ...

കാലുകൾക്ക് വിറയൽ. ശരീരമാസകലം മരവിച്ചപോലെ. പാദങ്ങൾ നീക്കാനാവാത്തതുപോലെ തളർച്ച.

ജനിച്ചുവളർന്ന വീട്!

ഓമനിച്ചുവളർത്തിയ ചേട്ടൻ!

നൊന്തുപ്രസവിച്ച അമ്മ.

എല്ലാവരേയും ഉപേക്ഷിച്ച് അകലുന്നു.

അമ്മേ, ഈ മകൾക്ക് മാപ്പുതരണേ...

ചേട്ടാ, ഈ പെങ്ങളോട് ക്ഷമിക്കണേ...

സീത മൂലയ്ക്കുനിന്ന് സാരിയും ബ്ലൗസും കൈയിലെടുത്തു.ചെറ്റ വാതിലിന്റെ കെട്ട് പതിയെ അഴിച്ചു. ഓലകൊണ്ടുള്ള മറ നീക്കി.

ചെവി പാർത്തു. ഇല്ല. അനക്കമില്ല. അമ്മയുടെ ശ്വാസഗതിയും ചേട്ടന്റെ കൂർക്കംവലിയും പഴയതുപോലെതന്നെ.

പിന്നിലുള്ള വാഴയുടെയടുത്തു ചെന്ന് മുണ്ടും ബ്ലൗസും ഊരി വാഴ യ്ക്കിടയിൽ വച്ചു. സാരിയും ബ്ലൗസും ധരിച്ചു.

സാരി വാരിവലിച്ചാണവൾ ഉടുത്തത്.

എന്തെങ്കിലും അനക്കമുണ്ടോ?

ഇല്ല!

ഈ പ്രപഞ്ചത്തിൽ അവൾ മാത്രമേ ഉറങ്ങാതിരിക്കുന്നുള്ളു എന്നു തോന്നി. അകലെ എവിടെയോനിന്ന് രാത്രി പുള്ളുകളുടെ കരച്ചിൽമാത്രം ഇടവിടാതെ കേൾക്കുന്നുണ്ട്.

സീത നാലുപാടും നോക്കി പതിയെ റോഡിലിറങ്ങി. കവലയിലെ ത്തണം. എത്രയും വേഗം. അവൾ പാദങ്ങൾ നീട്ടിവെച്ചു.

പെട്ടെന്ന്!

പിന്നിൽനിന്ന് രണ്ട് ബലിഷ്ഠകരങ്ങൾ അവളെ കടന്നുപിടിച്ചു!

സീത ഞെട്ടിത്തെറിച്ചു.

"അമ്മേ..." അവൾ അലറാനാഞ്ഞു. പക്ഷെ, അവളുടെ വായയും മൂട പ്പെട്ടുകഴിഞ്ഞിരുന്നു.

ഇരുപത്തിനാല്

ഒന്നലറാൻ കുതറി പിടഞ്ഞോടാൻ സീത ആവുന്നത്ര പരിശ്രമിച്ചു.

വായടച്ചുപൊത്തിയിരിക്കുന്ന കൈയിൽ കടിക്കാൻ ശ്രമിച്ചു. സ്വത ന്ത്രമായിരുന്ന കരങ്ങൾകൊണ്ട് അള്ളിപ്പറിച്ചു.

അതോടെ ആരോ ഒരാൾകൂടി അവൾക്കു മുൻപിലേക്ക് ചാടിവീണു.

അവളുടെ കരങ്ങൾ പിന്നിലേക്ക് വരിഞ്ഞുകെട്ടി. വായിൽ തുണിതി രുകി.

സീത പിടഞ്ഞു.

കുതറി ഓടാൻ ശ്രമിച്ചു.

ബലിഷ്ഠരായ രണ്ടുപേർ.

രണ്ടു പുരുഷന്മാർ. അവരുടെ ശക്തി.

സീത തളർന്നു.

അവളെ കോരിയെടുത്ത് അതിലൊരാൾ പിന്നോട്ടോടി. തെല്ലകലെ വഴിയിലെ കുടംപുളിയുടെ നിഴലിൽ കിടന്നിരുന്ന ജീപ്പിലേയ്ക്ക് അവളെ കിടത്തി.

സീത പിടഞ്ഞു.

ജീവന്റെ അവസാന കണികകൾക്കുവേണ്ടിയുള്ള പോരാട്ടംപോലെ, രക്ഷപ്പെടാനുള്ള ത്വര.

പക്ഷെ, പിടഞ്ഞണീക്കാനാവുന്നില്ല. ജീപ്പിനുള്ളിലെ സീറ്റിലേയ്ക്ക് അവളെ അമർത്തിയമർത്തി ബ ലമായി തള്ളിപ്പിടിച്ചു താഴ്ത്തുന്ന കര ങ്ങൾ.

ജീപ്പിന്റെ കത്തുന്ന കണ്ണുകൾ

ആ ജീപ്പ് പാഞ്ഞകന്നു. സീത പിടഞ്ഞുണർന്നു. എണീല്ക്കാനാഞ്ഞു.

അലർച്ചയോടെ പാഞ്ഞുപോകുന്ന ജീപ്പിലിരുന്ന് ഒരു നിമിഷാർധ ത്തിൽ അവൾ കണ്ടു. ജീപ്പിന്റെ ചീറ്റിത്തെറിക്കുന്ന വെളിച്ചത്തിൽ.

അവളുടെ രഘുവിനെ.

അവളെ കൈയേല്ക്കാനായി കാത്തുകാത്തുനില്ക്കുന്ന രഘുവിനെ.

വില്ലേജോഫീലിനു മുൻപിലെ നിഴലിൽ കിടക്കുന്ന കാർ, ഡ്രൈവർ ദാമോദരൻ.

അക്ഷമനായി നില്ക്കുന്ന രഘു.

രഘുവേട്ടാ, എന്റെ ദൈവമേ...

അവളുടെ ആത്മാവുപോലും പൊട്ടിത്തകർന്നു നിലവിളിച്ചു.

പക്ഷെ, ആ സ്വരം പുറത്തേയ്ക്കുവന്നില്ല. കണ്ഠനാളംപോലും തിങ്ങി അമർന്നിരിക്കത്തക്കവിധത്തിൽ കുത്തിനിറച്ച് തുണി വായ്ക്കുള്ളിൽ.

ഒരു നിമിഷാർധം

അപ്പോഴേയ്ക്കും ആ കാഴ്ച മറഞ്ഞു. അവർ അകന്നു.

ഇതാ, ഇതാ രഘുവേട്ടാ. സീത ഇവിടെയാണ്.

ഇതാ സീത അപഹരിക്കപ്പെടുന്നു.

രഘുവേട്ടന്റെ കൺമുമ്പിലൂടെ പാഞ്ഞകലുന്നു.

രക്ഷിക്കൂ, രക്ഷിക്കൂ...

പക്ഷെ,

അവളുടെ രഘുവേട്ടൻ അവളെയും കാത്ത് അപ്പോഴും വില്ലേജോ ഫീസിനുമുമ്പിൽ നിന്നു.

അവളോ, സീത!

സീതയെ ഇതാ രാവണൻ കട്ടുകൊണ്ടോടിയകലുന്നു. കടലും കടന്ന് ഒളിക്കുന്നു.

കണ്ടെത്താൻ ഒരു ഹനുമാനെവിടെ?

കടൽ ചാടിക്കടന്ന് കണ്ടുപിടിക്കാനെത്തുന്ന രാമദൂതൻ!

പക്ഷെ,

ഇവിടെ സീതയെ രക്ഷിക്കാൻ ആരുമുണ്ടായിരുന്നില്ല. അവൾ അപ ഹരിക്കപ്പെടുന്നത് ആരുമറിഞ്ഞില്ല.

ഈ പ്രപഞ്ചത്തിൽ ആരുംതന്നെ.

പണ്ട് സീതാദേവി ചെയ്തതുപോലെ അടയാളത്തിനായി പറിച്ചെറി യാൻ അവൾക്ക് ആഭരണങ്ങളുമില്ലല്ലോ?

കരയാൻപോലും കഴിയാതെ അവൾ പിടഞ്ഞുകൊണ്ടിരുന്നു. അവളെ പിടികൂടിയ കാട്ടാളരുടെ ഇരുമ്പുമുഷ്ടിക്കുള്ളിൽ അവൾ ചുരുണ്ടു കൂടിക്കൊണ്ടിരുന്നു!

തന്റെ മരണം അടുത്തു എന്ന്, മരണം സുനിശ്ചിതമെന്ന് സീത മന സ്സിലാക്കി.

എന്റീശ്വരാ, ഇതാണോ എന്റെ വിധി?

തികച്ചും വിജനത. ഏതോ വഴികളിലൂടെ ജീപ്പ് ഓടിക്കൊണ്ടേയിരു ന്നു.

അവസാനം ജീപ്പ് നിന്നു.

കുറ്റാക്കൂറ്റിരുട്ട്.

അവർ അവളെ വലിച്ച് താഴെയിറക്കി. ഇരുട്ടിൽ കണ്ണുകൾ തെല്ല് പരി ചയിച്ചപ്പോൾ അവൾ പിടച്ചിലോടെ നാലുപാടുംനോക്കി.

ഏതാണീ സ്ഥലം?

അവൾക്ക് തിരിച്ചറിയാൻ കഴിയുന്നില്ല. എന്തൊക്കെയോ മരങ്ങൾ മാത്രം നിൽക്കുന്നു. അതറിയാൻ കഴിഞ്ഞു. വായ്ക്കുള്ളിൽ തിരുകപ്പെ ട്ടിരിക്കുന്ന തുണിയൊന്ന് വലിച്ചൂരാൻ കഴിഞ്ഞെങ്കിൽ!

കൈകളുടെ കെട്ടൊന്ന് അയയ്ക്കാൻ കഴിഞ്ഞെങ്കിൽ, ഈശ്വരാ!

ആരാണ് തനിക്കു മുമ്പിൽ നിൽക്കുന്ന ഈ ഭീകരർ? ഇരുട്ടിൽ തിരി ച്ചറിയാനാവുന്നില്ലല്ലോ? ഒരായിരം ദേവന്മാരെ സീത വിളിച്ചു.

ഒരായിരം നേർച്ചകൾ നേർന്നു.

രക്ഷിക്കണേ, രക്ഷിക്കണേ... എന്ന് സകല ഈശ്വരന്മാരോടും കേണു.

പക്ഷേ, സീതയുടെ രക്ഷയ്ക്കായി ഒരു ഈശ്വരനും ഇറങ്ങിവന്നില്ല!

ഭീകരന്മാരായ ആ കാട്ടാളർ പരസ്പരം എന്തോ പിറുപിറുക്കുന്ന സ്വരം അവൾക്ക് കേൾക്കാം.

അതെന്തെന്ന് കേൾക്കാൻ അവൾ കാതു കൂർപ്പിച്ചു. പക്ഷേ, ഒരക്ഷരം തിരിച്ചെടുക്കാനാവുന്നില്ല. തൊട്ടടുത്ത നിമിഷത്തിൽ അവൾക്കൊരു ബുദ്ധി തോന്നി.

അവർ പിറുപിറുപ്പ് നിർത്തിയില്ല.

അവൾ മെല്ലെ പിൻതിരിഞ്ഞുനോക്കി.

ഇരുട്ടിന്റെ കട്ടിമാത്രം! ഒന്നും കാണാനാവുന്നില്ല.

എങ്കിലും രണ്ടുംകല്പിച്ച് സീത ഓടി. പിൻതിരിഞ്ഞ് ആവുന്നത്ര വേഗ ത്തിൽ.

"എടാ, പിടിയെടാ..."

പിന്നിൽ അവരുടെ ആക്രോശം!

സീത വേഗത കൂട്ടി.

പക്ഷേ, ഓടാനാവുന്നില്ല.

വായിൽ തിരുകിയ തുണി. ഇടയ്ക്കിടെ ശ്വാസം മുട്ടിക്കുന്നു. പിന്നിൽ കൈകൾ കെട്ടിയിട്ടിരിക്കുന്നതിനാൽ ആയാസവും വേഗതയും കിട്ടുന്നി ല്ല.

എങ്കിലും അവൾ നിന്നില്ല.

ജീവന്റെ പ്രശ്നമാണ്.

മാത്രമല്ല, ക്രൂരന്മാരായ ആ കാട്ടാളന്മാർ തന്റെ ശരീരം പിച്ചിക്കീറാൻ ഇടയാവരുത്.

ഓടി, ഓടി...

വീണ്ടും വീണ്ടും...

മുന്നിൽനിന്നിരുന്ന ഒരു മരത്തിൽ അവളുടെ തല ആഞ്ഞടിച്ചു...!

"ഹ... ഹമ്മേ..." ഒന്നു വിളിക്കാൻ ആവളാശിച്ചു.

പക്ഷേ, ശബ്ദം വെളിയിൽ വന്നില്ല...

പിന്നിൽ കാലൊച്ചകൾ പാഞ്ഞടുക്കുന്നു.

ഈശ്വരാ...

അടിവയറ്റിൽനിന്നൊരു തുടിപ്പ് മെല്ലെ ഉയരുന്നോ?

അവളുടെ ബോധം നശിക്കയാണ്. കാലുകൾ തളരുകയാണ്.

കണ്ണുകളിൽ വീണ്ടും ഇരുട്ട്. ചെവികൾക്കുള്ളിൽ പെരുമ്പറയടി

ശബ്ദം!

മുന്നോട്ടു മുന്നോട്ട് അവൾ വേച്ചുവേച്ചു വീണു.

അപ്പോഴും അവൻ കാത്തുനിന്നു. വഴിയിൽ.

രഘു!

അവന്റെ പ്രിയപ്പെട്ട സീതയെക്കാത്ത്!

മനഃപൂർവം അല്ലെങ്കിലും അവളുടെ പരിപാവനത്വം കവർന്നെടുത്ത തവനാണ്. ചതിക്കാൻ അവന് മനസ്സുവരുന്നില്ല. വേണമെങ്കിൽ അവന് പിൻതിരിഞ്ഞോടാം. ആരും അവനെ പിടിക്കില്ല, പക്ഷേ, അവൾ ഗർഭി ണിയാണ്! അവൾ ഒത്തിരിയൊത്തിരി കരയും. സ്വയം ശപിക്കും. ആത്മ ഹത്യ ചെയ്യുമോ?

ആത്മഹത്യ ചെയ്യില്ല. തീർച്ച. സീതയ്ക്ക് അതിനുള്ള മനക്കട്ടിയു ണ്ടാവില്ല.

പിന്നെയോ

പ്രസവിക്കും,

തന്തയില്ലാത്ത കുഞ്ഞ്!

അവളെ മറ്റുള്ളവർ പഴിക്കും. കാർക്കിച്ചുതുപ്പും.

തന്തയില്ലാത്ത കുഞ്ഞ്.

താൻ ജീവിച്ചിരിക്കെ.

വേണ്ട. അത് പാടില്ല. ഈ രഘു അത്തരക്കാരനല്ല. അവൻ ഹൃദയ മുള്ള ഒരു മനുഷ്യൻ മാത്രമാണ്. മനുഷ്യബന്ധങ്ങൾക്കും ചോരയ്ക്കും വില കല്പിക്കുന്നവനാണ്. അവൻ സീതയെ തള്ളിപ്പറയില്ല. തീർച്ച!

പക്ഷേ, എവിടെ? അവളെവിടെ?

അവന്റെ സീത. രഘുവിന്റെ മാത്രമായ സീത.

അകലേയ്ക്ക് നോക്കിനോക്കി അവൻ നിന്നു. നേരിയ നിലാവെളിച്ച ത്തിൽ ഒരു വെള്ളാപ്പ് കാണുന്നുണ്ടോ? ഒരു നിഴൽ അനങ്ങുന്നുണ്ടോ?

ഒരു നിശ്വാസം കേൾക്കുന്നുണ്ടോ? അവൻ എത്ര നേരമിനിയും നില്ക്കണം? പുലരുംവരെയോ? അതോ യുഗങ്ങൾ തന്നെയോ?

അവൻ തയ്യാറാണ്.

കാത്തുനില്ക്കാം. പക്ഷേ, അവളെവിടെ?

വരാൻ ഭയമായിട്ട് നില്ക്കയാണോ?

ഡ്രൈവർ ദാമോദരൻ പറഞ്ഞു.

"എടാ രഘു, ഇതാ പെണ്ണ് പറഞ്ഞുപറ്റിച്ചതാ. അവളു കെടന്നിപ്പോ പോത്തുപോലെ ഒറക്കമാരിക്കും."

രഘു അത് വിശ്വസിച്ചില്ല. എങ്ങനെ വിശ്വസിക്കും. അവന്റെ ജീവന്റെ കണിക സ്വന്തം ഉദരത്തിൽ തുടിച്ചുവരവെ അവൾക്ക് ഉറങ്ങാനാവുമോ?

ഇല്ല. ഉറക്കംവരില്ല.

പക്ഷെ, രഘു മൗനംപൂണ്ടു.

അങ്ങോട്ട് ഇത്തിരികൂടി നടന്നാലോ?

ഇങ്ങോട്ടുവരാൻ നില്ക്കയാണോ?

"എനിക്ക് പോണമല്ലോ രഘൂ. ഇതൊരു വല്ലാത്ത പൊല്ലാപ്പായല്ലോ? ദാമോദരൻ സ്വയം പഴിച്ചു. "മൊതലാളിമാർക്ക് കല്പനയിട്ടാ മതി. രാത്രി യായാലും പകലായാലും വളയം കൈയിലെടുത്തോണം. ഓരോരുത്ത ന്റെയൊക്കെ ഡ്രൈവറായാലത്തെ ഗതികേട്. ആജ്ഞാപിക്കുമ്പോ ഴൊക്കെ പോക്കോണം. ഇത്തിരി പെഴച്ചാ ആട്ടു മിച്ചോം. പെമ്പ്രന്നോ ത്തിയേം പിള്ളേരേം നേരെ ചൊവ്വെ ഒന്നു കാണാൻപോലും യോഗമി ല്ലെന്നായി..."

ദാമോദരന്റെ പിറുപിറുപ്പ് രഘുവിൽ അസ്വസ്ഥതയുളവാക്കി.

ഇടയ്ക്കിടെ കടന്നുപോകുന്ന ജീപ്പിലും ലോറിയിലുമൊക്കെ ഇരിക്കു ന്നവർ അവരെ ശ്രദ്ധിക്കുന്നു.

രഘു പറഞ്ഞു.

"എന്നാൽ ദാമോദരൻചേട്ടൻ പോയ്ക്കോ."

ദാമോദരൻ മിണ്ടിയില്ല. പോകാനും പോകാതിരിക്കാനും വയ്യാത്ത അവ സ്ഥ.

പതിനൊന്ന് എന്നാണ് പറഞ്ഞത്. പന്ത്രണ്ടുകഴിഞ്ഞു. പന്ത്രണ്ടരക ഴിഞ്ഞു. ഒന്നും കഴിഞ്ഞു. ഇനി ഇന്ന് പ്രതീക്ഷിക്കണോ?

"ശരി പോകാം."

അവസാനം രഘു പറഞ്ഞു. അവന്റെ മനസ്സിൽ നിരാശ കൂടുകെട്ടി. ആത്മാവിൽ നൊമ്പരമുണർന്നു. എന്തേ അവൾ വരാഞ്ഞു!

ഒരുപക്ഷെ, ആ ചന്ദ്രൻ പറഞ്ഞിട്ട് മാണി അറിഞ്ഞോ?

അവളെ കെട്ടിയിട്ടോ?

ഇനിയിപ്പോൾ?

രഘുവിന്റെ ഹൃദയം എരിഞ്ഞുനീറി.

ദാമോദരൻ കാർ സ്റ്റാർട്ടാക്കി. രഘു കടന്നിരുന്നു. ദാമോദരൻ രഘു വിനെ കവലയിൽ ഇറക്കിവിട്ടു. പിന്നെ കാർ നേരെ പായിച്ചു.

മുൻപോട്ട് ഓരോ അടിവയ്ക്കുമ്പോഴും രഘുവിന് എന്തെന്നില്ലാത്ത നിരാശ. ഇത്രയും പ്ലാൻചെയ്ത് തയ്യാറായിട്ടും കാര്യം നടക്കാതെപോയ

തിലുള്ള ഇച്ഛാഭംഗം.

തോട്ടത്തിലെ ഇരുട്ടിന്റെ മറപറ്റിത്തന്നെ രഘു ഷെഡ്ഡിനുള്ളിൽ കിട ന്നു. ഷർട്ടും മുണ്ടും മാറി. മടിക്കുത്തിൽ ഭദ്രമായിവച്ചിരുന്ന രൂപ എടുത്ത് ഓലഭിത്തിക്കിടയിലെ വിടവിൽ ഒളിച്ചുവച്ചു.

ഉറക്കം തെളിഞ്ഞ മട്ടിൽ ഷെഡ്ഡിൽ നിന്നിറങ്ങി ചൂളയ്ക്കരികിലേക്ക് നടന്നു.

കുഞ്ഞാപ്പുവും കൂട്ടരും പാട്ടുകച്ചേരിയാണ്. മദ്യത്തിൽ കൂടിക്കുഴഞ്ഞ സ്വരത്തിൽ രാഗവും താളവും സമന്വയിക്കുന്നു.

ഇടയ്ക്കിടെ തെങ്ങിന്റെ മുട്ടികൾ ചൂളയ്ക്കരികിലേക്ക് തിരുകുന്നു.

വല്ലാത്ത തണുത്ത കാറ്റ്. എവിടെയോ മഴ പെയ്യുന്നു എന്നതിന്റെ സൂചന. കാലവർഷം തുടങ്ങിക്കഴിഞ്ഞു. ഇനി അധികനാൾ ഇവിടെ നില്ക്കേണ്ടിവരത്തില്ല.

രഘുവിന്റെ മനസ്സപ്പോഴും പിടഞ്ഞു. നിഷ്ഠൂരനായ മാണി അവളെ തല്ലിച്ചതച്ചിരിക്കുമോ? തന്റെ സീതയെ?

അവൻ അവർക്കിടയിൽ ചെന്നിരുന്നു.

"എഴാ രഗുവേ..." നാണു വിളിച്ചു.

"എഴാ ആ തില്ലാനാ മോഹനാമ്പാളിന്റെ നടനശരിതം നീയൊന്ന് പഴഞ്ഞു ഘൊലാടുക്കെടാ എവഴ്ക്ക്..."

രഘു മിണ്ടിയില്ല...

"ലളിത പത്മിനി രാഗിണിമാരുടെ നടനം കണ്ടുട്ടൊണ്ടോടാ..."

അപ്പോഴും അവൻ മിണ്ടിയില്ല. മൗനത്തിന്റെ കൂട്ടിനുള്ളിലേയ്ക്ക് സ്വയം വലിഞ്ഞിരിക്കുന്ന അവനെ അവരവഗണിച്ചു. കള്ളിന്റെ ലഹരി സിരകളെയുണർത്തുംതോറും അവിടെ നടനവും പാട്ടും കഥകളിയും അരങ്ങേറി.

പുലർച്ച.

രാവിലെതന്നെ മഴപെയ്യുവാനുള്ള ആരംഭമാണോ?

പുലരിയുടെ മുഖത്ത് ഉത്സാഹം.

.... വാർത്ത കേൾക്കാനാവാതെ പകലോനും ചെവിപൊത്തിയോ?

മൂടിക്കെട്ടിയ പ്രകൃതി!

തന്റെ മനസ്സുപോലെതന്നെ.

മഴപെയ്യുമോ? പെയ്തുതുടങ്ങുമോ? പെയ്തടങ്ങിയെങ്കിൽ? അടക്കാ നാവാതെ ഉള്ളിൽ ഉത്ക്കടവികാരങ്ങൾ വിജൃംഭിച്ചു നില്ക്കേ രഘു ആ വാർത്ത കേട്ടു.

സീതയെ കാണുന്നില്ല...

ഞൊ!

ഉള്ളിൽ ഒരു വെള്ളിടി പൊട്ടി.

എന്ത്?

സീതയെ... സീതയെ...?

"നമ്മുടെ സീതേ കാണുന്നില്ലെടാ, നേരംവെളുത്തപ്പം പെണ്ണില്ല. ആ ജീപ്പുകാര് തട്ടിക്കൊണ്ടുപോയാരിക്കും!" പുലർച്ചെ കവലയ്ക്ക് പോയിട്ട് വന്നവരാണ് പറഞ്ഞത്.

'എല്ലാരും അങ്ങോട്ടു പോയേക്കുന്നു. ആ തങ്കച്ചേച്ചി ഇടിച്ചുതല്ലി നെലോളിക്കുന്നു."

"സീതേ കാണുന്നില്ല..." ആ വാക്കുകൾ രഘുവിനുചുറ്റും വട്ടംകറങ്ങി! അവന്റെ കൺമുൻപിൽ ഇരുട്ട്. കാലുകളുടെ ശക്തി ക്ഷയിച്ചു. അപ്പോൾ... അപ്പോൾ...?

സീത... എവിടെപ്പോയി...?

കാത്തുകാത്തുനിന്ന തന്റെയടുത്ത് വന്നില്ല.

പിന്നെ... പിന്നെയവൾ എവിടെ?

ഈശ്വരാ...

മാണി അവളെ ഭീകരമായി ഉപദ്രവിച്ചോ?

തന്റെയും മാണിയുടെയും ഇടയ്ക്കുകിടന്ന് വീർപ്പുമുട്ടി പിടഞ്ഞുപിട ഞ്ഞ്...

അവൾ വല്ല അവിവേകവും...

"സീതേ..."

രഘു നിനനിടത്തുതന്നെ തളർന്നിരുന്നുപോയി...!

ഇരുപത്തിയഞ്ച്

തങ്കയാണാദ്യം ഉണർന്നത്. തലേന്ന് ഇത്തിരി വൈകിക്കിടന്നതിനാൽ ഇത്തിരി വൈകിയാണ് തങ്ക ഉണർന്നതും.

എണീറ്റപാടെ അവർ നോക്കി. മൂലയിലെ അടുപ്പിൽ തീയെരിയുന്നി ല്ല, കാപ്പിക്ക് വെള്ളംവച്ചിട്ടില്ല.

സീത കിടന്നിരുന്ന പായ ശൂന്യം!

അടുപ്പിൽ തീ പൂട്ടാതെ ഈ പെണ്ണ് എവിടെപ്പോയി?

പിന്നിലുള്ള റബ്ബർ തോട്ടത്തിലോ മറ്റോ പോയിരിക്കാം.

തങ്ക മുഖം കഴുകിയിട്ട് അടുപ്പിൽ തീ പിടിപ്പിച്ച് കാപ്പിക്ക് വെള്ളംവെച്ചു.

തലേന്ന് ചന്ദ്രന്റെ അമ്മ തന്നയച്ച പായസം നിറച്ച മൊന്തയിലേക്ക് ഉറുമ്പുകൾ കൂട്ടംകൂട്ടമായി പ്രവഹിക്കുന്നു.

മൊന്തയെടുത്ത് കുടഞ്ഞ് ഉറുമ്പിനെ ഊതിത്തെറിപ്പിച്ചു. പെണ്ണിന്നലെ പായസം കുടിച്ചില്ല. വരുമ്പോ കുടിച്ചോളും. അവൾക്കിഷ്ടാ!

കാപ്പി തിളപ്പിച്ചുവാങ്ങി. ഒരു ഗ്ലാസിൽ കട്ടൻ ഊറ്റിക്കുടിച്ചുതീർന്നിട്ടും സീത വന്നില്ല.

തങ്ക പുറത്തേയ്ക്കിറങ്ങി. ചെറിയ കയ്യാലയിലൂടെ കയറി തോട്ടത്തിലേയ്ക്ക് കണ്ണോടിച്ചു.

ചുള്ളിപെറുക്കുകയോ ചൂട്ടുമടൽ തപ്പുകയോ ആണോ? തോട്ടത്തിൽ നില്ക്കുന്ന തെങ്ങിൽനിന്ന് വല്ലപ്പോഴും ഒരു തേങ്ങ വീണുകിട്ടും. അതോർത്ത് തപ്പുകയാണോ?

കാത്തു. സമയം വല്ലാതെ വൈകി. സൂര്യൻ ഉദിച്ചുയർന്നു.

പുറമ്പോക്കിലുള്ള മറ്റു കുടിലുകളിൽ തങ്ക വിളിച്ചുചോദിച്ചു.

"അവിടെങ്ങുമില്ല."

തോട്ടത്തിൽക്കയറി ഉറക്കെ വിളിച്ചു.

"സീതേ, എടീ സീതേ...'

ഇല്ല!

മറുപടിയില്ല!

തങ്കയുടെ ഉള്ളിൽ ഒരു കത്തൽ!

ഭയത്തിന്റെ ഒരു മിന്നൽപ്പിണർ! തോട്ടത്തിൽനിന്നിറങ്ങിവരുമ്പോൾ അവർ കണ്ടു.

"വാഴയ്ക്കിടയിൽ തിരുകിയിരുന്ന ഉടുതുണി! സീതയുടെ. ഇന്നലെ വൈകിട്ട് ഉടുത്തിരുന്നത്.

തങ്കയുടെ ഉള്ളിൽ ഇടിത്തീ വീണു.

അവർക്ക് തലകറങ്ങി. കണ്ണിൽ ഇരുട്ടായി. ശബ്ദിക്കാനാവാതെ ഇഴ ഞ്ഞാണവർ ചെറ്റപ്പുരയ്ക്കുള്ളിൽ കടന്നത്.

മകനെ അവർ കുലുക്കിയുണർത്തി.

മദ്യത്തിന്റെ ലഹരി നന്നായുണ്ടായിരുന്നതിനാൽ മാണി ഉണരാൻ വൈകി.

ഞായറാഴ്ചയായതിനാൽ കളത്തിലേക്ക് പോകണ്ട.

അമ്മയുടെ ഭയന്ന മുഖവും വിയർത്ത നെറ്റിയും കിതപ്പും പേടിച്ച രണ്ട ഭാവവും.

മാണിക്ക് അങ്കലാപ്പ്.

"മോനേ സീതേ... കാണുന്നില്ലെടാ..."

തങ്ക പൊട്ടിക്കരഞ്ഞുപോയി.

തലക്ക് കൈയുംകൊടുത്തവർ തറയിൽ തളർന്നിരുന്നു.

"അയ്യോ, എന്റെ പെണ്ണെന്തിയേ... എനിക്കെന്റെ പെണ്ണിനെ കാണ
ണേ." ഓർക്കാതിരുന്ന നിമിഷത്തിൽ നെഞ്ചത്തലച്ച് അവർ അലമുറയി
ട്ടു.

മാണിക്കുമുമ്പിൽ ആ രൂപം തെളിഞ്ഞു.

രഘു!

ഒപ്പം മറ്റൊരു രൂപവും.

പൊന്നു...

പായുകയായിരുന്നു.

ചെന്നപാടെ പൊന്നുവിനെ കടന്നുപിടിച്ചു. "എവിടെയീ എന്റെ പെങ്ങ
ള്. എവിടാന്നു പറയെടീ. അല്ലെങ്കിലീ നിമിഷം നിന്നെ ഞാൻ വെട്ടി അരി
ഞ്ഞിടും."

മാണി അലറി. അവന്റെ ഇരുമ്പുപോലുള്ള കരം അവളുടെ ശരീര
ത്താകമാനം ആഞ്ഞാഞ്ഞു പതിഞ്ഞു.

അവളെ പിടിച്ചുലച്ചു. അവളുടെ തല പരമ്പുമറയ്ക്കരികിലെ മുളം
തുണിലേയ്ക്ക് ആഞ്ഞടിപ്പിച്ചു...!

"പറേടീ, നിന്നെ കൊന്നിട്ട് ഈ പെരയ്ക്കും ഞാൻ തീയിടുമെടീ."

തീതുപ്പുന്ന കണ്ണുകൾ. അങ്കക്കലി പൂണ്ട രൗദ്രഭാവം. മാണി കൊല
വിളിയാണ് നടത്തുന്നത്.

പൊന്നുവിന്റെ ഇളയവരിൽ ഒരു പെൺകുട്ടിയേ സ്ഥലത്തുള്ളൂ. അവൾ
വാവിട്ടലറി.

ചീരൻ തടസ്സം പിടിക്കാൻ ചെന്നു. മാണി അയാളെ തട്ടിയകറ്റി.

പൊന്നു സഹിച്ചു. നിശ്ശബ്ദം. അലമുറയിട്ടില്ല. കണ്ണീരൊഴുക്കിയില്ല.
ഈ കൊടുങ്കാറ്റ് അവൾ പ്രതീക്ഷിച്ചതാണ്. ഇതവൾ സ്വയം വരുത്തിവ
ച്ചതാണ്. ഇതിന്റെ അവസാനം അവളറിയുന്നു. "ഛീ, പട്ടീ. നിന്നെക്കെ
ട്ടാൻ വേറെ ആരെയെങ്കിലും നോക്കെടീ..." എന്നാക്രോശിച്ച് അവൻ ഈ
ബന്ധം അവസാനിപ്പിക്കും.

ഇത് താൻ സ്വയം വരുത്തിവച്ചതാണ്. എന്നിട്ടും സീത രഘുവിനോ
ടൊപ്പം ആലുവായിൽ സുരക്ഷിതമായി എത്തിക്കഴിഞ്ഞിരിക്കും എന്ന
വാർത്ത പുറത്തുവിട്ടില്ല. അവൾ കടിച്ചുപിടിച്ചു നിന്നു. അവന്റെ ഉപദ്രവ
ങ്ങൾ സഹിച്ചു. ഭർത്സനങ്ങൾ കേട്ടു. ഒരു പ്രതിമയെപ്പോലെ നിന്നു.

മാണിക്കുമുൻപിൽ ആ രൂപം അപ്പോഴും മിഴിവോടെ നില്ക്കുന്നു. രഘുവിന്റെ രൂപം.

അവൻ പകവീട്ടിയിരിക്കുന്നു! വിജയിച്ചിരിക്കുന്നു! തെണ്ടി.

ആ തെണ്ടിയുടെ പേര് രണ്ടുമൂന്നു തവണ പൊന്നു ശുപാർശ ചെയ്തു. അതെ. ഇവളും തന്നെ ചതിക്കാൻ കൂട്ടുനിന്നു.

ഇവളറിയാതെ സീത പോകില്ല. തീർച്ചയാണ്.

"പറയെടീ ദ്രോഹീ... എന്റെ പെങ്ങളെവിടെപ്പോയി?" അവളുടെ മുടിക്കു കുത്തിപ്പിടിച്ചവൻ ആക്രോശിച്ചു വീണ്ടും.

"എടാ, തെണ്ടീ, എന്റെ പെണ്ണിനെ വിടെടാ..." ചീരൻ ഇടയ്ക്കുക ടന്നു വീണ്ടും.

"ഛീ, പോടോ കിഴവാ.." പുറംകൈകൊണ്ട് മാണി ഒരു തട്ടുകൊടു ത്തു.

ചീരൻ വെച്ചുവെച്ച് ചെറ്റമറയിൽ തട്ടി താഴെവീണു.

പെൺകുട്ടി വീണ്ടും അലമുറയിട്ടു. അവസാനം ആ പെൺകുട്ടി ഓടി കുഞ്ഞമ്മയുടെ അടുത്തെത്തി. വിവരമറിഞ്ഞതും അവർ പഞ്ഞെത്തി.

കലികൊണ്ട് വെളിച്ചപ്പാടിനെപ്പോലെ ഉറഞ്ഞുതുള്ളിയ കുഞ്ഞമ്മ, വന്നവഴിക്കുതന്നെ ബലമായി മാണിയെ തട്ടിമാറ്റിയിട്ട് പൊന്നുവിനെ മോചിപ്പിച്ചു.

"ദേ തള്ളേ, മാറിനിൽക്കുന്നുണ്ടോ?" മാണി അവരുടെ നേരെ തിരി ഞ്ഞു.

"നിന്നില്ലേലെന്നാ നീ പിടിച്ചങ്ങു വിഴുങ്ങോ? എന്നാലതൊന്നു കാണ ണോല്ലോ?" കുഞ്ഞമ്മ ഒരുങ്ങിത്തന്നെയാണ്.

"മാറി നിൽക്കാനാ പാറഞ്ഞെ?' മാണിയുടെ സ്വരമുയർന്നു.

"എടാ, നിന്താരാടാ എവള്? എവളെ തല്ലാൻ നെനക്കെന്താടാ ഇപ്പം കാര്യം?" കുഞ്ഞമ്മ ചോദ്യം ചെയ്തു.

"നിങ്ങളതറിയണ്ട. ഇവളെ ഞാനിന്നു കൊല്ലും." മാണി വീണ്ടും പൊന്നുവിനോട്ടടുത്തു.

"ഒവ്വോ!" കുഞ്ഞമ്മ ചിറികോട്ടി. "അതിന്റെ കാര്യമിങ്ങ് പറഞ്ഞാട്ടെ."

"ദേ നിങ്ങള് പുണ്യാളത്തി ചമയണ്ടാ. നിങ്ങളുടെ അറിഞ്ഞോണ്ടാ." മാണി അലറി.

"അറിഞ്ഞോണ്ടുതന്നെയാടാ. അതിനിപ്പോ എന്തോവേണം? നിന്റെ പെങ്ങള് ചൊണയുള്ള ആണുങ്ങടെകൂടെ പോയെന്നാരിക്കും. നന്നായി പ്പോയെടാ. നീ നിശ്ചയിക്കുന്നവനെയല്ല അവൾ കെട്ടുന്നത്. അവക്ക് ഇഷ്ടപ്പെടുന്നവനെയാണ്. നീ പോയി ഞൊട്ട്! ഒരു പുന്നാര ആങ്ങള

വന്നിരിക്കുന്ന സമയം! മൂക്കറ്റം കുടിം കഴിഞ്ഞ് നീ പൂരാ ഒറക്കാരുന്നാ
രിക്കും. പാതിരാത്രീല് പെങ്ങള് എറങ്ങിപ്പോകുന്നുണ്ടോന്നോന്നും നോക്കി
ഇരിക്കാൻ മേലാരുന്നോടാ നെനക്ക്? അതിനിപ്പോ ഈ പാവപ്പെട്ട പെണ്ണെ
ന്താടാ പെഴച്ചത്?" കുഞ്ഞമ്മ അങ്ങനെ തുള്ളിയുറങ്ങുനിന്നു.

ഇവരോട് എന്തു പറഞ്ഞാല് മതിയാകും എന്നമട്ടില് മാണി അവരെ
തുറിച്ചുനോക്കി പല്ലു കടിച്ചു.

"നീ നോക്കിയാലൊന്നും കുഞ്ഞമ്മ പേടിക്കത്തില്ലെടാ. ആ ചെറു
ക്കൻ നല്ലോനാ. നല്ല ചൊണയുള്ളോനുമാ. അവൻ കൊണ്ടുപോയി.
പോട്ടേന്ന് വയ്ക്കണം. കൊല്ലാനും തിന്നാനും ഒന്മല്ലല്ലോ. അവളിഷ്ട
പ്പെട്ട് ഇറങ്ങിപ്പയതല്ല്യോ? അവള് കണ്ടോന്റെ കൂടെപ്പോയി സുഖിക്കു
ന്നേന് നീയിവളെ എന്തിനാ തല്ലിച്ചതക്കുന്നേ? ദേ ഇമ്മിണി ചേതോണ്ട്.
ഈഹാ! ഇത് നല്ല പുതിനം. ആരും ചോദിക്കാനില്ലാന്നു കരുതി എന്തും
ചെയ്യാമെന്നോ? ഇക്കണക്കിന് നിന്റെ കെട്ടിയോളായിക്കഴിഞ്ഞാല് എവടെ
നല്ല എല്ല് മിച്ചംകിട്ടത്തില്ലല്ലോടാ. നീ പോ. നിനക്ക് വേണ്ടെങ്കില് ആ
വിവരം പറഞ്ഞാമതി. ഞാനൊന്ന് മൂളിയാല് എന്റെ പെണ്ണിനെ കൊണ്ടു
പോകാൻ ചെറുക്കന്മാരോടിവരുമെടാ. നീ നിന്റെ പാട്ടിനുപോ..." കുഞ്ഞമ്മ
അങ്ങനെ ഉറക്കെയുറക്കെ ശകാരിക്കയാണ് നിർത്താതെ.

"കുഞ്ഞമ്മേ..." പൊന്നു അസഹ്യതയോടെ വിളിച്ചു. വേദനയ്ക്കിട
യിലും അരുതെന്ന ധനി!

"എന്തോന്നാടീ, നെനക്ക് പൊള്ളിയോ? എന്നാല് അവനെ എടുത്തങ്ങ്
മടീല് വെച്ചോടീ. തല്ലിക്കൊല്ലട്ടെ... ഓ, അവൾക്കങ്ങ് സ്നേഹം കവി
ഞ്ഞൊഴുകുവല്ല്യോ...? ത്ഫൂ...!" കുഞ്ഞമ്മ പുച്ഛിച്ച് ആട്ടി.

എന്നിട്ടവർ തിരിഞ്ഞ് മാണിയോട് വീണ്ടും പറഞ്ഞു.

"പോടാ, പോ. പോയി നിന്റമ്മോട് പറഞ്ഞേക്ക്, മകള് നല്ല യോഗ്യ
നായ ഒരുത്തന്റെകൂടെയാ പൊറുക്കുന്നതെന്ന്. അവളിങ്ങു വരുമെന്നു
പറയ്. വരാതെവിടെപ്പോകാനാ. നെന്റമ്മ എന്നാ പറയുന്നതെന്ന്
ഞാനൊന്ന് നോക്കട്ടെ. അവള് ഒന്നും പറയാനില്ല. തള്ള തടിവഴി
പോയാല് പിള്ളേര് എലച്ചില് വഴിയേയാ. നെന്റപ്പനെ അവക്ക് കിട്ടിയ
ചരിത്രമൊന്നും എന്നെക്കൊണ്ട് പറയിപ്പിക്കരുതെന്നും പറഞ്ഞേക്ക്..."

അവരെ തൂക്കിയെടുത്ത് പുറത്തേക്ക് ആഞ്ഞെറിയാനാണ് മാണിക്ക്
തോന്നിയത്. നാശംപിടിച്ച തള്ള! നാക്കിന് എല്ലില്ലാതെ കിടന്നലറുന്നു...!

പക്ഷേ, മാണി സ്വയം പിൻമാറി. ഇവരോട് പറഞ്ഞിട്ട് കാര്യമില്ല.
ആരും നിയന്ത്രിക്കാനില്ലാതെ തോന്ന്യാസം ജീവിക്കുന്ന സ്ത്രീ. നാക്കു
വളയുന്ന രീതിയിൽത്തന്നെ സംസാരിക്കാൻ മടിയില്ല അവർക്ക്.

ആ ദേഷ്യംകൂടി അവന് പൊന്നുവിന്റെ നേർക്കാണ് തോന്നിയത്.

തന്നെ കൊച്ചാക്കാൻ. മുഖത്തു കരി തേയ്ക്കാൻ ഇവളും കൂട്ടുനി
ന്നു. അവൾക്ക് തന്നേക്കാൾ വലുതാണോ വരത്തൻ...ങും.

വരത്തൻ ഇവളുടെ ആരാ?

അവനല്ലേ അവളുടെ ദൈവം?

ദൈവം!

ങും. അവനിങ്ങു വരട്ടെ. ഇനി കാട്ടിക്കൊടുക്കാം.

വാശിയെങ്കിൽ വാശി. മാണി തോല്ക്കില്ല. മാണി ഒരു തീരുമാനമെടു
ത്തു.

ഇനിയൊരിക്കലും ആ വരത്തൻ ഈ നാട്ടില് കാലുകുത്തരുത്. തന്റെ
പെങ്ങളാണെങ്കിലും അവളും വരണ്ട. അവളുടെ മുഖം പോലും തനിക്ക്
കാണണ്ട. കണ്ണിലെ കൃഷ്ണമണിപോലെ സൂക്ഷിച്ചതാണവളെ.
സ്നേഹിച്ചതാണവളെ. അവസാനം അവൾ നെഞ്ചിൽത്തന്നെ കത്തിയി
റക്കി.

മുറിവേറ്റാലെന്നതുപോലെ മാണിക്ക് വേദന തോന്നി.

അവൻ മുഖംകുനിച്ച് അവിടെനിന്നിറങ്ങി. ആ പോക്കു കണ്ടപ്പോൾ
സ്വന്തം ഹൃദയം കത്തിക്കാളുന്നതുപോലെ പൊന്നുവിനു തോന്നി. അവൾ
തളർന്ന് താഴെയിരുന്നതപ്പോഴാണ്.

കരഞ്ഞു തളർന്നിരിക്കുന്ന തങ്കയെ അവൻ കാര്യം പറഞ്ഞ് ബോധ്യ
പ്പെടുത്തി.

"ഇനി കരയേണ്ട." അവൻ പറഞ്ഞു. "അവൾ പോയതാണ്.
പൊകഞ്ഞ കൊള്ളി പൊറത്ത്.

"ആ കല്യാണിയോടും ചെറുക്കനോടും ഇനി എന്നാ പറയുമെടാ?
തങ്കയ്ക്ക് സഹിക്കാനാവാതെ വീണ്ടും കരഞ്ഞു.

ഓമനിച്ചു വളർത്തിയതാണവളെ. അപ്പുറത്തും ഇപ്പുറത്തുമുള്ള അമ്മ
മാരെപ്പോലെയല്ല. അവളെ നുള്ളിനോവിച്ചിട്ടില്ല. ചീത്ത വിളിച്ചിട്ടില്ല. തന്റെ
മക്കളെ രണ്ടുപേരെയും പൊന്നുപോലെയാണ് വളർത്തിയത്.

എന്നിട്ടും ഇങ്ങനെ ചെയ്തല്ലോ.

തങ്ക തേങ്ങിക്കരഞ്ഞു. നെഞ്ചത്തലച്ചു.

"ആ പെങ്കൊച്ച് എത്ര പാവമാരുന്നു." അയൽക്കാർ മൂക്കത്തു വിരൽവ
ച്ചു. "ഇത്ര ഭയങ്കരിയാണെന്നോർത്തില്ല."

"ആ... പാവമാണെന്നുംപറഞ്ഞ് നടക്കുന്നവളുമാരാ ഇത്തരം പണി
കാണിക്കുന്നതും." മറ്റു കളങ്ങളിൽ പണിയെടുക്കുന്നവർക്ക് വാർത്ത
യായി. ചിന്നമ്മയും മറ്റും നേതൃത്വം കൊടുത്തു.

"എന്നാലും എവള് കൊള്ളാമല്ലോ?"

"ഈ പെമ്പിള്ളേളരെ ഒന്നിനേം വിശ്വസിക്കരുത്. എവളുമാരൊക്കെ ഒരുവകയാ."

"എന്നാലും സീത ഇങ്ങനെ ചെയ്തല്ലോ?"

"കഷ്ടം! ചന്ദ്രനുമായി സംബന്ധം നിശ്ചയിച്ചിരുന്നതല്ല്യോ?"

"അവൾക്കവനെ പിടിച്ചില്ലായിരിക്കും. അവനെക്കാളിത്തിരുടെ മോറു വെളുത്തവനെ കണ്ടപ്പം അവനെ മതി."

"കല്യാണിക്കും ചെറുക്കനും വല്യ നാണക്കടായിപ്പോയി."

ആളുകൾ അങ്ങനെ ഓരോന്നു പറയുന്നു. മാണിയും അതുതന്നെ യാണ് ആലോചിച്ചത്. ചന്ദ്രനെക്കുറിച്ച്. അവനോടെന്തു പറയും?

അവന്റെ മുഖത്തെങ്ങനെ നോക്കും?

"നിന്റെ കൂടെ മാത്രമേ എന്റെ പെങ്ങളെ ഞാനയയ്ക്കൂ" എന്ന് ഒരാ യിരം വണ ആവർത്തിച്ചു പറഞ്ഞിട്ടുള്ളതാണ്.

എന്നിട്ടിപ്പോൾ?

ഇന്നലെ വിവാഹത്തീയതി നിശ്ചയിക്കുവാനിരുന്നതാണ്.

നിശ്ചയിച്ചുപോകുമായിരുന്നു.

പക്ഷെ, ചന്ദ്രൻ വന്നില്ല.

ഇന്നലെ അവനെവിടെപ്പോയിരുന്നു?

ഒന്നും പറയാതെ താനിതാ വരുന്നു എന്നും പറഞ്ഞ് സീതയ്ക്കു വേണ്ടി വാങ്ങിയ ബ്ലൗസിന്റെ തുണിയുമായി പോന്നതാണ്. താനും അപ്പഴേ യാത്ര പറഞ്ഞിരുന്നു.

പിന്നവൻ എവിടെപ്പോയി? അതാണ് മനസ്സിലാകാത്തതും.

അവനെ ഒന്നു കണ്ടുപിടിക്കണം. അവനോട് ക്ഷമ ചോദിക്കണം. അവന് നേരിട്ട അപമാനത്തിന് മാപ്പുപറയണം.

ഓർത്തപ്പോൾ വേദന തോന്നി.

മറ്റൊരുവന്റെ മുമ്പിൽ താൻ തലകുനിച്ചു നില്ക്കുക. തന്റെ പെങ്ങൾ ഒരുത്തികാരണം. വേണ്ട. അവളിനി ഇവിടെ വരണ്ട. വന്നാൽ താൻ കൊല്ലും! രണ്ടിനേം കൊല്ലും.

ഓും. ഒരുത്തനെ വിളിച്ചുകൊണ്ടുവന്നിരിക്കുന്നു. ഒരു വരത്തനെ. ഇവി ടെയുള്ളവർ പോരാഞ്ഞിട്ട്. ഒന്നുപറഞ്ഞിട്ടുതന്നെ കാര്യം?

എല്ലാത്തിനും കാരണം ബേബിച്ചൻ മുതലാളിയാണെന്ന് മാണിക്കു തോന്നി. രണ്ടുവാക്ക് പറഞ്ഞിട്ടേയുള്ളൂ.

അവനെയെന്നല്ല, അന്യനാട്ടീന്നൊരുത്തനേം ഇനി ഇവിടെ പണിക്ക് വരുത്തരുത്. എത്ര കേമനാണെങ്കിലും...

അതല്ല, തന്റെ വാക്ക് മുതലാളി കേൾക്കാനല്ല ഭാവമെങ്കിൽ താനും ചന്ദ്രനും ഉൾപ്പെടെ എല്ലാ പണിക്കാരും പണിമുടക്കും. രാരിച്ചൻ മുത ലാളി എത്ര പ്രാവശ്യമായി അയാളുടെ കളത്തിലേയ്ക്ക് ക്ഷണിക്കുന്നു,

ഉം. വരട്ടെ. കാട്ടിക്കൊടുക്കാം.

വാശിയോടെ മാണി ഇറങ്ങിനടന്നു. ബേബിച്ചൻമുതലാളിയുടെ ബംഗ്ലാ വാണ് ലക്ഷ്യം.

പക്ഷെ...

കവലയിലെത്തിയപ്പോൾ നേരെ മുമ്പിൽ രഘു!

മാണിയുടെ കണ്ണുകൾ ആളിക്കത്തി.

ഒരു ശവംപോലെ വിളക്കുകാലിൽ ചാരിനിൽക്കുകയാണ് രഘു.

പക്ഷെ, മാണി സ്വയം കത്തിപ്പടരുകയാണ്. ഉം. അവളെ ഒളിപ്പിച്ചിട്ട് ഒന്നുമറിയാത്ത ഭാവത്തിൽ വന്ന് കവലയിൽ നില്ക്കുന്നോ?

"എടാ, ചെറ്റേ?"

മാണി ഒന്നു കുതിച്ചു. രഘുവിനെ കടന്നുപിടിച്ചു.

"എടാ..." അവൻ അലറി. "എവിടെടാ എന്റെ പെങ്ങൾ? പറയെടാ കഴുവേറീ..."

മാണി രഘുവിനെ ആഞ്ഞടിച്ചു. വീണ്ടും വീണ്ടും...

എതിർക്കാൻ പോയിട്ട് ഒന്നു മിണ്ടാൻപോലും ശക്തി നഷ്ടപ്പെട്ട് തളർന്നു നില്ക്കയാണ് രഘു! അവൻ കുഴഞ്ഞ് താഴെവീണു.

ആളുകൾ ഓടിക്കൂടി.

കുഴഞ്ഞു താഴെവീണുകിടക്കുന്ന ആ ചെറുപ്പക്കാരനെ തികട്ടിവരുന്ന വീറോടെ വീണ്ടും വീണ്ടും തൊഴിക്കയാണ് മാണി.

ഇരുപത്തിയാറ്

മാണി അടങ്ങിയിരുന്നില്ല. അയാൾ ആരൊക്കെയോ പറഞ്ഞതനുസ രിച്ച് പരാതിയുമായി പോലീസ് സ്റ്റേഷനിലേയ്ക്കോടി.

ഉച്ചകഴിഞ്ഞപ്പോൾ കളത്തിലെ ഷെഡ്ഡിനു മുൻപിൽ പോലീസ് ജീപ്പ് പാഞ്ഞുവന്നുനിന്നു.

"കേറെടാ വണ്ടീലോട്ട്. കള്ള റാസ്കൽ. നിനക്ക് ചൊവ്വുള്ള പെമ്പി ള്ളേരെക്കണ്ടാൽ പ്രേമിക്കണം, അല്ലേടാ മോനേ." രഘുവിനെ പൊക്കി യെടുത്ത് ഒരു കോൺസ്റ്റബിൾ ജീപ്പിനുള്ളിലേക്കിട്ടു.

തല ശക്തിയായി ജീപ്പിന്റെ പടിയിലിടിച്ചു. "അമ്മേ..." അവൻ അറി യാതെ നിലവിളിച്ചുപോയി.

അവന്റെ കൂട്ടുപണിക്കാരും അമ്പരന്നുപോയി

എന്ത്?

സീതയെ കൊണ്ടുപോയത് രഘുവാണെന്നോ? അവർ ഒളിച്ചോടി യെന്നോ? അവളെ ഒളിപ്പിച്ചിട്ട് അവൻ വന്നു എന്നോ?

ആർക്കും ആ വാർത്ത വിശ്വസിക്കാൻ കഴിഞ്ഞില്ല. രഘു അവളോട് മിണ്ടുന്നത് കണ്ടിട്ടുണ്ട്. അവളും വല്ലതും തിരിച്ചുമിണ്ടിയെന്നിരിക്കും.

പക്ഷെ, അവൾ ചന്ദ്രനുള്ള പെണ്ണല്ലേ? ആളുകൾക്കത് വിശ്വസിക്കാൻ കഴിയുന്നില്ല.

സ്റ്റേഷനിൽ ജീപ്പുനിന്നു.

അവനെ അവർ വലിച്ചിറക്കി. മാണി കൊടുത്ത അൻപതു രൂപയുടെ വീറുകാട്ടാൻ കാത്തുനില്ക്കുന്നവർ.

"നീ സിനിമാസ്റ്റെലിലാ പെണ്ണുമോഷണം അല്ലേടാ..." അവന്റെ കവിൾത്തടങ്ങൾ തകരുംവിധം ഇരുമ്പുദണ്ഡുപോലുള്ള കരങ്ങൾ മാറി മാറിവീണു.

"പറയെടാ, അവളെവിടെ?"

"എനിക്ക് അറിയത്തില്ല സാറേ... എനിക്കറിയത്തില്ല." ഓരോ അടി കൊള്ളുമ്പോഴും രഘു ഞരങ്ങിക്കൊണ്ടിരുന്നു.

ബൂട്ട്സിട്ട കാലുകൾ അവന്റെ പുറത്തും വയറ്റത്തും പാടുകൾ സൃഷ്ടി ച്ചു.

അവന്റെ ബോധം പതിയെ മറയുകയായിരുന്നു. കണ്ണുകളിൽ ഇരുട്ട്. തലച്ചോറിൽ മിന്നൽപ്പിണരുകൾ. തളർന്നു താഴെവീണു.

കടവായിലൂടെ രക്തമൊഴുകി.

"കഴുവേറിമോനേ ആ മൂലേലോട്ട് തട്ടിയിട്. കല്ലുപിളർക്കുന്ന കല്പ ന. ദുർഗന്ധം വമിക്കുന്ന മൂലയിൽ ബോധമറ്റ് രഘു ചുരുണ്ടുകൂടിക്കിട ന്നു.

സ്റ്റേഷൻ മുറ്റത്ത് രഘുവിന്റ കളത്തിൽ അവനോടൊപ്പം താമസിച്ചി രുന്നു എല്ലാവരുമെത്തി. ഒപ്പം ബേബിച്ചൻ മുതലാളിയും.

മുതലാളി ഇൻസ്പെക്ടറെ കണ്ടു. സംസാരിച്ചു. രഘുവിന്റെ കൂട്ടുപ ണിക്കാരെ ഇൻസ്പെക്ടർ അകത്തേയ്ക്കു വിളിച്ചു ചോദ്യം ചെയ്തു.

"സാറേ ഇന്നലെ ചൂളയ്ക്കകത്ത് മുട്ടിയുന്തിവയ്ക്കുകയായിരുന്നു, എല്ലാവരുംകൂടെ. ഞങ്ങളാരും ഒറങ്ങീട്ടില്ലേ. വെളുക്കുവോളം രഘു ഞങ്ങ ളോടൊപ്പം ഉണ്ടായിരുന്നേ." കുഞ്ഞാപ്പു പറഞ്ഞു. "എടയ്ക്ക് ഇത്തിരി നേരം അവനുറങ്ങാൻ ഷെഡ്ഡിലേക്കു പോയി. ബാക്കി മുഴുവൻ സമയവും അവൻ ഞങ്ങടെ കൂടെ ഒണ്ടാരുന്നു സാറെ."

ഇടയ്ക്ക് ഉറങ്ങാനെന്ന വ്യാജേന രഘു പുറത്തേയ്ക്കിറങ്ങിപ്പോയതോ സീതയെകാത്തുനിന്നതോ ദാമോദരനുമൊത്ത് തിരികെ പോന്നതോ തോട്ട ത്തിലൂടെ കടന്ന് പഴയതുപോലെ തന്നെ അവരുടെ ഒപ്പം മുട്ടിയുന്താൻ ഇരുന്നതോ ഒന്നും കള്ളിന്റെ ലഹരിയിൽ അവർ ശ്രദ്ധിച്ചില്ലാ എന്നതാണ് സത്യം. ആകെ തകർന്ന തളർന്ന ശരീരവുമായാണ് അവൻ തങ്ങളോ ടൊപ്പം ഇരിക്കുന്നതെന്നും അവർ അറിഞ്ഞിരുന്നില്ല.

രഘുവിനുവേണ്ടി മുതലാളി ജാമ്യം നല്കി. മൂലയിൽ ചുരുണ്ടുകൂടി ക്കിടന്ന രഘു പുറത്തേയ്ക്ക് ആനയിക്കപ്പെട്ടു.

അടികൊണ്ട് തടിച്ചുവീർത്ത ചുണ്ടുകളും ചുവന്നു തിണർത്ത കവിൾത്തടങ്ങളും.

നിവർന്നുനില്ക്കുമ്പോൾ പുറത്തും അടിവയറ്റിലും മിന്നൽപ്പിണറുകൾ. അവന്റെ മിഴികൾ ചുവന്നു കലങ്ങിയിരുന്നു. തുളുമ്പി ഒഴുകിയിരുന്നു.

കാറിനടുത്തുനിന്നിരുന്ന ദാമോദരൻ അവനെക്കണ്ടു.

പാവം! സഹതാപത്തോടെ ദാമോദരൻ അവനെ നോക്കി. കാറിനു ള്ളിൽ കടന്നിരിക്കാൻ അയാൾ സഹായിച്ചു.

മുൻസീറ്റിൽ മുതലാളി. തിരിഞ്ഞ് അവനെ നോക്കിപ്പറഞ്ഞു.

"ഇന്നലെ പാതിരാത്രിയായപ്പോഴാണ് നിങ്ങള് തമ്മില് പിരിഞ്ഞതെന്നും ആ പെങ്കൊച്ച് ഇറങ്ങിവന്നില്ലെന്നും ഒക്കെ ദാമോദരൻ പറഞ്ഞിരുന്നു. അതുകൊണ്ടാ ഞാനിപ്പോൾ വന്നതും. ഞാൻ കരുതിയത് നിങ്ങൾ ആലു വായിലെത്തിക്കാണുമെന്നല്ലേ? അപ്പോൾപ്പിന്നെ ആ പെണ്ണ് എവിടെ പ്പോയി? തന്നെയും മാണിയെയും വിഷമിപ്പിക്കാതിരിക്കാൻ വല്ലടത്തും പോയി ചത്തോ ആവോ?"

രഘു ഞെട്ടിപ്പോയി!

ചത്തോ ആവോ? എത്ര ലാഘവത്തോടെ പറയുവാൻ മുതലാളിക്ക് കഴിയുന്നു? ഇല്ല, അവൾക്കതിന് കഴിയില്ല. ഈശ്വരാ അങ്ങനെ സംഭവി ക്കരുതേ. തനിക്ക് ലഭിച്ചില്ലെങ്കിലും വേണ്ടില്ല, അവൾ ജീവിച്ചിരു ന്നാൽമാത്രം മതി! അവൾ എവിടെയെന്നറിഞ്ഞാൽ മാത്രം മതി.

ശരീരത്തിന് ഏറ്റ മുറിവുകളും ക്ഷതങ്ങളും അവനെ തെല്ലും അലട്ടു ന്നില്ല. അതവന് പ്രശ്നമേ അല്ല.

അവന്റെ നെഞ്ചിൽ ഒരേ ഒരു ചോദ്യം മാത്രം കെട്ടിനിന്നു.

സീതേ, നീയെവിടെ? നീയെവിടെ പോയി ഒളിച്ചിരിക്കുന്നു.? പറയൂ, ഞാനും വരാം. ഏത് ഗുഹാന്തർഭാഗത്താണെങ്കിലും ഈ രഘു വരും.

"രഘു നാട്ടിൽ പോകുന്നോ?" മുതലാളിയുടെ സ്വരം അവനെ ചിന്ത കളിൽ നിന്നും ഉണർത്തിവിട്ടു.

"വേണ്ട." അവന്റെ ക്ഷീണസ്വരം.

ഷെഡ്ഡിനു മുൻപിൽ അവനെ മുതലാളി ഇറക്കിവിട്ടു. നടക്കാൻപോലും കഴിയാതെ അവനിറങ്ങി പതിയെ വന്നപ്പോൾ കൂട്ടുപണിക്കാരുടെ ഉള്ളം പിടഞ്ഞു. അവർ അവനെതാങ്ങി. ഷെഡ്ഡിനുള്ളിൽ കിടത്തി. വെള്ളം തിള പ്പിച്ച് ചൂടുവച്ചു. മണൽ ചൂടാക്കി കിഴികുത്തി. കടുംകാപ്പി തയ്യാറാക്കി ചൂടോടെ വായിൽ ഒഴിച്ചുകൊടുത്തു. ശരീരം മുഴുവൻ തടവി. കുഴമ്പു പുരട്ടി.

രഘുവിനോടൊപ്പം സീതയില്ല എന്നറിഞ്ഞപ്പോൾ മാണി ആകെ നടു ങ്ങി. അവൻ വിയർത്തു. പരവശനായി അവൻ താഴെയിരുന്നുപോയി!

തങ്ക വീണ്ടും ആർത്തലച്ചു!

എന്ത്? രഘുവിന്റെ ഒപ്പം സീതയില്ലെന്നോ, അവൾ ഇറങ്ങിച്ചെന്നി ല്ലെന്നോ? പൊന്നു നടുങ്ങിപ്പോയി! അവളുടെ ശ്വാസഗതി നിലച്ചതുപോ ലെയായി. ഉടുതുണിയഴിച്ചിട്ട് ഉടുത്തൊരുങ്ങിയിറങ്ങിയ അവൾ പിന്നെ വിടെ? കുഞ്ഞമ്മയും ആകെ വിയർത്തു.

പിന്നെ... പിന്നെ സീതയെവിടെ?

കുഞ്ഞമ്മയ്ക്കാണാ ഓർമ ആദ്യമുണ്ടായത്. ആ കശ്മലന്മാർ! ജീപ്പു കാർ.

രണ്ടിനേം തൂത്തുവാരുമെന്ന് വീറോടെ പറഞ്ഞതാണവർ.

അവർ സീതയെ...!

ഈശ്വരാ...

പൊന്നുവും ഒപ്പം കുഞ്ഞമ്മയും നെഞ്ചിൽ കൈവച്ചു! ഈശ്വരാ അവ രാണ്...

പൊന്നു ഇറങ്ങിയോടി. തന്നെ തല്ലിയതോ തള്ളിപ്പറഞ്ഞതോ വകവ യ്ക്കാതെ പൊന്നു. മാണിയുടെ കുടിലിലെത്തി. മാണി ഓലമറയിൽ ചാരി ഇരിക്കയാണ്.

"മാണിച്ചേട്ടാ, ആ ജീപ്പുകാർ..." കുതിപ്പോടെ പൊന്നു തുടർന്നു... "അവരായിരിക്കും നമ്മുടെ സീതെ..."

അവൻ തുറിച്ചുനോക്കി.

ആ നോട്ടം കണ്ടപ്പോൾ പൊന്നുവിന്റെ നാവിന്റെ ചലനം നിലച്ചു. ഭയത്തോടെ അവൾ പതിയെ മന്ത്രിച്ചു.

"എനിക്ക് അതിന്റെ നമ്പർ അറിയാം മാണിച്ചേട്ടാ."

മാണിയുടെ തുറിച്ചുനോട്ടത്തെ വകവയ്ക്കാതെ പൊന്നു ആ നമ്പർ പറഞ്ഞുകൊടുത്തു.

മാണിക്ക് എന്തങ്കിലും പറയുവാനുണ്ടായിരുന്നില്ല. മരവിച്ച ശരീരവും

മരിച്ച ചേതനയുമായി അവൻ പതിയെ മുൻപോട്ടുനീങ്ങി.

ആ വാർത്ത നിമിഷംകൊണ്ട് കാട്ടുതീയായി പടർന്നുപിടിച്ചു.

സീതയെ ജീപ്പുകാർ തട്ടിക്കൊണ്ടുപോയി.

പകൽ കൊണ്ടുപോകാൻ ശ്രമിച്ചതല്ലേ? രാത്രിയിൽ പതിയിരുന്നവർ തട്ടിക്കൊണ്ടുപോയിരിക്കുന്നു!

"എന്നാലിനി വല്ല റോഡിലോ പുഴയിലോ ശവം നോക്കിക്കൊണ്ടാൽ മതി." ഓരോരുത്തരും അവരവരുടെ യുക്തിക്കനുസരിച്ച് അഭിപ്രായം രൂപീകരിക്കയാണ്.

"വല്ല കാട്ടിലുമാകാനും മതി."

"കഷ്ടം നല്ലൊരു പെങ്കൊച്ച്."

"ഓ, ഇനി ജീവിച്ചിരുന്നാലും കാര്യമില്ല. തിരിച്ചുവന്നാലും ആരാ കൊണ്ടുപോകുന്നെ. കണ്ടോരു കൊണ്ടുപോയി നശിപ്പിച്ചിട്ടുവന്നാൽ ഈ രഘുപോലും കൈയേൽക്കത്തില്ല. പിന്നാ?"

"ഓരോന്നിന്റെ ഓരോ വിധി"

"ഉം, അവൾ ആളിത്തിരി വെളഞ്ഞ വിത്തുതന്നാ. അതാ ഈ അനുഭവം!"

എന്തെല്ലാം അഭിപ്രായങ്ങൾ. തനതായി അവരവരുടെ യുക്തിക്കനു സരണമായി കെട്ടിച്ചമച്ചെടുക്കുന്ന വാദങ്ങളും പ്രസ്താവനകളും.

നല്ലവരെ ചീത്തയായി ചിത്രീകരിക്കുവാൻ ഒരു നിമിഷംമതി ഈ നാട്ടു കാർക്ക്. പൊടിപ്പും തൊങ്ങലും ചേർത്ത് വാർത്ത നിമിഷത്തിനുള്ളിൽ പ്രചരിപ്പിക്കും. എന്നാൽ ചീത്തയായിരുന്ന ഒരു മനുഷ്യൻ നല്ലവനാ യാലോ?

വർഷങ്ങൾതന്നെ കഴിഞ്ഞാലും ഒരുപക്ഷെ, ആ വാർത്ത അർഹി ക്കുന്ന പ്രാധാന്യത്തോടെ വേണ്ടപ്പെട്ടവർ പോലും അറിഞ്ഞില്ലെന്നുവ രും. അതാണീ നാട്. അങ്ങനെയാണ് നാട്ടുകാർ.

മാണി നേരെ പോയത് മുതലാളിയുടെ ബംഗ്ലാവിലേക്കായിരുന്നു. കല ങ്ങിയ കണ്ണുകളോടെ വിതുമ്പുന്ന ചുണ്ടുകളോടെ മാണി എല്ലാ വിവര ങ്ങളും പറഞ്ഞു.

പൊന്നു പറഞ്ഞ നമ്പരും അവൻ പറഞ്ഞു. "മൊതലാളീ അവളെ അവർ കൊല്ലും." മാണി തേങ്ങിപ്പോയി. "കാലന്മാര് അവളെ കടിച്ചുകീ റും." മാണി സ്വയം തലയ്ക്കടിച്ചു.

"എടാ, പെമ്പിള്ളേളെര് പ്രായമായാൽ കുറേയൊക്കെ അവരുടെ ഇഷ്ടോം നോക്കണം. അവൾക്കിഷ്ടപ്പെട്ടവന്റെ കൂടെ പറഞ്ഞയയ്ക്കാൻ മേലാ രുന്നോ നെനക്ക്." മുതലാളി മാണിയെ കുറ്റപ്പെടുത്തി. ശാസിച്ചു.

"അന്നേരം നിന്റെ വാശി ജയിക്കണം. എന്നിട്ടിപ്പോളെന്തിന് ചങ്കത്ത ലയ്ക്കണം?"

"മുതലാളീ, ഇതാ ജീപ്പുകാരാ."

"ആ ജീപ്പുകാരാണെന്നുള്ളതിന് തെളിവുണ്ടോ?" മുതലാളി ചോദി ച്ചു.

മാണി ഒന്നു നടുങ്ങി!

അവരാണെന്നുള്ളതിന് തെളിവുണ്ടോ? ഇല്ല. ഒരു തെളിവുമില്ല. ഊഹാ പോഹമാണ്.

"രഘുവിന്റെ കൂടെപ്പോകാൻ അവൾ വഴിയിലിറങ്ങിക്കാണും. അപ്പോൾ അതിലേ കടന്നുപോയത് ജീപ്പോ കാറോ എന്തായാലും അതിലിരിക്കു ന്നവർ മനുഷ്യരാണെങ്കിൽ കാറുനിർത്തും. അവളെ പൊക്കിയെടുക്കും. അതാ ഞാൻ പറഞ്ഞത്. രാത്രിയിൽ അവൾ വെളിയിലിറങ്ങാൻ കാര ണക്കാരൻ നീയാണെന്ന്!"

മാണി അതു മനസ്സിലാക്കുന്നു. രഘുവിനോടുള്ള ദേഷ്യം ഒന്നു മാത്ര മായിരുന്നു ആ വാശിയുടെ പിന്നിൽ. എന്തിനവനോട് വാശിവച്ചു.

മുതലാളിക്കുമുൻപിൽ തനിക്കുണ്ടായിരുന്ന ഒന്നാംസ്ഥാനം അവൻ തട്ടിയെടുത്തു.

രഘു തട്ടിയെടുത്തതോ അതോ മുതലാളി മനഃപൂർവം അവന് നൽകി യതോ? രണ്ടായാലും രഘു കാരണക്കാരനാണ്.

ആ വൈരാഗ്യം പകയായി ഉള്ളിൽ സൂക്ഷിച്ചു. അതുകൊണ്ടുതന്നെ അവനെ തന്റെ അളിയനാക്കില്ല എന്ന് തീർച്ചപ്പെടുത്തി. പൊന്നു പലത വണ സൂചിപ്പിച്ചിട്ടും വകവെച്ചില്ല.

മുതലാളി പറഞ്ഞത് ശരിയാണ്.

തന്റെ വാശി ജയിച്ചപ്പോൾ തനിക്ക് നഷ്ടമായത് തന്റെ ഒരേയൊരു സഹോദരിയെയാണ്.

കുറ്റബോധം ഉള്ളിൽ കുത്തിനിറച്ച് വേദനയോടെ മാണി പതിയെ അവിടെനിന്നിറങ്ങിനടന്നു. വെറുതെ, താൻ രഘുവിനെ തല്ലി. പോലീ സിനെക്കൊണ്ട് മർദിപ്പിച്ചു.

വേണ്ടിയിരുന്നില്ല.

കഷ്ടം!

മാണി പോയി തെല്ലു സമയം കഴിഞ്ഞപ്പോൾ വേച്ചുവേച്ച് രഘുവെ ത്തി. മുതലാളി വരാന്തയിൽത്തന്നെയുണ്ട്.

എന്റെ... എന്റെ സീതയെ രക്ഷിക്കണം മുതലാളീ... എനിക്ക് അവളി ല്ലാതെ ജീവിക്കാൻമേല." രഘു കൊച്ചുകുട്ടിയെപ്പോലെ വിതുമ്പിപ്പൊ

ട്ടി.

"രഘു" ശാന്തനായി ബേബിച്ചൻമുതലാളി വിളിച്ചു.

"കുറേപ്പേര് ഒന്നിച്ചുകൂടി ഗൂഢമായി ആലോചിച്ച് ഒരു പെൺകുട്ടിയെ തട്ടിക്കൊണ്ടുപോകുന്നത് അവളെ വെറുതെ കണ്ടുകൊണ്ടിരിക്കാനാ ണെന്ന് തോന്നുന്നുണ്ടോ?

മുതലാളി അവനെ തറച്ചുനോക്കി. രഘു വിളറി! അവന്റെ മുഖം തെല്ലു കുനിഞ്ഞു.

"അങ്ങനെയാണെങ്കിൽ ഇനി അവളെന്തിന് തിരിച്ചുവരണം?" മുത ലാളി ചോദിച്ചു,

"മുതലാളീ..." രഘു ഉറക്കെ വിളിച്ചു.

"എടാ. കുറേ കശ്മലൻമാർ കടിച്ചുകീറിയ അവളെ നീയിനി സ്വീകരി ക്കുമോടാ." മുതലാളി രഘുവിന്റെ മുൻപിൽ ക്രൂരമായ ഒരു സത്യം തുറ ന്നുവെച്ചു.

രഘു നടുങ്ങിപ്പോയി!

"അത്... അത്..." അവൻ വിക്കി.

"അവളില്ലാതെ ജീവിക്കാനാവില്ലെന്ന് നീ പറഞ്ഞു. ഇപ്പോളെന്തു തോന്നുന്നു."

"പക്ഷെ... പക്ഷെ, മുതലാളി എനിക്കവളെയൊന്ന് കണ്ടാൽ മാത്രം മതി." രഘുവിന്റെ ഉൾത്തടം വിങ്ങിപ്പൊട്ടുകയാണ്.

"ഒന്നു കാണാൻവേണ്ടി മാത്രം."

"ഉം. ശരി. നോക്കട്ടെ ശ്രമിക്കാം."

മുതലാളി തറപ്പിച്ചു പറഞ്ഞു.

രഘുവിന് ആശ്വാസമായി. അവൻ തിരികെ വേച്ചുവേച്ചു നടന്നു.

ഇരുപത്തിയേഴ്

നക്ഷത്രരഹിതമായ മാനം. ആകാശച്ചെരുവിലെവിടെയോ ചന്ദ്രക്കല യുടെ നേരിയ അംശമുണ്ട്. ഇരുട്ടാണ്. തൊട്ടുചേർന്നൊരാൾ നിന്നാൽപ്പോലും അറിയാത്തത്ര ഇരുട്ട്!

രാത്രിപ്പുള്ളുകളും ചീവീടുകളും മാത്രം നിലയ്ക്കാതെ കരയുന്നു. വയലിലെ തോടരികിൽനിന്ന് നിരന്തരമായി തവളകളുടെ കരച്ചിൽ.

ഒന്നു അറിയുന്നില്ല രഘു. ഈ പ്രപഞ്ചം മുഴുവൻ നിദ്രയെ പ്രാപി ച്ചിട്ടും അവന്റെ അടുത്തേയ്ക്കുമാത്രം നിദ്രാദേവി എത്തുന്നില്ല.

പുറത്ത് അടുക്കിവച്ചിരിക്കുന്ന കട്ടകളിൽ ചാരി താഴെ മണ്ണിൽ ചാരി

യിരിക്കുകയാണവൻ അപ്പോഴും. പാതിരാത്രി കഴിഞ്ഞിരിക്കുന്നു. കൂട്ടു പണിക്കാർ എത്ര ശ്രമിച്ചിട്ടും അവൻ എണീക്കുകയോ ഉറങ്ങാൻ കിട ക്കുകയോ ചെയ്തില്ല ഒരേ ഇരിപ്പ്.

ബീഡിയും പുകച്ച് അകത്തു ചെന്ന കള്ളിന്റെ ലഹരി ഇറങ്ങുന്നിടം വരെ സീതയെക്കുറിച്ചും അവളുടെ തിരോധാനത്തെക്കുറിച്ചും പരസ്പരം പറഞ്ഞ് അവർ അവനുചുറ്റും ഇരുന്നു, അല്പം മുമ്പുവരെയും. പിന്നെ കോട്ടുവായിടാൻ തുടങ്ങി.

"പോയി അകത്തു കിടന്നോ ചേട്ടാ, എന്തിനിവിടെ കാവലിരിക്കുന്നു. ഞാൻ ആത്മഹത്യ ചെയ്കയില്ല. ചെയ്യുന്നെങ്കിലും എന്റെ സീത എവി ടെപ്പോയി എന്നറിഞ്ഞിട്ടേയുള്ളൂ." രഘു പറഞ്ഞു. ആ ഉറപ്പിന്മേൽ അവ രിൽ ഒന്നുരണ്ടുപേർ ഷെഡ്ഡിലേയ്ക്കു കടന്നു. രണ്ടുമൂന്നുപേർ അപ്പോഴും അവന്റെയടുത്ത് തറയിൽത്തന്നെ മുണ്ടുവിരിച്ച് കൂർക്കംവലിച്ചുറങ്ങുന്നു.

അവരുടെ കൂർക്കംവലി ശബ്ദംപോലും രഘു കേൾക്കുന്നില്ല.

എല്ലാം നഷ്ടപ്പെട്ട ഭാവം. ശവംപോലെയുള്ള മരവിച്ച ഇരിപ്പ്.

സീതേ, എന്റെ പെണ്ണേ, നീയെവിടെ? വരൂ; എന്റെ അരികിലേയ്ക്കോ ടിവരൂ...

ഒന്നുകാണാൻ...

ഒരിക്കൽമാത്രം...

രഘു തേങ്ങിപ്പോയി.

അവനുമുൻപിൽ കത്തിയെരിയുന്ന ചൂള അപ്പോഴും അങ്ങനെ നിന്നു. കനൽക്കട്ടകളായി ജ്വലിക്കുന്ന ഇഷ്ടികകൾ വേവുന്ന മണ്ണ്.

ആ ചൂള എരിയുന്നത് തന്റെ മനസ്സിലാണോ? വെന്തുരുകി കനലായി ജ്വലിക്കുന്ന ആ ചുടുകട്ടകളിലൊന്ന് താനാണോ?

ഒരുലക്ഷം കട്ടകൾ ഒന്നായി അടുക്കിച്ചുടുവാനുള്ള ആ തീയ് മുഴു വനും അവന്റെ ഉള്ളിലിരുന്നു കത്തിയെരിയുകയാണ്.

അസഹ്യമായ ചൂട്. നീറ്റൽ. രഘു പിടഞ്ഞു. പുളഞ്ഞു. ഞെളിപിരി കൊണ്ടു.

"സീതേ..."

പുഞ്ചിരിയോടെ കള്ളനോട്ടത്തോടെ അവൾ മുൻപിൽ നിൽക്കുന്നോ?

"എന്റെ... എന്റെ... സീതേ..." രഘുവിന്റെ ഹൃദയം ഉറക്കെയുറക്കെ വിലപിച്ചു. അതേ വികാരത്തോടെ, അതേ ദുഃഖത്തോടെതന്നെ കരയു കയായിരുന്നു, മാണിയും.

പ്രിയപ്പെട്ട കുഞ്ഞുപെങ്ങൾ... ഒരേ ഒരു കുടപ്പിറപ്പ്. അവളെവിടെ?

അവളുടെ പൊട്ടിച്ചിരികൾ നിറഞ്ഞുനിന്നിരുന്ന കുടിൽ, ഇന്ന് ഈ കുടി ലിൽ തങ്ങിനില്ക്കുന്നത് അവളുടെ തപ്തനിശ്വാസങ്ങളാണോ? തറയിൽ ചടഞ്ഞിരുന്ന് ചെറ്റമുറിയിൽ ചാരി വിങ്ങുകയാണ് മാണി.

അവന്റെ മുമ്പിൽ അപ്പോഴും ശരിയായി ബോധം വീണ്ടുകിട്ടാതെ കിട ക്കുന്ന തങ്ക. തങ്കയെ തലോടിക്കൊണ്ട് തറയിൽത്തന്നെ ചടഞ്ഞിരിക്കുന്നു പൊന്നു.

പ്രേതംപോലെ വിളറിവെളുത്ത് മരവിച്ച ശരീരം! സമാധാനിപ്പിക്കു വാൻ പോയിട്ട് ശബ്ദിക്കുവാൻപോലുമാവാതെ പിടച്ചിലോടെ അവൾ ഇരിക്കയാണ്.

രാത്രി വളരെയായി. യാമങ്ങൾ ഒന്നൊന്നായിക്കൊഴിയുന്നു. പൊന്നു തന്റെ വീട്ടിലേക്ക് പോയില്ല. വല്ലാത്ത ഒരു ഭീതി അവളെ ഗ്രസിച്ചിരിക്കു ന്നു. ആ അമ്മയെയും മകനെയും ഒറ്റയ്ക്കു വിട്ടിട്ട് പോകാൻ അവൾക്ക് എന്തോ ഒരു മടി – അല്ല ഭയം – അവളെ മാണി എത്രതന്നെ ഉപദ്രവി ച്ചിട്ടും അവൾക്ക് തെല്ലും പരിഭവമില്ല. കാരണം തന്റെ ഭാഗത്ത് തെറ്റു ണ്ടെന്നവൾക്കറിയാം. അല്ലെങ്കിൽത്തന്നെ മാണിയോട് താൻ ചെയ്ത ചതിക്ക് അയാൾ എത്ര തല്ലിയാലും അതൊരു ശിക്ഷയേയല്ല എന്നവൾ വിശ്വസിക്കുന്നു.

രാവിന്റെ അന്ത്യയാമത്തിൽ ചാരിയിരുന്നപടി സ്വയമറിയാതെ മാണി ഒന്നു മയങ്ങി. പൊന്നു അപ്പോഴും തങ്കയെ തലോടിക്കൊണ്ട് അരികിലി രുന്നു.

അവളുടെ തേങ്ങുന്ന മനസ്സ് അപ്പോഴും അന്വേഷിച്ചു.

സീതേ, നീ എവിടെയാണ്? പറയൂ, നീയെവിടെയാണ്. പ്രിയപ്പെട്ട കൂട്ടുകാരീ നിനക്കെന്തുപറ്റി?

പിറ്റേന്ന് ഗ്രാമത്തിലാ വാർത്ത പരന്നു.

പൊന്നു പറഞ്ഞ നമ്പർ ഉപയോഗിച്ച് ആ ജീപ്പു കണ്ടുപിടിച്ചു.

ഡ്രൈവറെ തൂക്കിയെടുത്ത് സ്റ്റേഷനിലെത്തിച്ചു.

ബേബിച്ചൻമുതലാളി താൻ ഏറ്റ കാര്യം സാധിക്കയായിരുന്നു. കുറേ രൂപ അദ്ദേഹം സബ് ഇൻസ്പെക്ടർക്കു നൽകി. തന്റെ കളത്തിൽ പണി യെടുത്തുകൊണ്ടിരുന്ന പെൺകുട്ടിയാണ്. അതാണദ്ദേഹത്തിന്റെ ഉത്ത രവാദിത്തം.

ഗ്രാമം ഒന്നടങ്കം സ്റ്റേഷനിലേയ്ക്ക് പാഞ്ഞു. സ്റ്റേഷൻ വളപ്പിനുള്ളിൽ പോലീസിന് നിയന്ത്രിക്കാനാവാത്തവിധം ജനം തടിച്ചുകൂടി.

എത്ര ശ്രമിച്ചിട്ടും മർദനമേറ്റിട്ടും ഡ്രൈവർ കുറ്റം നിഷേധിച്ചു.

ജീപ്പിൽ കടന്നുപോയി എന്നത് ശരിയാണ്. ജീപ്പുനിർത്തി പെൺകു

ട്ടികളോട് അനാവശ്യം പറഞ്ഞു എന്നതും ശരിയാണ്. പിടിച്ചുകെട്ടി കൊണ്ടുപോകും എന്ന് ഭീഷണിപ്പെടുത്തിയതും സത്യമാണ്. പക്ഷെ... കൊണ്ടുപോയില്ല, സീതയെ കൊണ്ടുപോയില്ല. ആരെയും കൊണ്ടുപോ യിട്ടില്ല.

"പിന്നെ അവളെവിടെടാ?" ഡ്രൈവറുടെ അടിവയറുനോക്കി ഒരു പോലീസുകാരൻ കൈമുട്ടുകൊണ്ട് ഒറ്റ ഇടി! "പറയെടാ, കള്ളക്കഴുവേ റീ, വഴിയെ പെമ്പിള്ളേര് പോയാല് നിന്റെ വണ്ടി അപ്പഴേ നിന്നുപോകും അല്ലേടാ...' ഹെഡ്കോൺസ്റ്റബ്ൾ കേശുനായർ അലറി ഡ്രൈവറുടെ വായിൽ ചോര!

അയാളുടെ കൂടെ ഉണ്ടായിരുന്നവരുടെ പേരുകൾ ശേഖരിച്ചു. ആൾക്കാരെ കണ്ടുപിടിച്ചു. സീതയെ കാണാതായ അന്നുരാത്രിയിൽ താനും കൂട്ടരും എവിടെയായിരുന്നു എന്ന് ഡ്രൈവറും ഒപ്പം മറ്റുള്ളവരും കൃത്യമായിപ്പറഞ്ഞു. പറഞ്ഞതു ശരിയാണെന്നുള്ള തെളിവുകളും നല്കി.

തെളിവും ശരിയാണെന്ന് പോലീസുകാർക്ക് മാത്രമല്ല, നാട്ടുകാർക്കും ബോധ്യപ്പെട്ടു. പകൽ അവർ തെമ്മാടിത്തരം കാട്ടാനൊരുമ്പെട്ടു എന്നത് സത്യം. പക്ഷെ, സീതയുടെ തിരോധാനത്തിൽ ഇവർ നിരപരാധികളാ ണ്. തീർത്തും.

അപ്പോൾ വീണ്ടും ആ ചോദ്യം മാത്രം അവശേഷിച്ചു.

എങ്കിൽ സീത എവിടെ?

ആരാണിതിന് പിന്നിൽ?

ആ ചോദ്യം മാത്രം ദുരൂഹതയോടെ അവശേഷിച്ചു.

അന്നാണ് പൊന്നുവും കുഞ്ഞമ്മയും സീതയെക്കാണായാതിനു ശേഷം കട്ടക്കളത്തിലേക്ക് വരുന്നത്. നിറമിഴികളോടെ എരിയുന്ന നെഞ്ചു മായി പൊന്നു നടന്നു.

ഓർമകൾ!

ഒരുപിടി ഓർമകൾ അവളെ പിടിച്ചുലച്ചു. കളത്തിലേയ്ക്കുള്ള യാത്ര യിൽ ഒരു കിലുക്കാംപെട്ടിപോലെ ചിരിച്ച് തകർത്ത് തന്നോടൊപ്പം എന്നു മുണ്ടായിരുന്ന കൂട്ടുകാരി ഇന്നെവിടെ?

അവളെ കാത്തുകാത്ത് അക്ഷമയോടെ നിറഞ്ഞ പുഞ്ചിരിയോടെ കാത്തിരിക്കുമായിരുന്നു, ഒരു ചെറുപ്പക്കാരൻ.

ഹതഭാഗ്യനായ ചെറുപ്പക്കാരാ...

എവിടെ നിങ്ങളുടെ പ്രിയപ്പെട്ടവൾ?

പൊന്നുവിന്റെ മനസ്സ് വല്ലാതെ തേങ്ങി.

ഷെഡ്ഡിന് മുൻപിൽ...

നഷ്ടസ്വപ്നങ്ങളുടെ ശവക്കുമ്പാരങ്ങളും പേറി അതാ ആ ചെറുപ്പ
ക്കാരൻ!

ശ്മശ്രുക്കൾ വളരുന്ന താടിയും നിറഞ്ഞുതുളുമ്പുന്ന മിഴികളും എരി
ഞ്ഞുകാളുന്ന ഹൃദയവുമായി ആ ചെറുപ്പക്കാരൻ?

അവനെക്കണ്ടപ്പോൾ വായാടിയായ കുഞ്ഞമ്മയ്ക്കുപോലും നാവിൽ
ചങ്ങല വീണുപോയി.

"ഇന്ന് ഞങ്ങൾ പോകും, കേട്ടോ കുഞ്ഞമ്മേ" അന്ന് ചിരിയോടെ
യാത്ര പറഞ്ഞ് തന്നെ പറഞ്ഞയച്ച പാവം ചെറുക്കൻ...

"ഇനി എന്നാടാ രഘു നിങ്ങളു വരിക?" താൻ ചോദിച്ചതാണ്.

"അതോ, ഇനി ഞങ്ങൾ തിരികെ വരിക മൂന്നുപേരാകുമ്പോഴാണ്."
കൈകൊണ്ട് ഒരു കുഞ്ഞ് എന്ന് ആംഗ്യം കാട്ടി കണ്ണിറുക്കി ചിരിച്ചുകൊ
ണ്ടാണവൻ പറഞ്ഞത്.

നണിച്ച് ചുളിച്ചുരുങ്ങി അന്ന് സീത നിന്നു.

ആ പെൺകുട്ടിയും.

ആ ചെറുപ്പക്കാരനും

കുഞ്ഞമ്മയുടെ ഉള്ളിൽ വേദന നുരകുത്തി.

"രഘൂ..." പൊന്നു പതിയെ അവന്റെയടുത്തു ചെന്നുവിളിച്ചു.

അവൻ വിളികേട്ടില്ല. പക്ഷെ, തിരിഞ്ഞുനോക്കി.

അവരെക്കണ്ടപ്പോൾ പൊടുന്നനെ ആ മിഴികൾ തുളുമ്പിയൊഴുകി.
അവൻ പാടുപെട്ട് മുഖംതിരിച്ചു.

എന്തുപറയണമെന്ന്, എങ്ങനെ സമാധാനിപ്പിക്കണമെന്ന് പൊന്നുവി
നറിയില്ല. എന്തു പറഞ്ഞാലാണീ മനസ്സ് ശാന്തമാവുക? എങ്ങനെയാണീ
നിറമിഴികൾ തോരുക? എന്നാണീ നെഞ്ചിൻകൂട്ടിലെ തീയണയുക?

വാക്കുകൾ കിട്ടാനില്ലാതെ, പൊന്നു പരുങ്ങി. ഒന്നും പറയാനാവാതെ
അവൾ വീർപ്പുമുട്ടി. അവൾ തന്നോടുതന്നെ ആവശ്യപ്പെട്ടു. പറയു, എന്തെ
ങ്കിലും പറഞ്ഞീ മനസ്സിനെ ആശ്വസിപ്പിക്കൂ. "എടാ ചെറുക്കാ..." കുഞ്ഞമ്മ
അവന്റെ അരികിൽ താഴെ കുത്തിയിരുന്നു. "നീയിങ്ങനെ തൊടങ്ങിയാല്
എങ്ങനെയാണെടാ. ഇത് ചെല പെണ്ണുങ്ങളെപ്പോലെയാണല്ലോടാ..."

അവന്റെ തോളിൽ പിടിച്ചുലച്ച് പതിയെ എണീല്പ്പിക്കാൻ ശ്രമിച്ച്
അവർ കൂട്ടിച്ചേർത്തു. "എണീക്ക്. എണീറ്റൊന്ന് കുളിക്കെടാ ചെറുക്കാ
നീയ്. വന്നേയ്, എണീറ്റേ..."

കുഞ്ഞമ്മ അവന്റെ തേളിൽ പിടിച്ചുയർത്താൻ തന്റെ ശക്തി പ്രയോ
ഗിക്കുകയാണ്.

"കുഞ്ഞമ്മോ, എന്റെ സീത എന്തിയേ?" അവരുടെ കൈപിടിച്ച് പൊടു

നനെ കണ്ണിൽ ചേർത്തവൻ വിങ്ങിപ്പൊട്ടി.

കുഞ്ഞമ്മ വല്ലാതെ വിഷമിച്ചു. അവരുടെ നെഞ്ച് പിടഞ്ഞു. കണ്ണു കൾ നിറഞ്ഞു. തേങ്ങി.

മറ്റു പണിക്കാർ ചുറ്റും നിരന്നു.

"ഒരു രക്ഷേമില്ല കുഞ്ഞമ്മേ. അവൻ ഈ ഇരിപ്പാണ്. ഊണില്ല, ഉറ ക്കോമില്ല. ഇവനെ എങ്ങനേലും ഒന്നാലുവായിലെത്തിച്ചാ മതിയായിരു ന്നു. അതിനവൻ ഒന്നു വന്നിട്ടുവേണ്ടേ? ഇവിടിങ്ങനെ കരഞ്ഞുപിഴിഞ്ഞി രുന്നാൽ പോയോര് തിരിച്ചുവരുമോ?" കുഞ്ഞാപ്പു ചോദിച്ചു. "എടാ രഘു വേ, മതിയെടാ. ഇനിയൊന്ന്, എണീക്കാൻമേലേ നിനക്ക്?"

"രഘൂ, സീത വരുമെടാ, വരും. ഇന്നോ നാളെയോ വരും. അവള് നമ്മളടുത്ത് വരാണ്ടിരിക്കുമോടാ." എന്താണ് പറയേണ്ടതെന്ന് നിശ്ചയ മില്ലാതെ അവനെ സമാധാനിപ്പിക്കാനായി മാത്രം കുഞ്ഞമ്മ വെറുതെ പറഞ്ഞുകൊണ്ടിരുന്നു.

"വരുമോ? സീത വരുമോ?" രഘു ചോദിച്ചു. അവളെ തട്ടിക്കൊണ്ടു പോയ രാവണൻ ആരാണ്? അവളെ താമസിപ്പിച്ചിരിക്കുന്ന അശോക വനം എവിടെയാണ്? പറയൂ...

എവിടെയാണ്?

അതുവഴി കടന്നുവന്ന കോടക്കാറ്റിനോടുപോലും രഘു ചോദിച്ചു.

പക്ഷേ, അവളെവിടെ എന്ന് ആ കാറ്റിനും അറിയില്ലായിരുന്നോ?

അതോ അറിയാമായിരുന്നോ? കാറ്റു പറഞ്ഞ നിഗൂഢരഹസ്യം കേട്ടി ട്ടാണോ മരച്ചില്ലകൾ തലയാട്ടിയത്?

ഇരുപത്തിയെട്ട്

മാണിച്ചേട്ടാ, ആ ചന്ദ്രനെവിടെയാ? അയാളെ കണ്ടിട്ട് ഒത്തിരിദിവമാ യല്ലോ?" ഒരുദിവസം പൊന്നു ചോദിച്ചു.

ശരിയാണ്.

ചന്ദ്രനെവിടെ?

മാണി ആലോചിച്ചു.

സീതയെ കാണാതായിട്ട് ഏഴുദിവസമായി. എത്രയോ ആൾക്കാർ വന്നു. സങ്കടം പറഞ്ഞു. സമാധാനിപ്പിച്ചു.

പക്ഷേ, ചന്ദ്രൻ വന്നില്ല.

ചന്ദ്രൻ മാത്രം.

കവലയിലോ വഴിയിലോ എങ്ങും അയാളുടെ നിഴൽപോലും കണ്ടി

ട്ടില്ല.

അയാളെവിടെ?

മാണി ഓർത്തു. സീതയെ കാണാതായ അന്ന് പകൽ തമ്മിൽക്കണ്ട താണ്. ആറ്റരികിലെ കളത്തിൽനിന്നവൻ തന്റെടുത്തുവന്നു.

ആഹ്ലാദവാനായിരുന്നു.

"ഇന്നെന്റെ പിറന്നാളാ. ശകലം പായസം വയ്ക്കണോന്ന് അമ്മ പറ ഞ്ഞു. ഞാനതൊക്കെ മേടിച്ചും കൊടുത്തിട്ടുണ്ട്. മാണിച്ചേട്ടനും തങ്കേ ച്ചിയും വൈകിട്ട് വരണോന്ന് അമ്മ പറഞ്ഞു.

"ഞാ വരാം. പായസല്ലാതെ വേറെ വല്ലോമൊണ്ടോ?" താൻ ചോദി ച്ചു.

ചന്ദ്രൻ ചിരിച്ചു. "അതൊക്കെ ചേട്ടൻ വാ. പറയാമെന്നേ. പിന്നെ ഇന്ന് കല്യാണക്കാര്യം തീരുമാനിക്കണമെന്നാ അമ്മ പറഞ്ഞേ. കട്ടയ്ക്ക് ഇന്നലെ തീയിട്ടു മുട്ടി ഉന്തിക്കൊണ്ടിരിക്കാ. സന്ധ്യയ്ക്കുമുൻപ് തീരും. ഞാനങ്ങ് വന്നേക്കാം. മറക്കല്ലേ ചേട്ടാ." വീണ്ടും വീണ്ടും ക്ഷണിച്ചു.

പിന്നെ തെല്ലു സംശയിച്ചുനിന്ന് സങ്കോചത്തോടെയാണ് ചോദിച്ചതും.

"സീതേക്കൂടെ വിളിച്ചോട്ടേ?"

"വിളിച്ചോടാ. ഏതായാലും നീ കൈയേൽക്കാൻ പോകുവല്ലേ? വിളി ച്ചോ..."

"ഞാനവക്ക് കൊടുക്കാൻ ഒരു ബ്ലൗസിന് തുണി മേടിച്ചിട്ടുണ്ട്. ഇതു ഞാൻ കൊടുത്തോട്ടേ?"

"ഉം..." തനിക്ക് അത്ര ഇഷ്ടമായില്ലെങ്കിലും സമ്മതിച്ചു. അവന്റെ ഒരാഗ്രഹമല്ലേ? താൻ എത്രമുണ്ടും ബ്ലൗസും ആരുമറിയാതെ പൊന്നു വിനു സമ്മാനിച്ചിരിക്കുന്നു! അതുപോലെയല്ലേ ചന്ദ്രനും ആഗ്രഹം.

പോകാൻ തിരിഞ്ഞപ്പോൾ ഒന്നുകൂടി അവൻ ഓർമിപ്പിച്ചു.

"വരാതിരിക്കരുത്. ഞാനിന്നലെ ഒരു നല്ല സാധനം ടൗണീന്ന് വാങ്ങി ച്ചിട്ടുണ്ട്. സൊയമ്പൻ സാധനം. അമ്മ ഒരു കോഴിയേം ശരിയാക്കുന്നു ണ്ട്.

പിന്നവൻ എവിടെപ്പോയി?

നന്നേ ഇരുട്ടുന്നതുവരെ താനും അമ്മയും കാത്തിരുന്നു.

ചിലപ്പോളൊക്കെ ലോഡുകേറ്റാൻ ബേബിച്ചൻ മുതലാളി വിളിക്കാറു ണ്ട്. തന്നേം ചിലപ്പോൾ വിളിച്ചിട്ടുണ്ട്. പെട്ടെന്നായിരിക്കും കട്ട ആവശ്യ പ്പെട്ടുകൊണ്ടാരെങ്കിലും വരിക. അപ്പോൾ നില്ക്കുന്നത് ആരാണെങ്കിലും അവരെ വിളിച്ച് മുതലാളി ഏർപ്പാട് ചെയ്യും.

അങ്ങനെ കരുതി പത്തുമണിവരെ കാത്തു. പിന്നെ താൻ അമ്മയോ ടൊപ്പം പോന്നു. അവനെ തിരക്കി ഇറങ്ങുമായിരുന്നു. പക്ഷെ,

സന്ധ്യയ്ക്ക് കൂട്ടുകാരുമൊത്ത് ഇത്തിരി വാശിക്ക് ഷാപ്പിൽ കയറി കുടിച്ചു.

വല്ലാതെ പൂസായി. തല നേരെ നില്ക്കാൻ വല്ലാതെ പാടുപെട്ടായിരുന്നു ഇരിപ്പുതന്നെ. അതുകൊണ്ട് മടങ്ങി.

പക്ഷേ!

ചന്ദ്രൻ എവിടെപ്പോയിരുന്നു?

എന്നുമാത്രമല്ല, സീതയെക്കുറിച്ചറിയാൻ, ദുഃഖമന്വേഷിക്കാൻ ഈ നാട്ടിലുള്ളവർ ഒന്നടങ്കം തന്റെ കുടിലിലെത്തി.

ചന്ദ്രൻ മാത്രം വന്നില്ല.

എന്തേ?

മാണി അടുത്ത നിമിഷത്തിൽത്തന്നെ ചന്ദ്രന്റെ വീട്ടിലേക്ക് കുതിച്ചു.

ഉണ്ട്. വരാന്തയിൽത്തന്നെ.

വിളറി വിയർത്ത്. പ്രേതംകണക്കെ വരാന്തയിൽ ചന്ദ്രൻ! കുറേ ദിവസങ്ങൾകൊണ്ടെന്തുമാറ്റം?

കണ്ണുകൾ കുഴിഞ്ഞ്, കവിളൊട്ടി, തോളെല്ല് തെളിഞ്ഞ്...

ഒരാഴ്ച മുൻപ് താൻ കണ്ട ചന്ദ്രനോ ഇത്.

"ചന്ദ്രാ...' മാണി വിളിച്ചു. അവൻ ചന്ദ്രനെ തറച്ചുനോക്കി.

ചന്ദ്രനും തറച്ചുനോക്കി. ഒരുനിമിഷം പൊടുന്നനെ മിഴികൾ നിറഞ്ഞതും മുഖംതിരിച്ചവൻ വിങ്ങിപ്പൊട്ടിയതും ഒരുമിച്ചായിരുന്നു.

മാണിയുടെ മനം കലങ്ങി.

പാവം!

ഇവന് വല്ലാതെ ദുഃഖം കാണും. കല്യാണം പറഞ്ഞിരുന്ന പെണ്ണ് സമയമായപ്പോൾ നഷ്ടപ്പെട്ടാൽ?

കല്യാണി ഇറങ്ങിവന്നു. കറുത്ത മുഖത്തോടെ.

"എടാ ചെറുക്കാ. ഇവനീ ഇരുപ്പാണ്. എത്ര പറഞ്ഞിട്ടും കേൾക്കുന്നില്ല. ഏതായാലും ഭാഗ്യത്തിന് കല്യാണം നടന്നിട്ടും മറ്റുമല്ലല്ലോ. അതുതന്നെ ഭാഗ്യമല്ല്യോ"

മാണിയെ തറച്ചുനോക്കി പുച്ഛത്തോടെ കല്യാണി തുടർന്നു.

"ഇക്കണക്കിന് കല്യാണം നടന്നാരുന്നെങ്കിലും അവൾക്കിഷ്ടോള്ളോരുടെകൂടെ അവളു പോകത്തില്ലാരുന്നോ? അന്നേരം നീ പുല്ലുപോലിരിക്കണ്ടാരുന്നോടാ മരമണ്ടാ. തമ്മില് ഭേദം ഇപ്പഴാ. നാട്ടില് വേറെ പെണ്ണില്ലാത്തതുപോലാ."

കല്യാണിയുടെ മുഖം വല്ലാതെ കറുത്തു. തികഞ്ഞ അവജ്ഞയും പുച്ഛവുമായിരുന്നാമുഖത്ത്.

"കണ്ടാലിത്തിരി വർക്കത്തുള്ള പെമ്പിള്ളേർക്ക് തണ്ട് കൂടും. കാണു

നവന്മാരൊക്കെ മോഹിക്കേം ചെയ്യും. ങാ, പോട്ടെ. പൊകഞ്ഞ കൊള്ളി പൊറത്ത്. ഏതായാലും നേരത്തെ അറിഞ്ഞതു നന്നായി. മറ്റവന്റെ കൂടെ എത്രനാള് കഴിഞ്ഞതാന്നു എങ്ങനറീം..."

"ചേടത്തീ..." മാണി രോഷത്തോടെ വിളിച്ചു. അവന്റെ മിഴികൾ കത്തി.

"ഉം, നീയെന്നാടാ ചെറുക്കാ എന്നെ പേടിപ്പിക്കാൻ വരുന്നേ? എന്നാ പ്പിന്നെ നെന്റെ പെങ്ങളെ കെട്ടീടാൻ മേലാരുന്നോ? അവളിപ്പഴന്ത്യേ?"

മാണിക്കുത്തരമില്ല.

ദേഷ്യത്തോടെ ചവിട്ടിക്കുലുക്കി കല്യാണി അകത്തേയ്ക്ക് കയറിപ്പോ യി.

വന്നത് അബദ്ധമായി എന്നതുപോലെ മാണി തെല്ലുനേരം നിന്നു. പിന്നെ ചന്ദ്രനെപ്പോലും ശ്രദ്ധിക്കാതെ പുറത്തേക്കിറങ്ങി ധൃതിയിൽ നട ന്നു.

അതെ.

എല്ലാവരും തന്നെ പഴിക്കുന്നു.

സീതയെ പഴിക്കുന്നു. പുകഴ്ത്തിപ്പറഞ്ഞിരുന്ന നാവുകളൊക്കെ എത്ര പെട്ടെന്ന് തള്ളിപ്പറയുകയും ചെയ്യുന്നു!

ഉള്ളിൽ കനൽ കത്തിയെരിയുന്നു. എങ്കിലും മാണിയും പൊന്നുവും കുഞ്ഞമ്മയുമൊക്കെ വീണ്ടും കളത്തിലേയ്ക്കിറങ്ങി പണിതുടങ്ങി. അല്ലെ ങ്കിൽ ശേഷിക്കുന്നവർ പട്ടിണിയാകില്ലേ?

മാത്രമല്ല, സീസൺ തീരാറായി. മഴ അങ്ങിങ്ങായി ആരംഭിച്ചുകഴി ഞ്ഞു. ഈയിടെയായി മിക്കദിവസങ്ങളിലും സന്ധ്യയ്ക്ക് കനത്ത മഴയാ ണ്. കളത്തിലാകെ ഉണങ്ങിയ കട്ടകളിന്മേൽ പ്ലാസ്റ്റിക് വിരിപ്പിട്ടിരിക്കയാ ണ്. ഏകദേശം ഇരുപത്തയ്യായിരത്തോളം വരും. ഇനി പത്തമ്പതിനാ യിരം കട്ടകൂടി പിടിച്ചാൽ ചൂള കത്തിക്കാം. ഇതോടുകൂടി ഈ വർഷത്തെ പണി അവസാനിക്കും.

പിന്നീടാണ് ബുദ്ധിമുട്ട്.

മഴയും വെള്ളവും വെള്ളപ്പൊക്കവും ദുരിതവും! വല്ല സ്ഥലത്തും ഒന്നോ രണ്ടോ പണികൾ ചിലപ്പോൾ കിട്ടിയാലായി.

ഇപ്പോൾ എത്ര രൂപ കൈയിൽ കിട്ടിയാലും ദുരിതകാലത്തേയ്ക്കായി ആരും സമ്പാദിച്ചുവയ്ക്കുന്നില്ല എന്നതാണ് സത്യം.

ഉള്ളപ്പോൾ ഉള്ളതുപോലെ.

ഇല്ലാത്തപ്പോഴോ?

മാണിയുടെ ചൂളയ്ക്ക് തീകൊളുത്തി. രഘുവിന്റെയും ചന്ദ്രന്റെയും ചൂള ആറിക്കഴിഞ്ഞു. അവ രണ്ടും ആവശ്യക്കാർക്കായി പൊളിച്ചുതുട ങ്ങി. ശിവൻപള്ള നേതൃത്വം നൽകി.

ചന്ദ്രനും തന്റെ കളത്തിലേയ്ക്ക് വന്നുതുടങ്ങി!

ഉള്ളിൽ മറ്റൊരു ചൂള എരിഞ്ഞുകത്തുകയാണെങ്കിലും രഘുവും പതിയെ തന്റെ കളത്തിലിറങ്ങി. പഴയതുപോലെ മുന്നറപ്പ് കട്ട തീരുന്നില്ല.

പഴയ ചുറുചുറുക്കോ തന്റേടമോ തമാശയോ ഒന്നുമില്ല. വെറുമൊരു മരപ്പാവ. നഷ്ടസ്വപ്നവും പേറി.

എല്ലാ ഉത്സാഹങ്ങളും നഷ്ടമായിരിക്കുന്നു. എല്ലാ പ്രതീക്ഷകളും അസ്തമിച്ചിരിക്കുന്നു. യാന്ത്രികമായി എന്തൊക്കെയോ ചെയ്യുന്നു! ചെയ്തി ക്കുന്നു.

മൂന്നു കളങ്ങളിൽ!

രഘുവിന്റെ, മാണിയുടെ, ചന്ദ്രന്റെ.

നഷ്ടപ്പെട്ട ഒരുവൾ ആ മൂന്നുപേരുടെയും ഉത്സാഹത്തിന്റെ ഉറവിട മായിരുന്നു.

ഇന്നാ മൂന്നുകളങ്ങളിലും നിശ്ശബ്ദത മൂടിക്കിടക്കുന്നു. മൂന്നുപേരുടെ ഉള്ളിലും തപ്തനിശ്വാസങ്ങൾ. അവരോടൊപ്പം ജോലി ചെയ്യുന്ന മറ്റു ള്ളവരിലും ആ ചുടുനിശ്വാസങ്ങൾ പകർന്നു.

ഇടയ്ക്കിടെ ശിവൻപിള്ളയുടെ സ്വരം മാത്രം കേൾക്കാം.

"എന്താടാ വായിനോക്കി മിഴിച്ചുനില്ക്കുന്നത്. ഇങ്ങോട്ടടുക്കി വയ്ക്ക ടോ."

അതാരും അത്ര മുഖവിലയ്ക്കെടുത്തെന്നുവരില്ല. എവിടെല്ലാമോ വലി ഞ്ഞുമുറുകുന്നു.

നീറുന്നു. പൊട്ടുന്നു.

ബേബിച്ചൻ മുതലാളിയെപ്പോലും ആ മൂകത ബാധിച്ചിരുന്നു!

വല്ലപ്പോഴും കളത്തിലെത്തിയാലും പഴയതുപോലെ ചിരിക്കാനോ തമാശപറയാനോ നില്ക്കാറില്ല.

ഇടയ്ക്കിടെ കുഞ്ഞമ്മയുടെ ശബ്ദവും കേൾക്കാം.

"എടാ,നീലാണ്ടാ. ഒണ്ടേല് നെന്റെ മടീന്ന് ഒന്നു ചവയ്ക്കാൻ താടാ. തൊണ്ടേല് വെള്ളം വറ്റിയല്ലോ?"

മുറുക്കാനാണ് ചോദിക്കുന്നത്.

"രഘുവേ, കാപ്പിയുണ്ടോടാ നെന്റെ ഷെഡ്ഡില്?"

സസാരിപ്പിക്കാൻ വേണ്ടി മനഃപൂർവം ചോദിച്ചാലും അവനിപ്പം മിണ്ടാ റില്ല.

"ഞാ, നീ മിണ്ടണ്ട. ഒണ്ടേല് ഞാനെടുത്തോളാം. ഇല്ലെങ്കില് നെന്റെയാ സ്റ്റൗ ഒന്നു കത്തിച്ചുതന്നേ. ഞാനിത്തിരി കാപ്പി തിളപ്പിക്കാം."

അപ്പോഴും രഘു മിണ്ടിയെന്നു വരില്ല. വല്ലാത്ത ഒരു ആഘാതമാണ

വന് ഏറ്റിരിക്കുന്നത്.

ചിലപ്പോള് അവന് തനിച്ചിരുന്ന് പിറുപിറുക്കും. സീതേ എന്ന് വിളി ക്കും.

ചിലപ്പോള് കണ്ണീരൊഴുക്കി കുനിഞ്ഞിരിക്കും.

മര്ദനമേറ്റ പാടുകളും ശരീരത്തെ നീരും മാറിക്കഴിഞ്ഞു. കൂട്ടുപണി ക്കാര് നന്നായി ശുശ്രൂഷിച്ചു. പക്ഷെ, അവന്റെ മനസ്സിലേറ്റ ആഘാതം എങ്ങനെ മാറ്റാനാവും?

പോലീസ് ഇപ്പോഴും ഊര്ജിതമായിത്തന്നെ അന്വേഷിക്കുന്നുണ്ടത്രെ. പക്ഷെ, ആഴ്ചകള് ഒന്നൊന്നായി കൊഴിഞ്ഞുവീണിട്ടും യാതൊരു വിവ രവും യാതൊരു തെളിവും അവര്ക്ക് ലഭിച്ചിട്ടില്ലെന്നതാണ് സത്യം.

ഇനി രൂപ മുടക്കുവാനോ പിന്നാലെ നടന്ന് ഉഷാറാക്കുവാനോ മാണിക്ക് എവിടെനിന്നാണ് രൂപ? അതുകൊണ്ടുതന്നെ അധികം വൈകാതെ തന്റെ പെങ്ങളെക്കുറിച്ചുള്ള ഓര്മതന്നെ എല്ലാവരില്നിന്നും മാഞ്ഞുപോകുമെന്ന് അവന് മനസ്സിലായി. അതില് കൂടുതലൊന്നും പ്രതീ ക്ഷിക്കാനില്ല.

ഒരുദിവസം.

നാലുമണികഴിഞ്ഞ സമയം.

കളത്തില് ശൂന്യമായ ദൃഷ്ടികളോടെ രഘു വെറുതെ ഇരിക്കയാണ്. പണിക്കാരൊക്കെ ഒട്ടുമുക്കാലും പോയിക്കഴിഞ്ഞിരിക്കുന്നു. ഉച്ചയ്ക്കുശേഷം കനത്ത മഴ പെയ്തു.

പണി മുടങ്ങി. അതാണ് കാരണം. കളത്തിലെ ഇഷ്ടികയ്ക്ക് മുക ളില് നിരനിരയായി പ്ലാസ്റ്റിക് വിരിച്ചിരിക്കയാണ്.

അപ്പോഴാണ് മാണി കടന്നുവന്നത്. അവന് രഘുവിന്റെ മുന്പില് നിന്നു.

"രഘു" മാണി പതിയെ വിളിച്ചു. രഘു അമ്പരന്നുപോയി.

വരത്തന് എന്ന് തന്നെ ആക്ഷേപിച്ചു വിളിച്ചിരുന്ന അതേ നാവില്നിന്ന് തന്റെ പേരുതിരുന്നു.

"ഞാന് ക്ഷമ പറയാന് വന്നതാണ്." മാണിയുടെ സ്വരം താണിരു ന്നു.

രഘു തറച്ചുനോക്കി.

"നീ തന്നെയാണ് സീതയെ തട്ടിയെടുത്തതെന്ന് കരുതിയാണ് ഞാന് തല്ലിയത്. പോലീസില് പരാതിപ്പെട്ടതും അതുകൊണ്ടാ. പക്ഷെങ്കില് എനി ക്കബദ്ധം പറ്റി. അവര് രഘുവിനെ വല്ലാണ്ട് ഉപദ്രവിച്ചു."

"പിന്നെ തലോടുമെന്നാണോ കരുതിയത്?" രഘുവിന് പെട്ടെന്നുണ്ടായ വികാരം ദേഷ്യമാണ്.

"സീതേ കൊണ്ടുപോയെന്നറിഞ്ഞപ്പം..." മാണി നിർത്തി.

"സീതയെ കൊണ്ടുപോയത് രാവണനാണ്." രഘു പരിഹസിച്ചു.

രഘുവിന്റെ പരിഹാസം മനസ്സിലായെങ്കിലും മുഖവിലയ്ക്കെടുക്കാതെ മാണി പറഞ്ഞു. "ഞാൻ കാരണം നിനക്ക് വല്ലാതെ ഉപദ്രവമേറ്റു."

"അതിനിപ്പം എന്താ വേണം?"

"അല്ല എനിക്കതോർക്കുമ്പോൾ പ്രയാസം. എനിക്കെന്റെ പെങ്ങളു പോയി. ആ സങ്കടം സഹിക്കാൻ മേല." മാണിയുടെ സ്വരമിടറി. മിഴി കൾ നനഞ്ഞു.

"എന്തിന് വിഷമിക്കുന്നിപ്പോഴ്. നിങ്ങളല്ലേ അവളെ കൊന്നത്." രഘു രോഷത്തോടെ വിരൽചൂണ്ടി.

"ഞാനോ, കൊന്നോ?" മാണി കണ്ണു മിഴിച്ചു. രഘു ചാടിയെണീറ്റു.

"എടാ, പ്രായമായ പെണ്ണിന് അവൾക്കിഷ്ടപ്പെട്ടവന്റെ കൂടെ ജീവി ക്കാൻ അവകാശമുണ്ടെടാ ദ്രോഹീ. നീ നിന്റെ ഹുങ്കും വാശീം തീർക്കാൻ വേറൊരുത്തന്റെ കള്ളുവാങ്ങി മോന്തിയിട്ട് അവനെ ചട്ടംകെട്ടി."

രഘു ധാർമികരോഷത്തോടെ മാണിയുടെ ഉടുപ്പിൽ കടന്നുപിടിച്ചു.

"എനിക്കെന്തോടാ കുറവ്? ഞാനാണല്ലേ? ഒരുത്തിയെ പോറ്റാൻ കഴി വില്ലേ? പിന്നെന്താടാ? ഞാനല്ല, നീയാണ് വലുതെന്ന് അവളെക്കൊണ്ട് നീ സത്യം ചെയ്യിച്ചില്ലേടാ. എന്റേം നിന്റേം എടേൽക്കിടന്ന് വീർപ്പുമുട്ടി പിടഞ്ഞുപിടഞ്ഞ് എവിടേലും പോയി ആത്മഹത്യ ചെയ്തിരിക്കുമെടാ ദ്രോഹീ..."

മാണിയുടെ ഷർട്ടിൽ കൂട്ടിപ്പിടിച്ച് അവനെ ആകെ ഉലച്ചുകൊണ്ട് രഘു നിലവിളിക്കുംപോലെ പുലമ്പി.

"മഹാപാപീ, നീ കാരണം എനിക്കെന്റെ സീത നഷ്ടപ്പെട്ടു. എന്റെ ജീവിതം തുലഞ്ഞു. എല്ലാം തുലഞ്ഞു. വെട്ടെടാ, എന്റെ ചങ്കു വെട്ടി പ്പൊളിച്ച് നോക്കെടാ. അവിടെ ഇപ്പോഴും നെന്റെ പെങ്ങള് മാത്രേ ഉള്ളെ ടാ." ഭ്രാന്തനെപ്പോലെ രഘു നിർത്താതെ പുലമ്പുകയാണ്. മാണി സ്തംഭിച്ചങ്ങനെ നിന്നുപോയി. മറുപടിപോലും പറയാനാവാതെ.

പൊടുന്നനെ ചന്ദ്രൻ കടന്നുവന്നു. മാണിയുടെ ദേഹത്തുനിന്നും രഘു വിന്റെ പിടിവിടുവിച്ചു.

ഒരാൾക്കുവേണ്ടി മൂന്നുവിധത്തിൽ ദുഃഖിക്കുന്ന മൂന്നുപേർ.

ചന്ദ്രൻ അവർക്കിടയിൽ കടന്നുനിന്നു. "എന്തിനാണിങ്ങനെ ഇപ്പോഴും വഴക്കു പിടിക്കുന്നത്? അവൾ ഏതായാലും മരിച്ചു. പിന്നെന്തിന്?" ചന്ദ്രൻ പൊടുന്നനെ നിർത്തി.

"ഒ്, മരിച്ചോ. എങ്ങനെ ആരു പറഞ്ഞു? നീയെങ്ങനെ അറിഞ്ഞു?" രഘു പെട്ടെന്ന് ചന്ദ്രന്റെ നേർക്കു തിരിഞ്ഞു. ഒപ്പംതന്നെ മാണിയും.

ചന്ദ്രൻ നടുങ്ങിപ്പോയി. അവൻ സ്തംഭിച്ചുനിന്നു.

"അല്ലാ..." അവൻ വിക്കി. "ജീവിച്ചിരുന്നെങ്കിൽ ഒരു മാസം കഴി ഞ്ഞിട്ടും വരാണ്ടിരിക്കുമോ?" ചന്ദ്രൻ ചോദിച്ചു. അവന്റെ മുഖം വിളറിയി രുന്നു.

രഘുവും ഒപ്പം മാണിയും ചന്ദ്രനെ തുറിച്ചുനോക്കി.

അപ്പോൾ!

ഒരേ നിമിഷത്തിൽത്തന്നെ മാണിയും രഘുവും പരസ്പരം നോക്കി!

ഇരുവരുടെയും ഉള്ളിൽ ഒരേ സംശയം ഒരുപോലെ നാമ്പിട്ടു.

ചന്ദ്രൻ! അവൻ എന്തുകൊണ്ടങ്ങനെ പറഞ്ഞു.

ഇരുപത്തിയൊൻപത്

ഒരു കനലായി സീത എല്ലാവരുടെയും ഉള്ളിൽ എരിയുന്നുവെങ്കിലും എല്ലാവരും അത് സ്വയം മറന്നതായി ഭാവിക്കുന്നു. പതിയെപ്പതിയെ ഉത്സാ ഹവും തമാശകളും കളത്തിൽ പുനർജനിക്കുകയായിരുന്നു.

ചിരിക്കുവാനും തമാശ കാട്ടുവാനും ഒക്കെ മറന്നുപോയത് രഘുമാ ത്രമാണ്.

അവന്റെയുള്ളിൽ കടന്നിരുന്ന് ഒരു വല്ലാത്ത നൊമ്പരമായി സീത എപ്പോഴും തേങ്ങിക്കരഞ്ഞുകൊണ്ടിരുന്നു. ഓരോ നിമിഷവും.

"സീതേ... എന്റെ... എന്റെ സീതേ..."

ഏകാന്തതയിൽ സ്വയം മറന്നിരുന്നവൻ വിളിച്ചുപോകും.

ചിരിയോടെ അപ്പോഴൊക്കെ അവൾ അവന്റെ മുൻപിലേയ്ക്ക് ഓടിയ ണയും. എടുത്തൊന്ന് നെഞ്ചിലണയ്ക്കാൻ, വാരിപ്പുണരാൻ, ഉമ്മ വയ്ക്കാൻ ഒക്കെ ഹൃദയം ഉത്ക്കടമായി ദാഹിക്കും.

ഒക്കെ മിഥ്യയാണെന്ന ബോധം ഉള്ളിലുണരുമ്പോൾ തേങ്ങിപ്പോകും. അവന്റെ പ്രസരിപ്പ് നഷ്ടമായി. ചൈതന്യരഹിതമായ മിഴികൾ... മെലി ഞ്ഞുവരുന്ന ശരീരം.

കളങ്ങളിൽ ചൂള ഒരുങ്ങിക്കൊണ്ടേയിരുന്നു. മാണിയുടെ ചൂള പകു തിയാകുന്നതേയുള്ളൂ. എന്നും അവന്റെ കളത്തിൽ താമസമാണ്. രഘു വിന്റെ ചൂള തീരാൻ ഇനിയും മൂന്നുനാലു ദിവസങ്ങൾ കൂടി വേണ്ടിവ രും. ഉത്സാഹം നശിച്ചതുകൊണ്ടവന്റെ പണിക്ക് ഇത്തവണ വേഗത ഉണ്ടാ യിരുന്നില്ല.

മൂന്നറപ്പ് കട്ടകൾ ദിനംപ്രതി പിടിച്ചിരുന്ന രഘുവിന് ഇത്തവണ രണ്ടു പോലും തികയ്ക്കാൻ കഴിഞ്ഞിട്ടില്ല ചില ദിവസങ്ങളിൽ.

ചിലപ്പോൾ പത്തോ ആയിരമോ കട്ടമാത്രം പിടിച്ച് തളർന്നവശനായി

ഇരുന്നുപോയ ദിവസങ്ങളുമുണ്ട്.

അതുകൊണ്ട് ഒരാഴ്ച വൈകിയാണ് തുടങ്ങിയതെങ്കിലും ചന്ദ്രന്റെ കളത്തിലെ ചൂള പൂർത്തിയായി.

രാവിലെതന്നെ അവനും കൂട്ടരും വിറകടുക്കിക്കൊണ്ടിരുന്നു. ഇന്നു തന്നെ തീയിടാം. വിറകടക്കുമ്പോൾ... എന്തിനെന്നറിയാതെ ചന്ദ്രന്റെ ഉടൽ വിറച്ചു.

കഴിഞ്ഞ തവണ.

തന്റെ ചൂള കത്തിത്തുടങ്ങിയ ദിവസം...!

അന്ന്!

അന്നാണവളെ കാണാതായത്!

അന്നാണവൾ തന്നെ തള്ളിപ്പറഞ്ഞത്!

ഉള്ളിന്റെയുള്ളിൽ ഒരു ദേവതയെപ്പോലെ താൻ പ്രതിഷ്ഠിച്ചു പൂജി ച്ചിരുന്നതാണവളെ.

അന്നവൾ പറഞ്ഞു.

"നിങ്ങളെ ഇഷ്ടമല്ല."

എത്ര ക്രൂരമായ വാക്കുകൾ. ആയിരം ശരങ്ങളായി ഹൃദയത്തിൽ തറഞ്ഞുകയറിയ വാക്കുകൾ!

എനിക്കിഷ്ടം വേറെ ഒരാളെയാ. ഞാനയാടെകൂടെ പൊറുത്തോളാം..." ധാർഷ്ട്യം നിറഞ്ഞ വാക്കുകൾ.

പക്ഷെ... പക്ഷെ...

എന്നിട്ടെന്തേ?

ചന്ദ്രൻ ചുളിഞ്ഞ നെറ്റിയോടെ വിറകിലേയ്ക്ക് നോക്കി. ആ തെങ്ങിൻമുട്ടികൾ മുരൾച്ചയോടെ ആളിക്കത്താൻ തുടങ്ങിയോ?

*** *** ***

തന്റെ ചൂളയിൽ കട്ടകൾ അടുക്കി പൂർത്തിയാക്കുവാൻ യത്നിക്കുക യാണ് രഘു.

ഓർമകൾ അവനെ വല്ലാതെ ഞെരുക്കുന്നു...!

കഴിഞ്ഞ തവണ...!

ചുമ്മാടിന്റെ മുകളിൽ വച്ച പലകയിൽ അടുക്കിവെച്ച കട്ടകളുമായി അവൾ അരികിലെത്തിയിരുന്നു...

സീത!

അവളെ താൻ അടക്കം പുണർന്നു.

നിർവൃതിയുടെ നിമിഷങ്ങളിൽ സ്വയം അലിഞ്ഞുനിന്നത്... എത്ര നിമി ഷങ്ങൾ...

ഓാ... അപ്പോഴേയ്ക്കും... നാശം...! മുതലാളി കടന്നുവന്നു.
അല്ലെങ്കിൽ ആ സ്വർഗീയനിമിഷങ്ങൾ ദീർഘിക്കുമായിരുന്നു..!
ഇന്ന്

ഇന്നെവിടെ അവൾ! ഓർത്തപ്പോൾ നെഞ്ചിൽ വിങ്ങൽ...

രഘു നെഞ്ചമർത്തിത്തിരുമ്മി. നിറമിഴികളോടെ അവൻ ചൂളപ്പുറത്തു
നിന്നും താഴെയിറങ്ങി.

തലയിൽ നിരത്തിവെച്ച കട്ടകളുമായി പൊന്നു കടന്നുവന്നു.

രഘുവിനെ കാണാനില്ല... പൊന്നു അമ്പരന്നു.

അവൾ തന്നെ സ്വന്തം തലയിൽനിന്ന് കട്ടകൾ ഒന്നൊന്നായി ഇറക്കി
വച്ചു. തലയിൽനിന്നെടുത്ത ചുമ്മാടും കട്ടപ്പുറത്തുവച്ചിട്ടവൾ ചൂളയ്ക്ക
പ്പുറത്തേയ്ക്കുനടന്നു...

അപ്പുറത്ത്...

ചൂളയുടെ ഒരുവശത്ത് തലയിട്ടുരുട്ടി. വിങ്ങിപ്പൊട്ടൽ അവസാനിപ്പി
ക്കാൻ നെഞ്ച് തിരുമ്മി പാടുപെടുന്ന രഘു.

സഹതാപത്തോടെ അതിലേറെ ദുഃഖത്തോടെ പൊന്നു പിൻവാങ്ങി.

അവളിൽനിന്നാവിവരം കേട്ടപ്പോൾ കുഞ്ഞമ്മ പറഞ്ഞു.

"കഷ്ടം... നല്ലൊരു ചെറുക്കനായിരുന്നു..."

"എന്താ ഇനി നമ്മള് ചെയ്ക?"

പൊന്നു അവരെ നോക്കി.

"അല്ലെടീ, ഞാനോർക്കുവാ, ഇവളിനീം വല്ലടത്തും പോയി ചത്തോ?"

"കുഞ്ഞമ്മേ..." പൊന്നു അസഹ്യതയോടെ വിളിച്ചു.

"അല്ലാണ്ട് പിന്നെ?" ജീവിച്ചിരിപ്പൊണ്ടേല് അവൾക്ക് വരാമ്മേലെടീ
ഇങ്ങോട്ട്?"

അതിന് പൊന്നുവിന് മറുപടിയില്ല. എന്നാലും സീത മരിച്ചു എന്നുപ
റയുന്നത് കേൾക്കുമ്പോൾ അവൾക്ക് സഹിക്കാനാവുന്നില്ല.

അവൾ സ്നേഹിച്ച ഒരേയൊരു ആത്മാർഥ കൂട്ടുകാരിയാണ് സീത.

ഒരിക്കൽപ്പോലും ഒരു വാക്കുകൊണ്ടുപോലും സീത തന്നെ നോവി
ച്ചിട്ടില്ലെന്ന് പൊന്നു വേദനയോടെ ഓർത്തു. ആ കുടിലിനു മുൻപിലൂടെ
പോകുമ്പോൾ ചൂളയ്ക്കുള്ളിൽ അറിയാതെ അകപ്പെട്ട അനുഭവമാണ്.

നീറിപ്പിടിക്കും...

ജീവച്ഛവംപോലെ മുറ്റത്തോ പറമ്പിലോ കുത്തിയിരിപ്പുണ്ടാവും തങ്ക
ച്ചേച്ചി. വിളറിവെളുത്താണിന്നും മാണിച്ചേട്ടന്റെ മുഖവും. ചിരിയോ തമാ
ശയോ ഇല്ല. തന്നെപ്പോലും ശ്രദ്ധിക്കുന്നില്ല.

ഒരുദിവസം തങ്കച്ചേച്ചി വഴിയിലേക്കിറങ്ങിവന്നു. താനും മാണിച്ചേട്ടനും
നടന്നുചെല്ലുകയായിരുന്നു.

തന്നെ കെട്ടിപ്പിടിച്ച് നിലവിളിച്ചുകൊണ്ട് തങ്കച്ചേച്ചി പറഞ്ഞു.

"എടാ, ഇവളെ ഇനി ഇങ്ങുകൊണ്ടുപോരാമെടാ... ഇല്ലെങ്കില് എനിക്ക് വല്ല പ്രാന്തും പിടിക്കുമെടാ ചെറുക്കാ."

മാണിച്ചേട്ടൻ വേദനയോടെ തന്നെ നോക്കി.

പിന്നെ അമ്മയെയും.

പിറ്റേന്ന് മാണിച്ചേട്ടൻ പറഞ്ഞത് ഓർത്തു. അപ്പോഴാ കണ്ണുകൾ നിറ ഞ്ഞിരുന്നു.

അമ്മ പറഞ്ഞത് നീ കേട്ടോ. അമ്മയ്ക്കാകെ വിഷമമാണ്. ഇടയ്ക്കിടെ ഓർമക്കേടുപോലാ. നീ ഇടയ്ക്കിടെ അമ്മയെക്കണ്ട് സമാധാനിപ്പിക്കണം. വിവാഹത്തെക്കുറിച്ച് പിന്നീട് നമുക്ക് തീരുമാനിക്കാം. ഇപ്പോൾ എനി ക്കൊന്നിനും ശക്തിയില്ല..." പിന്നെ നിർത്തിനിർത്തി തേങ്ങൽ പോലെ ചോദിച്ചു.

"അവർ തമ്മിൽ ഇത്രയ്ക്ക് പിരിയാൻപറ്റാത്ത സ്നേഹമാണെന്ന് നീ പോലും എന്നോട് പറഞ്ഞില്ലല്ലോ പൊന്നു..."

എന്താണ് മറുപടി പറയുക? എത്രയോ തവണ താൻ സൂചിപ്പിച്ചതാ ണ്. അപ്പോഴൊക്കെ നിസ്സാരമായി തള്ളിക്കളഞ്ഞു. ഒന്നാകാൻ വെമ്പുന്ന മനസ്സുകളെ എന്തിന് വെട്ടിമുറിക്കുന്നു എന്നു താൻ ചോദിച്ചതാണ്. അപ്പോഴൊക്കെ ചാടിക്കടിക്കാൻ വന്നു. വരത്തനെന്ന് പറഞ്ഞ് ആക്ഷേ പിച്ചു. ഇപ്പോഴെങ്ങനെ വരത്തൻ നല്ലവനായി?

പെങ്ങളെ കുരുതി കൊടുത്തപ്പോഴോ?

ചോദിക്കാമായിരുന്നു.

പക്ഷെ, മാണിച്ചേട്ടനത് വിഷമമാകും. അതുകൊണ്ടുതന്നെ താൻ നിശ്ശ ബ്ദയായി നിന്നു. മറുപടി പറഞ്ഞില്ല.

"ങും. എല്ലാം കഴിഞ്ഞു. ഇനിയിപ്പോൾ പറഞ്ഞിട്ടെന്തുകാര്യം? അവൾ എവിടെയുണ്ടെന്ന് അറിഞ്ഞാൽ മതിയായിരുന്നു."

അതെ. അത്രയുമേ താനും ആഗ്രഹിക്കുന്നുള്ളൂ. പക്ഷെ, എങ്ങനെ അറിയാൻ?

രഘു വീണ്ടും കട്ട അടുക്കുകയാണ്. ഓർമകളിൽനിന്നുണർന്ന് പൊന്നു കട്ടകൾ വീണ്ടും വീണ്ടും ചുളയ്ക്കരികിൽ എത്തിച്ചു. കുഞ്ഞ മ്മയും സഹായിച്ചു. രഘു ഒന്നൊന്നായി അടുക്കിവെച്ചുകൊണ്ടേയിരു ന്നു. ചുള തീരുകയാണ്. പൊങ്ങുകയാണ്. വീണ്ടും വീണ്ടും രഘു കട്ട അടുക്കുകയാണ്.

അപ്പോഴാണ് ശിവൻപിള്ള കടന്നുവന്നത്. കട്ട അടുക്കിക്കൊണ്ടുനി ല്ക്കുന്ന രഘുവിനെയും അവന്റെ അടുത്തുനില്ക്കുന്ന പൊന്നുവിനെയും അയാൾ കഴുകൻകണ്ണുകൾകൊണ്ട് തറപ്പിച്ചുനോക്കി.

പൊന്നു അയാൾ കാണാതെ പുച്ഛത്തിൽ ചുണ്ടുകോട്ടി. കാലൻ... കാലൻ... അവളുടെ മനസ്സു വല്ലാതെ പ്രകോപിതമായി. എന്തിനെന്നറിയാതെ.

"എടീ പെണ്ണേ..." ശിവൻപിള്ള വിളിച്ചു.

പൊന്നു നോക്കി.

"അങ്ങോട്ടു ചെല്ലാൻ, മുതലാളി വിളിക്കുന്നു..."

ശിവൻപിള്ള പറഞ്ഞു.

"ഓാ... പൊയ്ക്കൊള്ളാം പിള്ളസാറേ."

പൊന്നു പറഞ്ഞു.

ശിവൻപിള്ള കുഞ്ഞമ്മയുടെ അടുത്തേയ്ക്കുനടന്നു.

ശിവൻപിള്ളയുമായുള്ള കുഞ്ഞമ്മയുടെ ഈ അടുപ്പം മാത്രം പൊന്നു വിനിഷ്ടമല്ല. പക്ഷെ, കുഞ്ഞമ്മയോടത് മിണ്ടാനാവില്ല. ആ മറുപടിയെ അവൾ ഭയക്കുന്നു.

പൊന്നു രഘുവിനോട് കാര്യം പറഞ്ഞു. മുതലാളിയോടിത്തിരി രൂപാ ചോദിച്ചിരുന്നു. ഇന്നലെ കളത്തിൽവന്നപ്പോൾ ചോദിച്ചതാണ്. ഒന്ന് മൂളിയിട്ട് കടന്നുപോയി. ആ രൂപ തരാനാകും.

"ഞാനിപ്പോൾത്തന്നെ വന്നേക്കാം." കുഞ്ഞമ്മയോടും പറഞ്ഞിട്ടാണ് പൊന്നു യാത്രയായത്. ധൃതിയിൽ വയലിൽനിന്നു കരയ്ക്കു കയറി.

ആറ്റരികിൽ ചെന്ന് കൈയും കാലും മുഖവും കഴുകി. നിറയെ മണ്ണാണ്.

തോളിൽക്കിടന്ന തുവർത്തുകൊണ്ട് മുഖം തുടച്ചു. കൈകൊണ്ട് മുടിയൊന്നു കോതി.

അമർത്തി കെട്ടിവച്ചു.

രൂപാ ഇല്ലെന്നു പറയാനോ അതോ ഉണ്ടെന്നു പറയാനോ?

വയസ്സ് ഇരുപത്തിയഞ്ചു കഴിഞ്ഞു പൊന്നുവിന്. ഒരുതരി പൊന്നിന്റെ ആഭരണം അവളുടെ ശരീരത്തിലില്ല. എത്രയൊക്കെ രക്തം വെള്ളമാക്കി പണിചെയ്താലും കഴുത്തിലെ ഈ മുത്തുമാല മാറ്റാനാവുമെന്ന് തോന്നുന്നില്ല.

അതുപോട്ടെ, ഒരു നല്ല ബ്ലൗസും മുണ്ടുംപോലും വാങ്ങാൻ കഴിയില്ല എന്നതാണ് സത്യം. ഓർക്കുമ്പോൾ ഇടനെഞ്ചു പൊട്ടും. വല്ലപ്പോഴും മാണിച്ചേട്ടൻ വാങ്ങിത്തരുന്നതുകൊണ്ടാണ് ഒരു നല്ല കൈലിയും ബ്ലൗസും താൻ ധരിക്കുന്നതുതന്നെ.

ഈ ആഴ്ചയിൽ റേഷൻ വാങ്ങീട്ടില്ല. മറ്റ് പീടികസാധനങ്ങളും മുഴുവൻ തീർന്നുകഴിഞ്ഞു.

ഉടുക്കാൻ ഒരു വിലകുറഞ്ഞ സാരിയെങ്കിലും വേണം. അതുകൊ
ണ്ടുമാത്രമാണ് മുതലാളിയോട് നൂറു രൂപ ചോദിച്ചതും.

ഈശ്വരാ തരാൻ സന്മനസ്സ് കാട്ടണേ. പണിക്കൂലിയിൽനിന്നും ദിവ
സവും കുറേശ്ശെയായി പിടിച്ചുതീർത്താൽ മതിയല്ലോ

മുതലാളിയുടെ മനോഹരമായ ബംഗ്ലാവിന്റെ മുറ്റത്തെ മണലിൽ
പൊന്നു നിന്നു.

മുൻവശത്തെ വാതിൽ തുറന്നിട്ടിട്ടുണ്ട്.

പക്ഷെ, ആരുമില്ലല്ലോ.

പൊന്നു അടുക്കളഭാഗത്തേയ്ക്ക് തിരിഞ്ഞു. ജോലിക്കാരൻ മുത്താപ്പു
അവിടെയുണ്ടാകും. അയാളെക്കൊണ്ട് മുതലാളിയെ വിളിപ്പിക്കാം.

അടുക്കളയിൽ അയാളില്ല.

പൊന്നു വീണ്ടും മുറ്റത്തുവന്നു.

വാതിൽക്കൽ ശിവൻപിള്ള!

അയാളുടെ കഴുകൻ കണ്ണുകൾ.

വെറുപ്പ് ഉള്ളിൽ നുരഞ്ഞൊഴുകി.

“എടീ പെണ്ണേ, മുതലാളി ദേണ്ടിവിടാ. ഇങ്ങോട്ടു കേറിവാടീ...”

അധികാരത്തിലുള്ള ആ എടീ എന്നുള്ള വിളി അവൾക്കസഹ്യമായി.
എങ്കിലും മിണ്ടിയില്ല. അവൾ പതിയെ വരാന്തയിലേക്ക് കയറി. വാതി
ല്ക്കലേക്ക് നീങ്ങിനിന്ന് അകത്തേയ്ക്ക് എത്തിനോക്കി.

പെട്ടെന്നാണതുണ്ടായത്!

പൊന്നുവിനെ അകത്തേയ്ക്ക് ഉന്തിത്തള്ളിക്കൊണ്ടയാൾ നിമിഷത്തി
നുള്ളിൽ അകത്തുകടന്നു. അവർക്കുപിന്നിൽ ആ വാതിലടഞ്ഞു.

മുപ്പത്

പൊന്നു ഞെട്ടിത്തെറിച്ചുപോയി.

മുൻപിൽ

മുഖം നിറഞ്ഞ ചിരിയുമായി ശിവൻപിള്ള

വിജയത്തിന്റെ ചിരി!

അഹന്തയുടെ ചിരി!

ശിവൻപിള്ള!

പൊന്നു വിയർത്തുകുളിച്ചു. അവളുടെ നെഞ്ചിൽ ഒരു ചൂള എരിയു
ന്നു. സ്വയം അവൾ ചൂളയിൽ ചാടിയതുപോലെ.

അടഞ്ഞുകിടക്കുന്ന വാതിൽ. വാതില്ക്കൽ ചാരിനില്ക്കുന്ന മനുഷ്യൻ

രാക്ഷസൻ.

അവളുടെ മിഴികൾ ആ മുറിയിൽ ആകമാനം ഭീതിപൂണ്ടുഴറി.

സ്വീകരണമുറിയാണ്. സെറ്റികളും സോഫകളും നിരന്നുകിടക്കുന്നു.

ഇയാൾ?

ഈ ദുഷ്ടൻ എന്തിനാണ് ഭാവം?

എവിടെ മുതലാളി?

ഇവിടെ മറ്റാരും ഉള്ള ലക്ഷണമില്ല.

ആ പ്രദേശത്തെങ്ങും ആരുമില്ലെന്നവൾക്കറിയാം. വിളിച്ചലറിയാലും ആരും കേൾക്കില്ല. പത്തേക്കർ സ്ഥലത്തിന് നടുവിലാണ് ആ ബംഗ്ലാവ്. പരിസരത്തെങ്ങും ആരുമില്ല. ആരും കേൾക്കില്ല. അടുക്കളെക്കാരൻ മുത്താപ്പൂപോലും ഇവിടില്ല.

ഭീകരമായ നിശ്ശബ്ദത!

ഈ ബംഗ്ലാവിൽ ഇയാൾ സർവസ്വതന്ത്രനാണ്. മുതലാളി ഇല്ലാത്ത പ്പോൾ തന്നെ വിളിച്ചുവരുത്തീട്ട് ഇയാൾ! മുത്താപ്പുവിനെ മനഃപൂർവം എവിടേക്കെങ്കിലും പറഞ്ഞുവിട്ടതാണോ?

ഈ കഴുകൻ!

പാദങ്ങളിൽനിന്നൊരു വിറയൽ മുകളിലേയ്ക്ക കടക്കുന്നതറിഞ്ഞു. ബോധം അറ്റുവീഴുമോ? വീണുപോയാൽ!

കൊത്തിവലിക്കാൻ കൂർപ്പിച്ച ചുണ്ടുകളും നീണ്ടുവളഞ്ഞ നഖങ്ങളു മായി ഈ കഴുകൻ മുൻപിൽ!

ചോരച്ച കണ്ണുകളുമായി. ഭയപ്പെടുത്തുന്ന ഭാവം. പുളിച്ച കള്ളിന്റെ അസഹ്യമായ നാറ്റം!

"പൊന്നൂ..." സ്നേഹം ചാലിച്ച സ്വരം...

ങും! അവളുടെ കണ്ണുകൾ കത്തിക്കാളി.

കാമക്കോമരത്തിന്റെ വിളി. പൊന്നു പല്ലുകടിച്ചു. അവൾ തുറിച്ചുനോ ക്കി.

മുടി അങ്ങിങ്ങ് നന്നായി നരച്ചു.

തന്നോളം പ്രായമുള്ള മൂന്നു പെൺമക്കൾ പുരനിറഞ്ഞുനില്ക്കുന്നു. എന്നിട്ടും ഈ പിശാച്...

"എച്ചീ കൊച്ചേ" ശിവൻപിള്ളയുടെ കരം അവളുടെ തോളിൽ പതി ച്ചു.

ഷോക്കേറ്റതുപോലെ. ഭീകരമായി പത്തിവിരിച്ചാടിനില്ക്കുന്ന കരി മൂർഖനെ അറിയാതെ തൊട്ട അനുഭവം.

ഭയം, അറപ്പ്, വെറുപ്പ്.

അവൾ ആ കരം ശക്തിയായി തട്ടിമാറ്റി. ഭിത്തിയുടെ അരികിലായിരു
ന്നതിനാൽ അതേ ഊക്കോടെ അയാളുടെ കരം ഭിത്തിയിൽ ആഞ്ഞടി
ച്ചു. അയാൾ മുഖം ചുളിച്ചുപോയി. കൈ മരവിച്ചതുപോലെ.

"ഊഹ" എന്നൊര അപശബ്ദമുയർന്നു.

"എടീ" ശിവൻപിള്ളയുടെ ഭാവം മാറി.

"എന്നാടീ ഞാനൊന്ന് തൊട്ടാൽ? പൊള്ളിപ്പോവ്വോ?"

"എന്താണെന്ന് കണ്ടില്ലേ? പൊള്ളീട്ടുണ്ടോന്ന് കയ്യിമ്മേല് നോക്ക്."

പൊന്നു പതിയെ ധൈര്യം വീണ്ടെടുക്കുകയായിരുന്നു.

ശിവൻപിള്ള അവളെ തറച്ചുനോക്കി.

"നീയത്ര ഞെളിയണ്ട, കേട്ടോടീ..."

"അത് ഞാൻ തീരുമാനിച്ചോളാം."

ഭീതി ഉള്ളിൽ പത്തിവിരിക്കുമ്പോഴും പൊന്നു പുറമെ ധൈര്യം കാട്ടി.
അവൾ ഉറച്ച സ്വരത്തിൽ ചോദിച്ചു.

"മുതലാളി എവിടെ?"

"ഓ, നിനക്ക് മുതലാളി മതിയായിരിക്കും അല്ലേടീ. നീയപ്പോൾ പുലി
കൊമ്പിലേ പിടിക്കൂ. ഹും." അയാൾ നീട്ടിമൂളി. "തല്ക്കാലം ഇവിടെ
ഞാനേ ഉള്ളൂ. മുതലാളി പിന്നെ വന്നോളും."

അയാളുടെ മുഖമടച്ച് ആഞ്ഞടിക്കാൻ പൊന്നുവിന്റെ കൈ തരിച്ചു.

"തന്റെ മുതലാളി വരാൻ പറഞ്ഞത് ഇതിനാണോന്ന് എനിക്കൊന്ന
റിയണം."

പൊന്നു ദൃഢമായിത്തന്നെ പറഞ്ഞു.

"ഇതിന് തന്നെയാടീ, നീയെന്നാ മൂക്കിക്കേറ്റോ? പക്ഷെ, എന്റെ ഊഴം
കഴിഞ്ഞിട്ടേ മുതലാളിക്ക് ഞാൻ ആരേം കൊടുക്കത്തുള്ളൂ."

അയാൾ അവളുടെ അടുത്തേയ്ക്ക് ഒരടിവച്ചു. അയാളുടെ മുഖത്ത
പ്പോൾ ശൃംഗാരം പരന്നു.

പൊന്നുവിന്റെ ഉള്ളിൽ വീണ്ടും ഭീതിയായി. വാതില്ക്കലാണയാൾ
നിൽക്കുന്നത്.

വല്ലാത്ത കാലനാണ്. മനസ്സും മനസ്സാക്ഷിയുമില്ലാത്ത മൃഗം. എങ്ങനെ
രക്ഷപ്പെടും? അവൾ നാലുപാടും നോക്കി.

ഒട്ടും പ്രതീക്ഷിച്ചില്ല. മുതലാളി പലതവണ വിളിപ്പിച്ചിട്ടുണ്ട്. ഒരിക്കലും
ഇത്തരം ഒരനുഭവം ഉണ്ടായിട്ടില്ല. ഇത് ഇയാൾ കരുതിക്കൂട്ടി.

ദ്രോഹീ...

ബന്ധിച്ച മുറി. കൂവി അലറിയാലും കേൾക്കാത്ത പരിസരം.

ഈശ്വരാ ആരെങ്കിലും ഇങ്ങോട്ടു കടന്നുവന്നെങ്കിൽ

മാണിച്ചേട്ടൻ, രഘു!

കുഞ്ഞമ്മയെങ്കിലും വന്നെങ്കിൽ...

അവൾ സർവ ഈശ്വരന്മാരെയും വിളിച്ചു. മദ്യത്തിൽ മുങ്ങിക്കുളിച്ച തുപോലെ ആടിയാടി നിന്ന ശിവൻപിള്ള അവളെ കടന്നുപിടിച്ചു. അസാധാരണ ശക്തിയാണീ കാലന്!

"ദുഷ്ടാ. എടാ ദ്രോഹീ. എന്നെ തൊട്ടുപോകരുത്. വിടെടാ കാലാ. എന്നെ തൊട്ടുപോകരുതെന്ന്." സർവശക്തിയും സംഭരിച്ചു പൊന്നു കുതറി അലറി.

"അടങ്ങി നില്ലെടീ." ശിവൻപിള്ള ജ്വലിച്ചു. "നീ എന്നും ആ മാണീടെ കൂടെയല്ലേ? ഇന്ന് എന്റെകൂടെ. മിണ്ടിപ്പോകരുത്. അധികം കളിച്ചാൽ..."

അയാൾ മുരണ്ടു. പിന്നയാൾ അവളെ നെഞ്ചിൽ വരിഞ്ഞുകെട്ടി.

അവൾ പിടഞ്ഞു. കുതറി. അവളുടെ നഖങ്ങൾ അയാളുടെ ദേഹം മാന്തിക്കീറി. അയാളുടെ നെഞ്ചിൽ അവളുടെ പല്ലുകൾ ആഴ്ന്നിറങ്ങി.

"എടീ." ഒരു കടുവയെപ്പോലെ ശിവൻപിള്ള അലറി. അയാൾ അവ ളുടെ ഇരുകവിളിലും മാറിമാറി ആഞ്ഞടിച്ചു.

"തെണ്ടിപ്പരിഷെ. തേവിടിശ്ശീ, നീയെന്നെ കടിക്കുന്നോ."

അടിയുടെ ആഘാതത്തിൽ പൊന്നു പിന്നോക്കം മലച്ചുപോയി. എങ്കിലും വീഴാതെ അവൾ ഭിത്തിയിലിടിച്ചുനിന്നു.

അസാധാരണമായ ശക്തിയോടെ കടുവയുടെ മുരൾച്ചയോടെ അയാൾ അവളെ കടന്നുപിടിച്ചു. ഭിത്തിമേൽ അവളെ അമർത്തിപ്പിടിച്ചു.

"നിന്നെ ഇന്ന് ഞാൻ വിടില്ലെടീ. നീയത്രയ്ക്കായോ? എന്റെ മേല് കൈവയ്ക്കാറായോ? ഒരുത്തീം എന്റെ കൈയീന്ന് രക്ഷപ്പെടത്തില്ലെടീ. വേണ്ടിവന്നാല് കൊല്ലാനും എനിക്ക് മടിയില്ലെടീ. ശിവൻപിള്ളയാ പറ യുന്നത്."

പൊന്നുവിന് ആ സ്വരം ശക്തി ചോർത്തുകയല്ല ശക്തി കൂട്ടുകയാണ് ചെയ്തത്.

രക്ഷപ്പെടാനുള്ള മാർഗംതേടി അവളുടെ മിഴികൾ പാഞ്ഞു.

ഇടയ്ക്കവൾ ഒന്നു കുതറി.

അയാൾ വർധിച്ച കോപത്തോടെ അവളുടെ പിടലിയിൽ രണ്ടുകൈ കളും കുത്തിയിറക്കി.

പൊന്നുവിന്റെ കണ്ണുകൾ തുറിച്ചു.

"മരിക്ക്. നീ മരിക്ക്. മര്യാദയ്ക്ക് നിന്നില്ലെങ്കി ഇതാടീ അനുഭവം. മറ്റേ വടെ അനുഭവം തന്നെ നിനക്കും. അവന്റെ ചൂള ഇന്നും കത്തിച്ചിട്ടുണ്ടെ ടീ. ഇന്ന് നീയാ എന്റെ ഇര! തേവിടിശ്ശീ. നെനക്കൊക്കെ കണ്ടോന്റെകൂ

ടെയൊക്കെ അഴിഞ്ഞാടാം. ഞാനൊന്ന് തൊട്ടപ്പഴ് പാതിവ്രത്യം...
കാശങ്ങോട്ട് എണ്ണിത്തരാമെടീ..."

ഒരു ബോംബുസ്ഫോടനംപോലെ..!

പൊന്നു തളർന്നുപോയി. അവളത് ശ്രദ്ധിച്ചു.

മറ്റേവൾ!

ഒരുമാസം!

അവന്റെ ചൂള!

ആരാണ് മറ്റേവൾ...

സീത... സീത... അതെ സീത...!

ഒരുമാസം!

അതെ, സീതതന്നെ!

അവന്റെ ചൂള... ആരുടെ... ഇന്നു കത്തിത്തുടങ്ങിയ ചൂള ആരുടെ?

ചന്ദ്രന്റെ!

ചന്ദ്രന്റെ ചൂള!

പൊന്നു ഒരു നിമിഷത്തേക്ക് തളർന്നുനിന്നപ്പോൾ സ്വയമറിയാതെ ശിവൻപിള്ളയുടെ പിടി ഒന്നയഞ്ഞു.

ജീവിക്കുവാനുള്ള അദമ്യമായ ആവേശം കടന്നാക്രമിച്ച ആ ഒരുനി മിഷം മതിയായിരുന്നു പൊന്നുവിന്!

അവൾ സർവശക്തിയും പ്രയോഗിച്ച് അയാളെ ആഞ്ഞുതള്ളി. ഒട്ടും പ്രതീക്ഷിക്കാതിരുന്ന നിമിഷത്തിലായതിനാൽ ശിവൻപിള്ള വേച്ചുവേച്ചു പിന്നോട്ടു രണ്ടടിമാറി സ്വീകരണമുറിയിൽ കിടന്നിരുന്ന ടീപ്പോയിമേൽ തട്ടി അയാൾ വീണു.

വീണത് സെറ്റിയുടെ കൈയിന്മേലേക്കാണ്. തല ഇടിച്ചിരിക്കണം. വല്ലാതെ മരവിച്ചിരിക്കണം. തല പൊത്തിപ്പിടിച്ചയാൾ പിടഞ്ഞെണീക്കാൻ ശ്രമിച്ചു.

ആ സമയം മുഴുവൻ ആവശ്യമുണ്ടായിരുന്നില്ല പൊന്നുവിന്. വാതി ലിന്റെ കൊളുത്തെടുത്തവൾ മരണവെപ്രാളം പൂണ്ട് പുറത്തേയ്ക്ക് പാഞ്ഞു. അവൾക്ക് ഉടുമുണ്ട് നഷ്ടപ്പെട്ടിരുന്നു. മുട്ടുവരെയുള്ള അരപ്പാ വാട മാത്രം.

പാഞ്ഞുചെന്ന അവൾ പുറത്തുനിന്ന് കടന്നുവന്ന ബേബിച്ചൻ മുത ലാളിയുമായി കൂട്ടിയിടിച്ചു. ഒട്ടും പ്രതീക്ഷിക്കാത്ത രംഗമായിരുന്നതിനാൽ അദ്ദേഹം ഒരുനിമിഷം സ്തംഭിച്ചുനിന്നുപോയി.

പൊന്നു കുതറിപ്പിടഞ്ഞ് ഓടി മുറ്റത്തിറങ്ങി. പിന്നവൾ വെടിയുണ്ട പോലെ പുറത്തേയ്ക്ക് പാഞ്ഞു.

"മുതലാളീ... വിടരുത്. അവളെ വിടരുത്. തൊലഞ്ഞു. എല്ലാം നശി ച്ചു."

"ഛീ പട്ടീ..." മുതലാളിയുടെ ആക്രോശം. ഒറ്റയടി. ശിവൻപിള്ളയുടെ കവിൾത്തടം പൊളിഞ്ഞിരിക്കണം.

പൊന്നു സർവശക്തിയും സംഭരിച്ച് പറന്നു. ആയിരം ചിറകുകൾ പൊട്ടിമുളച്ച പരുന്തിന്റെ വേഗത്തിൽ പറന്നു! പിന്നിൽനിന്നാരോ ഓടിവ രുന്നുണ്ടോ? തിരിഞ്ഞുനോക്കാൻപോലും നില്ക്കാതെ അവൾ ഓടി...

ആരെങ്കിലും വന്നുതന്നെ പിടികൂടിയാലോ...? അവളാകെ ഭയന്നു.

വിളിക്കാൻ ശ്രമിച്ചിട്ട് ശബ്ദം ഉയരുന്നില്ല,,,

എങ്കിലും പൊന്നു ശ്രമിച്ചു. ഓടുന്നതിനിടയിൽ നാവ് നൊട്ടി നനച്ച വൾ അലറിവിളിച്ചു.

"മാണിച്ചേട്ടാ... മാണിച്ചേട്ടാ..."

നേരിയ ഒരു സ്വരമാണ് പുറപ്പെട്ടത്. എങ്കിലും പൊന്നു ഓട്ടം നിർത്തി യില്ല.

വിളിയും നിർത്തിയില്ല.

അകലേയ്ക്ക് അകലേയ്ക്ക് അവളുടെ സ്വരം കാറ്റത്തട്ടിത്തെറിപ്പിച്ചു. മുട്ടിൽനിന്നും അല്പംകൂടി ഇറക്കമുള്ള അരപ്പാവാടയും ബ്ലൗസും മാത്രം വേഷം.

പൊന്നു ഓടിക്കൊണ്ടേയിരുന്നു.

മറ്റേവളുടെ അനുഭവം!

ഒരുമാസം...

അവന്റെ ചൂള ഇന്നും കത്തിത്തുടങ്ങി!

ചന്ദ്രന്റെ ചൂള!

അന്നും സീതയെ കാണാതായ അന്നും ചന്ദ്രന്റെ ചൂള കത്തിപ്പിടിച്ചു കഴിഞ്ഞിരുന്നു...

അന്ന്...

പൊന്നു ഓർത്തു.

അന്ന് പുലരുംവരെ ചന്ദ്രൻ വീട്ടിലെത്തിയിരുന്നില്ല!

അയാൾ! ആ നീചൻ!

അയാളും ശിവൻപിള്ളയുംകൂടി സീതയെ!

"ഹമ്മേ..." പൊന്നു അലറിവിളിച്ചു.

പിന്നിൽനിന്നാരോ അവളെ കടന്നുപിടിച്ചുകഴിഞ്ഞിരുന്നു.

"നീ രക്ഷപ്പെടാമെന്നു കരുതി അല്ലെടീ..."

ശിവൻപിള്ളയുടെ ക്രുദ്ധസ്വരം...

നിന്നെ വെട്ടിനുറുക്കി തുണ്ടംതുണ്ടമാക്കി ചൂളയ്ക്കകത്ത് ഞാൻ തള്ളുമെടീ" അയാൾ അവളുടെ വായടച്ച് കൈപൊത്തി. അവൾക്ക് ശബ്ദി ക്കാൻ കഴിഞ്ഞില്ല.

അയാളുടെ ഒരുകൈ അവളുടെ പിടലിയിൽ അമർന്നുകഴിഞ്ഞിരുന്നു.

പൊന്നു തളരുകയാണ്. അവളുടെ നാവ് തളർന്നു. കണ്ണുകൾ തുറി ച്ചു.

പാദങ്ങളുടെ ശക്തി ക്ഷയിക്കുന്നു.

ഈ ലോകത്തോടൊന്നാകെ യാത്ര പറയുവാൻ അവളുടെ ആത്മാവ് വെമ്പൽകൊണ്ട് ത്രസിക്കുകയാണ്.

മുപ്പത്തിയൊന്ന്

"ആ..."

പെട്ടെന്നായിരുന്നു ശിവൻപിള്ള അലറിയതും പിടിവിട്ടതും. പൊന്നു വേച്ചുവേച്ചു താഴെവീണു.

ശിവൻപിള്ള തല പൊത്തിപ്പിടിച്ചു. അയാളുടെ കൈകൾക്കിടയിലൂടെ ചുടുരക്തം ഒഴുകിയിറങ്ങി. വേദനകൊണ്ടയാൾ പിടഞ്ഞു. പതിയെ പിൻതി രിഞ്ഞുനോക്കി.

കുഞ്ഞമ്മ!

സംഹാരരുദ്രയെപ്പോലെ കൈയിലിരുന്ന ഇഷ്ടിക വീണ്ടും ഓങ്ങു കയാണ്.

"ദ്രോഹീ... കാലമാടാ... നീ കൊത്തിക്കൊത്തി മൊറത്തിക്കേറിക്കൊ ത്തോ? കഴുവേറീ...നിന്നെ ഞാൻ കൊല്ലും." ആ കട്ട അവർ വീണ്ടും ഓങ്ങി. ഇടികൊണ്ടത് ശിവൻപിള്ളയുടെ ഉരത്തിലാണ്. കൈ ഒടിഞ്ഞു തൂങ്ങിയതുപോലെ വേദനകൊണ്ടയാൾ പിടഞ്ഞു.

"ഫൂ, പോടാ പോ. നിന്നെ കാലപ്പാമ്പു കൊത്തിമലർത്തുമെടാ.. നിന്റെ മക്കളു മൂന്നും തന്തയില്ലാത്ത കൊച്ചുങ്ങളുമായി നടന്നു തെണ്ടുമെടാ... നീ നടന്നോ വിത്തുകാളയെപ്പോലെ." കുഞ്ഞമ്മ ഇഷ്ടിക ദൂരെ എറി ഞ്ഞിട്ട് പറഞ്ഞു.

"നിനക്കെന്നെ ഒരു ചുക്കും ചെയ്യാൻ പറ്റത്തില്ലെടാ നാറീ... എന്റെ കൂടെ ഇനീം ആള് വരുന്നുണ്ട്. ജീവൻ വേണേല് ഓടിക്കോ... അല്ലെ ങ്കില് നിന്നെ ചുട്ടുകളയും.

തലയും പൊത്തിപ്പിടിച്ച് ശിവൻപിള്ള ഓടി. അയാൾ രക്തത്തിൽ കുളി ച്ചിരുന്നു.

"മോളേ... മോളേ..." താഴെ വീണുകിടന്നിരുന്ന പൊന്നുവിനെ അവർ വിളിച്ചു. ഉത്ക്കണ്ഠയോടെ.

പൊന്നു ഞരങ്ങി... കണ്ണുമിഴിച്ചു.

അവളെ അവർ താങ്ങി... അവർ മുൻപോട്ടു നടന്നു.

പൊന്നു പോയിട്ടു വരാനുള്ള സമയം കഴിഞ്ഞിട്ടും കാണാതായപ്പോൾ തിരക്കി ഇറങ്ങിയതാണ് കുഞ്ഞമ്മ.

അപ്പോഴാണ് മൽപ്പിടുത്തം കണ്ടത്.

ഈശ്വരാധീനം. ആ നിമിഷത്തിൽ അവർ വന്നില്ലായിരുന്നെങ്കിൽ...!

വെറും പാവാട മാത്രം ധരിച്ച് ചെളി പുരണ്ട ബ്ലൗസുമായി അവശ യായ പൊന്നുവിനെ താങ്ങി നടത്തിക്കൊണ്ടുവരുന്ന കുഞ്ഞമ്മ!

ആ കാഴ്ച ആദ്യം കണ്ടത് മാണിയാണ്.

അവന്റെ കളമാണാദ്യം.

'പൊന്നൂ...' മാണി ഓടിവന്നു. അവന്റെ മനസ്സ് ആശങ്കാകുലമായി. "എന്താണിത്? എന്തുപറ്റി? എന്റെ പൊന്നുവിന് എന്തുപറ്റി?"

കളത്തിലുണ്ടായിരുന്നവരെല്ലാം അവർക്കു ചുറ്റുംകൂടി.

"അവൻ... ആ വിത്തുകാള... ആ നാറി, എന്റെ പെണ്ണിനെ കൊല്ലാ നൊരുങ്ങുന്നു. ആ കാലൻ..."

കുഞ്ഞമ്മയ്ക്ക് വാക്കുകൾ കിട്ടുന്നില്ല. കിതപ്പടങ്ങുന്നില്ല. രോഷം അട ങ്ങുന്നില്ല..."

"ആര്... ആര്..." മാണി അലറി.

"എന്റെ പൊന്നൂനെ തൊട്ടതാര്... അവന്റെ തല ഞാൻ കൊയ്യും... പറ, ആര്? ആരാണെന്ന്..."

"കുഞ്ഞമ്മേ എന്താണുണ്ടായേ?"

ചുറ്റും നിന്നവർ രോഷം കൊണ്ടു. ആവേശഭരിതരായി.

എന്നാൽ തളർന്ന് അവശയായെങ്കിലും ഉള്ള ശക്തി സംഭരിച്ച് പൊന്നു വാണാദ്യം പറഞ്ഞത്. അവൾക്ക് അവളുടെ കാര്യമല്ല വലുത്. അവൾ അറിഞ്ഞ ഭീകരമായ നടുക്കുന്ന രഹസ്യമാണ്.

മാണിയുടെ കൈയിൽ പിടിച്ച് അവൾ പതിയെപ്പറഞ്ഞു.

"മാണിച്ചേട്ടാ, നമ്മുടെ സീതയെ..."

"ഒ്, സീതയെ...?" ചുറ്റുംനിന്നവർ ചെവികൂർപ്പിച്ചു.

"സീതയെ... കൊന്ന്... ചന്ദ്രന്റെ ചുളയ്ക്കകത്ത്..." പൊന്നു പൊട്ടി ക്കരഞ്ഞു.

ചുറ്റുംനിന്നവർ നടുങ്ങിത്തെറിച്ചു!

എന്ത്? എന്താണീ കേട്ടത്.

സീതയെ... ചന്ദ്രൻ...!

മാണി നടുങ്ങിത്തെറിച്ചു. അവന്റെ കണ്ണുകൾ തുറിച്ചു. നാസിക വിറ ച്ചു. കരങ്ങൾ തമ്മിൽ ഞെരിഞ്ഞമർന്നു. നെഞ്ച് വിരിഞ്ഞു. അവൻ അങ്ങാ കാശത്തോളം വളരുകയാണ്. ഒരു രാക്ഷസനായിത്തീരുകയാണ്. കൂറ്റൻ ഗദ ചുഴറ്റിപ്പായുന്ന രാക്ഷസൻ...! സർവരെയും വിഴുങ്ങുന്ന രാക്ഷസൻ...!

"ചന്ദ്രാ..."

അവന്റെ അലർച്ച! കട്ടക്കളം നടുങ്ങി!

മാണി പാഞ്ഞുകഴിഞ്ഞു.

"പറയെടാ കഴുവേറീ... എന്റെ പെങ്ങളെവിടെടാ..." ചന്ദ്രന്റെ തൊണ്ടയ്ക്ക് കുത്തിപ്പിടിച്ച് മാണി അലറി.

ചൂളയ്ക്കുള്ളിലെ തീയിലേക്ക്, തീരുന്നതിനനുസരിച്ച് തെങ്ങിൻമുട്ടി കൾ തള്ളിവയ്ക്കുകയായിരുന്നു ചന്ദ്രനും കൂട്ടരും. കലിപൂണ്ട കാട്ടാള നെപ്പോലെ പാഞ്ഞുവന്ന മാണി അലർച്ചയോടെ അവന്റെ മേൽ ചാടിവീ ഴുകയായിരുന്നു... കഴുത്തിൽ കുത്തിപ്പിടിച്ചവൻ വീണ്ടും ആക്രോശിച്ചു.

"പറയെടാ... പറയെടാ... എന്റെ പെങ്ങളെവിടേന്ന്..."

ചന്ദ്രന്റെ തൊണ്ട തിങ്ങി. ശ്വാസം മുട്ടി. കണ്ണുകൾ തുറിച്ചു. വായ് പൊളിഞ്ഞു. അവൻ പിടഞ്ഞു.

ചന്ദ്രന്റെ ഒപ്പം ഇരുന്നവർ അമ്പരപ്പോടെ മാണിയെ വട്ടംപിടിച്ചു.

ചന്ദ്രനിൽനിന്നും അകറ്റി.

അസാമാന്യശക്തിയോടെ കുതറി മാണി വീണ്ടും ചന്ദ്രനെ കടന്നുപി ടിച്ചു.

"എടാ... പറയെടാ... നീയവളെ എന്തു ചെയ്തു? ചുട്ടുതിന്നോ? പറ യെടാ..."

പരസ്പരം അവരിരുവരും കെട്ടിമറിഞ്ഞു. അടുക്കിയ ചൂളയുടെ വശത്ത് ഇരുവരുടെയും തലയടിച്ചു. താഴെ അട്ടിയിട്ടിരുന്ന കട്ടകൾ ചിത റിത്തെറിച്ചു. ഇരുവരുടെയും കാലിലും കൈയിലും ചോര പൊടിഞ്ഞു...

കുഴച്ചിട്ടിരുന്ന ചെമ്മണ്ണിൽ ഇരുവരും പുതഞ്ഞു. അവരെ പിടിച്ചുമാ റ്റാൻ മാണിയെ പിൻതുടർന്നെത്തിയവർക്കും കഴിഞ്ഞില്ല. നിസ്സഹായ രായി അവർ ആ കാഴ്ച കണ്ടുനിന്നു.

ചന്ദ്രൻ തളരുകയാണ്. മാണിയുടെ രോഷാഗ്നിയിൽ അവന്റെ എല്ലാ ശക്തിയും ചാമ്പലാവുകയാണ്. ചേറിലും ചെളിയിലും ആകെ പുതഞ്ഞ ചന്ദ്രൻ തളർച്ചയോടെ കമിഴ്ന്നുകിടന്നു. അവനെ പിടിച്ചുമലർത്തിക്കിട ത്തിക്കൊണ്ട് അപ്പോഴും മാണി ആക്രോശിച്ചു.

"പറയെടാ... നീയെന്തിന് എന്റെ പെങ്ങളെ കൊന്നു? അവൾ നിന്നോ

ടെന്തു തെറ്റുചെയ്തു. പറയെടാ. പറഞ്ഞില്ലെങ്കില് ഈ നിമിഷം നിന്നെയും ദാ ആ ചൂളയ്ക്കകത്ത് ഞാന് തള്ളും. തീര്ച്ച... നെനക്കെന്നെ നല്ലോണം അറിയാമല്ലോ...?"

ചന്ദ്രന് അത് കേള്ക്കുന്നുണ്ടായിരുന്നില്ല. ശ്രദ്ധിക്കുന്നുണ്ടായിരുന്നില്ല. അവന്റെ ഭാവം ദയനീയമായി. മുഖംതിരിച്ചവന് എല്ലാവരെയും നോക്കി. അവന്റെ മറുപടി കേള്ക്കാന് തയ്യാറായി ഉത്ക്കണ്ഠാകുലരായി കാത്തു നില്ക്കുന്നവര്! എല്ലാവരുടെയും മുഖത്ത് അതിശയവും വെറുപ്പും.

ചന്ദ്രന്റെ കണ്ണുകള്ക്കുമുന്നില് ഒരു മൂടല്മഞ്ഞ്. അവന്റെ മിഴികള് അവനറിയാതെ നിറഞ്ഞു കവിഞ്ഞു. രണ്ടുതുള്ളി കണ്ണീര് കവിളില് ചാലുകുത്തുന്നു.

അന്ന്!

ഒരു ബ്ലൗസിനുള്ള തുണിയുമായി പ്രതീക്ഷയോടെ അവളുടെ അടു ത്തെത്തി. ആത്മാവിന്റെ ആത്മാവായി ഉള്ളില് പൂവിട്ടുപൂജിക്കുന്ന വിഗ്ര ഹമാണവള്...!

ആ വിഗ്രഹത്തെക്കണ്ട് അര്ച്ചന ചെയ്യാന്!

പക്ഷെ..!

"നിങ്ങളെ എനിക്കിഷ്ടമല്ല...!"

ഹൃദയത്തിനേറ്റ അടി.

മലച്ചുപോയി. തകര്ന്നുപോയി. തളര്ച്ചയോടെ എരിയുന്ന ചൂളയി ലേക്ക് നോക്കി ഇരുന്നുപോയി.

സന്ധ്യവന്നു. രാത്രിവന്നു. ചൂളയ്ക്കുമുമ്പില്നിന്നനങ്ങാനോ എണീ ക്കാനോ കഴിഞ്ഞില്ല. ഒരുതരം മരവിപ്പ്. നിസ്സഹായത, നിര്വികാരത ഒക്കെ.

കളത്തിലേക്ക് തിരികെയെത്തി. മുട്ടി തീരാറായിരിക്കുന്നു. എട്ടുമണി യോടുകൂടി പോകാം.

കളത്തിന്റെ വക്കിന് താഴെ വെറുതെ ചടഞ്ഞിരുന്നു. എത്രനേരം? ഓര്മയില്ല.

സന്ധ്യവന്നതും പ്രപഞ്ചം ഇരുളിലമര്ന്നതും അറിഞ്ഞില്ല.

ബോധംകെട്ടുള്ള ഉറക്കം!

ബാക്കി മുട്ടിവയ്ക്കുകയോ ചൂടു പോകാതിരിക്കുവാനായി ദ്വാരം അട യ്ക്കുകയോ ചെയ്തില്ല.

ഉറങ്ങി... എല്ലാം മറന്ന്! എല്ലാ ദുഃഖങ്ങളില്നിന്നും അകന്ന്...

എപ്പോഴാണെന്നറിഞ്ഞില്ല...

ശക്തിയായ ചവിട്ടേറ്റപ്പോഴാണ് ഞെട്ടി കണ്ണുതുറന്നത്! നടുങ്ങിപ്പോയി!

"ആരെടാ... ഇവിടെ?" ഉറക്കെ ചോദിച്ചു.

ഒരു ടോർച്ചിന്റെ വെളിച്ചം ശക്തിയായി മുഖത്തുതട്ടി.

"നീയോ... നീയെന്നാടാ വീട്ടിപ്പോകാതെ കളത്തീക്കെടക്കുന്നെ. കാവലാണോ? ഇവിടെന്നാ സ്വർണക്കട്ടിയാണോ കെടക്കുന്നെ... കാവലു കെടക്കാൻ?

ശിവൻപിള്ളയുടെ സ്വരം. ആ സ്വരത്തിൽ ധാർഷ്ട്യവും അതിനപ്പുറം പരിഭ്രമവും ഉണ്ടെന്ന് മനസ്സിലായി. അപ്പുറത്ത് പൊളിച്ചടുക്കിയ ചൂളയിൽനിന്ന് രാത്രിയിൽ ചുടുകട്ട മോഷ്ടിച്ചു വിൽക്കാനാണയാൾ വന്നതെന്നു ധരിച്ചു. അയാളതിനും മടിക്കുന്നവനല്ല.

"പിള്ളസാറെന്നാ ഈ രാത്രീല്?"

അയാൾ മറുപടി പറയാതെ എന്തോ പിറുപിറുത്തു. പിന്നെ ആലോചിച്ചുനിന്നു. തെല്ലിടകഴിഞ്ഞ് പറഞ്ഞു.

"എടാ. ഒരു കാര്യോണ്ട്. ഒറ്റയ്ക്ക് സാധിക്കാനാ വന്നെ. നിന്നെക്കണ്ടതുകൊണ്ട് നീയും കൂടിക്കോ..." അയാൾ പറഞ്ഞു. "കാശുതരാം വെറുതെ വേണ്ട."

കട്ട മോഷ്ടിക്കാൻ തന്നെ. തീർച്ചപ്പെടുത്തി. അതാണീ പരിഭ്രമോം അങ്കലാപ്പും...

"എനിക്കെന്തോ തരും?"

"പത്തായിരം തരാം."

"ങാ, എന്നാല് സമ്മതം..."ശിവൻപിള്ള താഴേയ്ക്ക് ടോർച്ചടിച്ചു.

മൂടിപ്പൊതിഞ്ഞുകെട്ടിയ നീളത്തിലുള്ള എന്തോ ഒരു വസ്തു താഴെ വച്ചിരിക്കുന്നു!

"ഇതൊരു ശവമാണ്..."

ങെ! നടുങ്ങിപ്പോയി.

"ഇവിടെങ്ങും ഉള്ളതല്ലെടാ... വരവാ... പക്ഷെ ഒരു കയ്യബദ്ധം പറ്റിപ്പോയി."

"യ്യോ... പിള്ളസാറേ, ഞാനൊരു പാവം. എന്നെ ആപ്പിലാക്കരുത്. ഞാനില്ല..."

"എടോ." അയാളുടെ ഭാവം മാറി.

"ഒന്നിനെക്കൊന്നു. മുൻപും കൊന്നിട്ടുണ്ട്. ഇനി നിന്നേക്കൂടി കൊല്ലാൻ എനിക്ക് വല്യ മടിയൊന്നൂല്ലാ..."

താൻ വിറച്ചുപോയി.

രാത്രിയാണ്. ഇയാളുടെ ഒപ്പം വേറെയും ആളുണ്ടോ? ഇവിടെ കിടക്കാൻ തോന്നിയ നിമിഷത്തെ ശപിച്ചു.

പിന്നെ അയാളുടെ ഒപ്പംകൂടി. ശവശരീരത്തിൽ അയാൾത്തന്നെ പെട്രോ ളൊഴിച്ചു. ആളിക്കത്തുന്ന ചൂളയ്ക്കുള്ളിലെ കനലെരിയുന്ന ദ്വാരത്തി ലേക്ക് ആ ശവശരീരംവച്ചപ്പോൾ തനിക്കുതോന്നി അതൊരു പെണ്ണിന്റെ ശവമാണെന്ന്!

ഉൾക്കിടിലംതോന്നി!

വീണ്ടും മിച്ചംകിടന്ന മുട്ടികൾ പെറുക്കിവെച്ചു. ആ തീനാളങ്ങൾ ആ ശരീരത്തെ നക്കിത്തുടയ്ക്കുന്നു,

ഇഷ്ടിക ചുടാനായി മനുഷ്യശരീരം വിറകാക്കുന്നു. കത്തിയെരിയു ന്നു. ആളിപ്പടരുന്നു.

നെഞ്ചുരുകിക്കത്തിപ്പടരുന്നതറിഞ്ഞു. മനസ്സാകെ പിടഞ്ഞു.

ഏതെങ്കിലും സ്ത്രീയുടേതാകാനേ വഴിയുള്ളൂ. ഇയാൾ കാമപ്പിശാ ചാണ്. ഇയാൾ പിച്ചിക്കീറിയ ഏതെങ്കിലും പാവപ്പെട്ടവളായിരിക്കണം ചൂളയ്ക്കുള്ളിൽ തള്ളപ്പെട്ടത്.

ഏതാവും ആ പാവം ഹതഭാഗ്യ?

അവൾ!

ആ ശവശരീരത്തിന്റെ ഉടമ താൻ ജീവന്റെ ജീവനായി സ്നേഹിച്ച സീതയാണെന്ന് ഒരിക്കലും തനിക്ക് തോന്നിയില്ല.

ആ ശരീരം കത്തിക്കാളിക്കൊണ്ടിരുന്നപ്പോൾ ശിവൻപിള്ള മുരണ്ടു.

"എടാ, ഇപ്പോൾ നീയും പ്രതിയാണ്."

"ഞാനോ?" നടുങ്ങിപ്പോയി.

"അതെ. ഇവിടെ നടന്നതൊക്കെ കണ്ടുകൊണ്ട് എന്റെ കൂട്ടത്തിൽ വന്നവർ അപ്പുറത്തു നില്പുണ്ട്. ഒരക്ഷരം പുറത്തുമിണ്ടിയാല്‍ ആദ്യം അകത്താകുന്നത് നീയാണ്..."

"പിള്ളസാറേ..." വിറച്ചുപോയി.

"മര്യാദയ്ക്കെങ്കിൽ രക്ഷപ്പെടാം. അല്ലെങ്കിൽ ഒന്നുകിൽ നീയകത്ത്. അല്ലെങ്കിൽ എന്റെ കത്തിമൊനേല്‍..."

ശിവൻപിള്ള അമർത്തിച്ചവിട്ടി നടന്നകന്നു. താൻ തളർന്ന് കളത്തിന്റെ തിട്ടയിൽ ഇരുന്നുപോയി.

"നുണ, നുണ. ഇവനും ഇതിലുണ്ട്."

ആക്രോശിച്ചത് രഘുവാണ്.

പക്ഷെ, മാണിക്കറിയാം. സീതയെ കൊല്ലുവാൻ ചന്ദ്രനാവില്ലെന്ന്.

മൂന്നു കളങ്ങളിലും പണിയുന്നവർ ഒരുമിച്ചു. ആണും പെണ്ണും.

അവർ ഒരു വലിയ ജാഥയായി. ആ ജാഥ ഒരേ ലക്ഷ്യത്തിലേക്ക് നീങ്ങി.

ശിവൻപിള്ള!

ആ ജാഥയ്ക്കു മുൻപിൽ ആവേശപൂർവം മാണിയുണ്ട്, ചന്ദ്രനുണ്ട്, രഘുവുമുണ്ട്.

പൊന്നുവിനെ താങ്ങിപ്പിടിച്ച് കുഞ്ഞമ്മയുമുണ്ട്.

ഏകദേശം മുപ്പത്തഞ്ചോളം പേർ...

അത്രയുംപേരുടെ അസാധാരണമായ ആ പോക്കുകണ്ടപ്പോൾ നാട്ടു കാർ അമ്പരന്നു. കാര്യം അന്വേഷിച്ചു. അവരും ആ ജാഥയോടൊപ്പംകൂ ടി. അവരും മുൻപോട്ടുനടന്നു.

ഒരു വലിയ ജനപ്രവാഹം.

ആ പ്രവാഹം ശിവൻപിള്ളയുടെ വീട്ടുമുറ്റത്തെത്തിനിന്നു.

"എവിടെടീ നിന്റെ നായര്... ഇങ്ങോട്ടെറക്കിവിടെടീ..." മാണി അല റി.

ജനക്കൂട്ടം രോഷംകൊണ്ടു. കാര്യമറിയാതെ പകച്ച് ആ സ്ത്രീ അക ത്തേയ്ക്കോടി.

ശിവൻപിള്ള ഇറങ്ങിവന്നു!

തലയ്ക്കുപിന്നിലും തോളിലും കെട്ടുകൾ!

ജക്കൂട്ടത്തെക്കണ്ട് അയാൾ നടുങ്ങി.

പിന്നോക്കംവലിഞ്ഞു... തീരെ പ്രതീക്ഷിച്ചില്ല...

അവശയായ പൊന്നുവിനെ ഇടയിൽക്കണ്ടപ്പോൾ അയാൾ വിറച്ചു പോയി.

ഇവൾ! ഈ കാന്താരി... ഇത്ര എതിർക്കുമെന്ന് കരുതിയില്ല. എതിർക്കുക മാത്രമല്ല, രക്ഷപ്പെട്ടിരിക്കുന്നു.

അറിയാതെ പലതും താൻ പുലമ്പി...

വീമ്പിളക്കി

അവളുടെ അടുത്ത് അതാ ചന്ദ്രൻ..!

അടിവയറ്റിൽനിന്നൊരു ഇടിമിന്നൽ...

"എടാ നായേ.. നീ രക്ഷപ്പെടുമെന്ന് കരുതണ്ട. നിനക്ക് ചൊണയു ണ്ടെങ്കില് തൊട്." പൊന്നുവിനെ വലിച്ചുമാറ്റി മുൻപിൽ നിർത്തിയിട്ട് മാണി അലറി.

പുരനിറഞ്ഞു നില്ക്കുന്നല്ലോടാ നാറീ നിനക്ക് മുന്നാലെണ്ണം... ഇതിലും ഭേദമയിരുന്നെടാ അവളുമാര്." മാണി ആക്രോശിച്ചു. "ഇങ്ങോട്ടെറക്കി വിടെടാ അവളെയൊക്കെ. കാട്ടിത്തരാമെടാ..."

ശിവൻപിള്ളയുടെ ഭാര്യയും മക്കളും ഭയത്തോടെ പിൻവലിഞ്ഞു.

മാണി ശിവൻപിള്ളയുടെ പിടലിക്കു പിടിച്ചുവലിച്ച് മുറ്റത്തേയ്ക്കിറ

ക്കി.

"എവിടെടാ എന്റെ പെങ്ങൾ?" മാണി അലറി.

ങ്ങേ? തലയ്ക്കടിയേറ്റതുപോലെ ശിവൻപിള്ള പിടഞ്ഞു.

ആ പെണ്ണ്! അവളത് മനസ്സിലാക്കി. ആ രഹസ്യം പരസ്യമായി.

അയാൾ അടിമുടി വിറച്ചു.

"പറയെടാ. സീത എങ്ങനെ നിന്റെ കൈയിൽവന്നു? പറഞ്ഞില്ലങ്കില് നിന്നേം നിന്റെ കെട്ട്യോളേം മക്കളേം കൂടി ഇതിനകത്തിട്ട് പൂട്ടി ഈ വീടിന് തീവയ്ക്കും..."

ജനക്കൂട്ടം ഇളകിയാർത്തു.

രക്ഷയില്ല. രക്ഷയില്ല. താൻ പരാജിതനാവുകയാണ്. തന്റെ അഹ ന്ത. അമിതമായ മദ്യാസക്തി, കാമാസക്തി ഒക്കെക്കൂടി വരുത്തിവെച്ച വിന.

അയാൾ തലകുനിച്ചു. അവർക്കുമുൻപിൽനിന്ന് മെല്ലെ അയാൾ പറ ഞ്ഞു.

സീത ഇറങ്ങിവരുന്നത് കാത്തിരുന്ന് താനും ഡ്രൈവർ കുഞ്ഞപ്പനും കൂടി പിടികൂടിയതുമുതൽ ചുളയ്ക്കുള്ളിൽ ഒരു വിറകുമുട്ടിപോലെ അവ ളെരിഞ്ഞടങ്ങിയ ആ ചരിത്രം!

കിരാതന്മാർ! കിരാതന്മാർക്ക് എപ്പോഴും ആവശ്യം നരബലിയാണ്. പച്ചമാംസമാണ്. രക്തമാണ്. പിഞ്ചുപെൺകുട്ടികളുടെ രക്തവും മാംസ വും.

രഘു ഒരലർച്ചയോടെ ശിവൻപിള്ളയുടെമേൽ ചാടിവീണു.

"പറയെടാ, അന്നുരാത്രി പതിനൊന്നുമണിക്ക് സീത ഇറങ്ങിവരുമെന്ന് നീയെങ്ങനെ അറിഞ്ഞു?"രഘു ചോദിച്ചു. ആ പരമരഹസ്യമായ വാർത്ത എങ്ങനെ ശിവൻപിള്ളയ്ക്ക് കിട്ടി?

"പറയെടാ?" മാണിയും അലറി.

ശിവൻപിള്ള ഒന്നറച്ചു.

"പറയെടാ..." രഘു കഴുത്തിലെ പിടി ഒന്നുകൂടി മുറുക്കി.

"ആ... അത് മുതലാളി പറഞ്ഞു!"

"ങെ!

രഘു ഞെട്ടിപ്പോയി.

വല്ലാത്തൊരു നിശ്ശബ്ദത!

"മൊതലാളി..." രഘു അക്ഷരങ്ങൾ കടിച്ചുചവച്ചു. പിന്നെ അത് പുറ ത്തേയ്ക്ക് കാർക്കിച്ചുതുപ്പി!

മുപ്പത്തിരണ്ട്

"മുതലാളി പറഞ്ഞിട്ടാണ്." ശിവൻപിള്ള വിക്കി. "അദ്ദേഹത്തിനു വേണ്ടിയാണവളെ ഞാനും ഡ്രൈവർ കുഞ്ഞപ്പനും..." ഒന്നു നിർത്തി മുഴുമിപ്പിക്കാതെ അയാൾ പിന്നെ പറഞ്ഞതിതാണ്.

"മുതലാളീടെ കൂടെ രണ്ടുമൂന്നു പേരുണ്ടായിരുന്നു..."

"അവർ രണ്ടുമൂന്നുപേർ..." ജനക്കൂട്ടം അമ്പരപ്പോടെ പിറുപിറുത്തു. പിന്നെ ആക്രോശിച്ചു. "നിങ്ങൾ രണ്ടുപേർ. അപ്പോൾ ആകെ എത്രപേ രാടാ എന്റെ പെണ്ണിനെ കടിച്ചുകീറിയത്?"

മാണി അയാളുടെ കഴുത്തുപിടിച്ച് ഞെരിക്കുകയായിരുന്നു.

"അഞ്ച്... പേ...ർ..."

അഞ്ചുപേർ. ഒരു കൊച്ചുപെണ്ണിനെ!

ഒരേ സമയത്ത്!

ഈശ്വരാ

മനഃസാക്ഷിയെ ഞെട്ടിപ്പിക്കുന്ന വാർത്ത. ആർക്കും ചിന്തിക്കു വാൻപോലുമാവാത്ത ദാരുണസംഭവം.

അഞ്ച് കരുത്തന്മാരായ പുരുഷന്മാർ കശക്കിഞെരിച്ച ഒരു പനിനീർപ്പൂ വ്. എന്നിട്ട് പെട്രോളൊഴിച്ച് ചൂളയിൽ തള്ളുക!

താൻ മെനഞ്ഞുണ്ടാക്കിയ കട്ടകൾ ചുടാൻ തന്റെ ശരീരം വിറകാ ക്കുക!

എന്റെ പെണ്ണേ... നിന്നെ, നിന്നെ ഒന്നമർത്തിപ്പിടിച്ച് നോവി ക്കാൻപോലും ഞാൻ ശ്രമിച്ചിട്ടില്ലല്ലോടീ... എന്നിട്ട്...

അഞ്ചുപേർ...

രഘുവിന് സഹിക്കാൻ കഴിയുന്നില്ല...

"എന്റെ പെണ്ണിനെ ആദ്യം അനുഭവിച്ചവൻ നീയല്ലേ?"

ഒരു ഭ്രാന്തനെപ്പോലെ അവൻ രണ്ടു കരങ്ങളും കൂട്ടിപ്പിടിച്ച് ശിവൻപി ള്ളയുടെ തലയിൽ ആഞ്ഞാഞ്ഞിടിച്ചു. വീണ്ടും വീണ്ടും.

ചന്ദ്രന്റെ കളത്തിലായിരുന്നു ബേബിച്ചൻ മുതലാളി.

അമ്പരപ്പോടെ അയാൾ നില്ക്കയാണ്.

കാരണം കളത്തിലാരുമില്ല.

ചന്ദ്രനെവിടെ? മറ്റുള്ളവരെവിടെ?

ആ പെണ്ണ് ഇറങ്ങി ഓടുന്നതുകണ്ട് അവളെ തിരക്കിപ്പോയ ശിവൻപി ള്ളയെവിടെ?

ഒറ്റക്കളത്തിലും ആരുമില്ല.

എന്തോ സംഭവിച്ചിട്ടുണ്ട്.

സംശയത്തോടെ തിരിയുമ്പോഴാണ്...

പിന്നിൽ രഘു!

മുതലാളി ചിരിക്കാൻ ശ്രമിച്ചു.

"എവിടെ രഘു, എല്ലാരും എവിടെപ്പോയി?"

"എല്ലാവരുംകൂടി വരുന്നുണ്ട്. മുതലാളിയെ കാണാൻ." രഘു ശബ്ദം രൂക്ഷമാവാതിരിക്കാൻ ആവുന്നത്ര ശ്രമിച്ചു.

"എന്നെ കാണാനോ?" മുതലാളി വിസ്മയിച്ചു... "അതിന് എല്ലാരും കൂടി എന്തിന്?"

"ചിലപ്പോൾ എല്ലാവർക്കും കാണണമെന്നു തോന്നാം." രഘു അക്ഷോഭ്യനായി.

അവന്റെ ആ സ്വരവ്യത്യാസം മുതലാളി ശ്രദ്ധിച്ചു. അല്ലെങ്കിൽ സീതയെ കാണാതായതുമുതൽ ഇവനിങ്ങനെയാണ്. ഉദാസീനത. ചോദി ക്കുന്നതിനല്ല മറുപടി തരിക. ഉം. ഇത്തവണത്തെ ചുളയ്ക്കുംകൂടി തീ കൊടുക്കട്ടെ. പറഞ്ഞുവിടണം. ഇനി തന്റെ കളത്തിൽ വേണ്ട. ഇത്ത വണ പണി വളരെ മോശം. ചുള കത്തിത്തീരേണ്ട സമയമായി. ഇനിയും കത്തിച്ചിട്ടില്ല. അടുക്കിത്തീർന്നിട്ടുപോലുമില്ല...!!

"നിന്റെ ചുളയ്ക്ക് തീയിട്ടില്ല അല്ലേ?"

തെല്ല് കുറ്റപ്പെടുത്തുന്ന സ്വരം.

"ഉം. ഇട്ടില്ല..." രഘു മറുപടി പറഞ്ഞു.

"ഓ, കഴിഞ്ഞതവണ തീയിട്ട ദിവസം ഓർക്കുന്നോ? കഷ്ടം! ആ പെൺകുട്ടിയെക്കുറിച്ച് ഒരു വിവരവും കിട്ടിയില്ലല്ലോ?"

രഘു പുകഞ്ഞു കത്തുകയാണ്.

"വിവരം കിട്ടി..." അവൻ പറഞ്ഞു.

"ഞെ!" മുതലാളി ഒന്നു നടുങ്ങി.

"എന്തു വിവരം?" അയാൾ അന്ധാളിച്ചു.

"നിങ്ങൾക്കറിയാമെന്ന്..." രഘു വിരൽചൂണ്ടി

"എനിക്കോ?" മുതലാളി ചിരിക്കാൻ പാടുപെട്ടു. വിളറിയ ചിരി. "എനി ക്കെങ്ങനെ അറിയാം?"

"അറിയത്തില്ല അല്ലേ?" രഘു, മുതലാളിയുടെ മുൻപിലേക്ക് നീങ്ങി നിന്നു. "കൊന്ന് ഇതേ ചുളയ്ക്കുള്ളിൽ വിറകാക്കി തിരുകിക്കയറ്റിയ നിനക്ക് അറിയത്തില്ല അല്ലേടാ..."

രഘു അലറുകയായിരുന്നു.

ബേബിച്ചൻ മുതലാളി ഞെട്ടിത്തെറിച്ചു.

"നിന്നെ ഞാൻ വിശ്വസിച്ചു. മൂർഖനാണെന്നറിയാതെ നിന്റെ മാള ത്തിലേയ്ക്ക് വന്നത് എന്റെ തെറ്റ്. എന്റെ രഹസ്യങ്ങൾ ചോർത്തിയെ

ടുത്ത്... നീ മുതലെടുത്തു അല്ലേടാ... എന്നിട്ടെന്റെ പെണ്ണിനെ നീ കൂട്ടു കൂടി കശക്കി ഞെരിച്ചുകൊന്നു, അല്ലേടാ... ചുട്ടുതിന്നു അല്ലേടാ..."

രഘു കിതയ്ക്കുകയാണ്.

തലയ്ക്കടിയേറ്റ് പതിയിരുന്ന കരിമൂർഖനാണ് തന്റെ മുൻപിൽ പത്തി വിരിച്ചാടുന്നതെന്ന് മുതലാളിക്കു തോന്നി. ഇവൻ കൊത്തും. നിമിഷ ങ്ങൾക്കുള്ളിൽ തന്നെ താഴെ വീഴ്ത്തും. പാടില്ല. ഇവന്റെ പത്തി അടിച്ചു താഴ്ത്തണം. തകർത്ത് തരിപ്പണമാക്കണം. തന്റെ എല്ലാ രഹസ്യങ്ങ ളും മനസ്സിലാക്കിയ ഒരുവൻ തനിക്ക് ഭീഷണിയാണ്. തലയ്ക്കുമുക ളിൽ തൂങ്ങുന്ന വാളാണ്.

മുതലാളി പൊടുന്നനെ പോക്കറ്റിൽനിന്നും കൈത്തോക്ക് വലിച്ചെടു ത്തു. നിമിഷത്തിനുള്ളിൽ രഘുവിന്റെ നെഞ്ചിനുനേർക്ക് ചൂണ്ടി.

"നിന്റെ തലച്ചോറ് ഞാൻ തെറിപ്പിക്കും. നീയെന്തു വിചാരിച്ചെടാ പട്ടീ? ഞാൻ നോട്ടമിട്ടിരുന്നതാണവളെ. എന്റുത്തുനിന്ന് അങ്ങനെ സൂത്രത്തിൽ തട്ടിയെടുക്കാമെന്ന് കരുതി അല്ലേടാ. നിനക്ക് കൂട്ടുനിന്ന് കാർ വിട്ടുത ന്നത് എന്തിനാണെന്നു കരുതി? മോക്ഷത്തിനോ? ത്ഫൂ! കാറിൽ കയറ്റി ഞാൻ വിട്ടേനെ. പക്ഷേ, അവൾ അനുസരിച്ചില്ല. ഹും, കൊന്നു. എനിക്ക് എന്റെ നിലനില്പാണാവശ്യം. ഇപ്പോഴും എല്ലാം അറിഞ്ഞ സ്ഥിതിക്ക് നീ ജീവിച്ചിരിക്കുന്നതും എനിക്കാപത്താണ്."

രഘുവിന് ചിരിക്കാനാണ് തോന്നിയത്. "കൊല്ലെടാ മഹാപാപീ. പക്ഷേ, നീ രക്ഷപ്പെടില്ലെടാ... ഈ നാട്ടുകാർ ഒന്നടങ്കം നിന്നെ തേടിവ രുന്നുണ്ട്. നിനക്കു കൂട്ടുനിന്നവർ വിളിച്ചുപറഞ്ഞത് എന്നോടു മാത്രമല്ല, ഒരുകൂട്ടം ജനങ്ങളോടാണ്. ഞാൻ മുൻപെ വന്നത് ഇത്തിരി ഏറെ കണക്ക് എനിക്ക് തീർക്കാനുള്ളതുകൊണ്ടാണ്. കത്തിച്ചുകളഞ്ഞ രഹസ്യം എന്നും ചാരം മൂടിക്കിടക്കുമെന്നാ നീ കരുതിയത് അല്ലേ? ഇല്ലെ ടാ... ചാരം പറന്നുപോകും."

ബേബിച്ചൻ മുതലാളി ഒന്നു പതറി.

എന്ത്? കൂട്ടുനിന്നവർ വിളിച്ചുപറഞ്ഞെന്നോ? എല്ലാവരും വരു ന്നെന്നോ?

ഒരുനിമിഷം!

രഘു കാലുമടക്കി ഒറ്റത്തൊഴി. തോക്ക് തെറിച്ച് ദൂരെ വീണു. രഘു അയാളുടെമേൽ ചാടിവീണു.

മുതലാളി കുതറി. എതിർത്തു.

പക്ഷേ, രഘു വിട്ടില്ല. ഒരു കടുവയെപ്പോലെ അവൻ അലറി. ആക്ര മിച്ചു.

കെട്ടിമറിഞ്ഞു. നിലത്തിഴഞ്ഞു. ശരീരം നിറയെ മണ്ണും ചെളിയുമായി.

അട്ടിയിട്ടിരുന്ന ഇഷ്ടികകൾ തെറിച്ചു. നിരന്നു.

നിരന്ന ഇഷ്ടികയിൽനിന്നും ഒന്നെടുത്ത് മുതലാളി എറിഞ്ഞു.

രഘുവിന്റെ തലപൊട്ടി.

ചോര നെറ്റിയിലൂടെ, കവിളിലൂടെ വായിലെത്തി.

രക്തം അവൻ മുതലാളിയുടെ മുഖത്തേക്ക് തുപ്പി. രഘുവിന്റെ ശക്തി വർധിക്കുകയായിരുന്നു. അവൻ ചാടി അയാളെ പിടിച്ചു. അയാൾ തന്റെ കൈത്തോക്ക് എടുക്കാൻ പരിശ്രമിക്കുകയായിരുന്നു. രഘുവിനാണ് തോക്ക് കിട്ടിയത്.

അവൻ അത് മുതലാളിയുടെ നെഞ്ചിൽ മുട്ടിച്ചു.

ബേബിച്ചൻ മുതലാളി അടിപതറി.

അയാൾ ഭീതിയോടെ അവനെ നോക്കി.

രഘു പുച്ഛത്തോടെ അയാളെ നോക്കി. പിന്നെ അടുത്ത നിമിഷം ആ കൈത്തോക്ക് ചൂളയ്ക്കുള്ളിലെ തീയിലേക്കെറിഞ്ഞു. അതിൽ മുട്ടി അപ്പോഴും കത്തിക്കാളുന്നുണ്ടായിരുന്നു.

ആ മുട്ടികൾക്കിടയിൽ അതുപോലൊരു മുട്ടിയായി സീത. അവളുടെ ഉള്ളിൽ കിടന്നതന്റെ കുഞ്ഞ്. ഗർഭിണിയായ ഒരു പെണ്ണിനെക്കൊന്ന് ചൂളയ്ക്കുള്ളിൽ തിരുകിയ നിഷ്ഠൂരൻ.

രഘുവിന്റെ ശക്തി വർധിച്ചു. അവൻ വീണ്ടും മുതലാളിയുടെ പിന്നിൽനിന്ന് കടന്നുപിടിച്ചു. അയാൾ കുതറി. അവൻ വിട്ടില്ല. അധ്വാനിക്കുന്ന ശരീരമാണവന്റേത്. അവന്റെ അധ്വാനത്തിന്റെ ഫലംപറ്റി തടി അനക്കാതെ കുടവയറുമായി നടക്കുന്നവനാണ് അയാൾ. അയാളെ കീഴ്പ്പെടുത്താൻ രഘുവിന് നിഷ്പ്രയാസം കഴിയും.

നെറ്റിയിൽനിന്നും ചോര ഒലിക്കുന്നുവെങ്കിലും രഘു വകവെച്ചില്ല. അയാളെ ഉന്തിത്തള്ളി ബലമായി ചൂളയ്ക്കരികിലെത്തിച്ചു. പിന്നവൻ ആ ചൂളയിലേയ്ക്ക് അയാളെ ബലമായി അടുപ്പിച്ചു.

ചുട്ടുപഴുത്ത, തീക്കട്ടയായിക്കൊണ്ടിരിക്കുന്ന കട്ടകൾ.

"ഹാ..!" മുതലാളി അലറി. അയാൾ പിടഞ്ഞോടി.

രഘു വിട്ടില്ല. കടന്നുപിടിച്ചു.

ബലമായിത്തന്നെ. അവനൊരു രാക്ഷസനായിക്കഴിഞ്ഞിരുന്നു. അയാളെ വീണ്ടും ചൂളയിലേയ്ക്ക് ബലമയി അടുപ്പിച്ചു. വീണ്ടും വീണ്ടും.

ബേബിച്ചൻ മുതലാളി അലറിവിളിച്ചു.

പിടഞ്ഞോടി.

രഘു പൊട്ടിച്ചിരിച്ചു. ഒരു ഭ്രാന്തനെപ്പോലെ...

"ചൂളയുടെ ചൂട് നീയും അറിഞ്ഞോടാ..."

അവൻ വിളിച്ചുചോദിച്ചു.

മുതലാളി പിടഞ്ഞുവീണു. താഴെക്കിടന്നയാൾ പിടച്ചു.

അപ്പോഴാണ് ജനക്കൂട്ടം കടന്നുവന്നത്. മാണിയും ചന്ദ്രനും മറ്റും. അവർക്കുമുൻപിൽ പോലീസ് അകമ്പടിയോടെ ശിവൻപിള്ളയും. അവരുടെ മുൻപിൽ കിടന്ന് ബേബിച്ചൻ മുതലാളി പിടഞ്ഞു.

ശരീരമാസകലം പൊള്ളിക്കുടുന്നിരിക്കുന്നു. പുകഞ്ഞുനീറുന്നു. അസഹ്യമായ വേദനയിൽ പുളഞ്ഞ് അയാൾ ഞരങ്ങി.

"ഈ മഹാപാപിയെ ആ ചൂളയ്ക്കകത്തേക്ക് തള്ള്. ഇതുപോരാ..." കുഞ്ഞമ്മ അയാളുടെ കാലിൽ പിടിച് വലിച്ചു.

"നില്ക്ക്." പോലീസുകാരിലൊരാൾ പറഞ്ഞു. "ഇയാളെ ആ ജീപ്പിനകത്തേക്കിട്ട് ആശുപത്രിയിൽ എത്രയും വേഗം എത്തിക്കണം."

അദ്ദേഹം മറ്റു പോലീസുകാർക്ക് നിർദേശം നൽകി.

"അതുവേണ്ട സാറേ..." കുഞ്ഞമ്മയ്ക്ക് രോഷം കൊണ്ടു. "ഇവനെ ഈ ചൂളയ്ക്കകത്ത് ഇടുന്നതാ നല്ലത്. ഇവനുവേണ്ടിയാ ഇതുവരെ ഞങ്ങള് എല്ലുമുറിയെ പണിയെടുത്ത്. പകലന്തിയോളം വിയർപ്പൊഴുക്കിയത്. എന്നിട്ട് ഞങ്ങളിലൊരുത്തിയെ കൊന്നിവൻ ചൂളയ്ക്കകത്തുതള്ളി. പരമദ്രോഹി. ഇവനെ കത്തിക്കണം. പൊള്ളുമോ എന്നു നോക്കട്ടെ സാറേ. അവനിതിന്റെ ദണ്ഡം അറിയത്തില്ല. മക്കളേം പെമ്പ്രന്നോത്തിയേം വേറൊരിടത്താക്കീട്ട് സൗകര്യത്തിനു താമസിക്കുവല്യോ ബംഗ്ലാവില്. പെമ്പിള്ളേരെ പിടിക്കാൻ."

ജീവനോടെ ബേബിച്ചൻ മുതലാളിയെ ചൂളയ്ക്കകത്തിടുക. മുട്ടിതള്ളിവയ്ക്കുന്ന ലാഘവത്തോടെ കത്തിക്കുക. വിറകാക്കുക. കുഞ്ഞമ്മയുടെ ശിക്ഷാവിധി ഇതാണ്.

പക്ഷേ,

അയാളെ പോലീസ് ഏറ്റെടുത്തു.

ആൾക്കൂട്ടത്തിൽനിന്ന് രഘു പുറത്തേക്കിറങ്ങി. അവന്റെ മിഴികൾ നിറഞ്ഞൊഴുകി. അധരം വിതുമ്പി.

ആ മനസ്സ് വിങ്ങിപ്പൊട്ടി. ചേതന തളർന്നു. തളർന്ന ചേതന അപ്പോഴുംതേങ്ങി.

എന്തിനോ? എന്തിനോ ആ മനസ്സ് അപ്പോഴും വിങ്ങിപ്പൊട്ടി.

പിന്നെ തേങ്ങിത്തേങ്ങിക്കരഞ്ഞു. ആ തേങ്ങൽ അകന്നു. അകലേയ്ക്ക്... അകലേയ്ക്ക്...